சலபதி 50:
தொடரும் பயணம்

சலபதி 50: தொடரும் பயணம்

நவீனத் தமிழ்நாட்டின் சமகால முக்கிய சமூகவியல் ஆய்வறிஞர் ஆ.இரா. வேங்கடாசலபதிக்கு 50 வயது நிறைவுற்றதையடுத்து, அவரது பங்களிப்புகள் குறித்து 2019இல் சென்னையில் நடைபெற்ற கருத்தரங்கில் வாசிக்கப் பெற்ற 18 கட்டுரைகள் தொகுப்பு இந்நூல். காலச்சுவடு, இந்து லிட் ஃபார் லைஃப், கடவு ஆகிய அமைப்புகள் இணைந்து இருநாள் நிகழ்த்திய 'விரிவும் ஆழமும்' என்ற தலைப்பிலான கருத்தரங்கில் சமகால அறிஞர்கள், படைப்பாளிகள் என ஏறக்குறைய 60 பேர் பங்களித்தனர்.

வ.உ.சி., புதுமைப்பித்தன், பாரதி, உ.வே.சா., பெரியார் போன்ற தமிழ்ப் பேராளுமைகள் பற்றிய ஆய்வுகள், பதிப்பு முயற்சிகள், இலக்கிய ஆக்கங்கள், நட்பு பாராட்டல், ஆங்கிலப் படைப்புகள் என 2018 வரையிலான சலபதியின் அநேகமாக அனைத்துத் துறையின் பணிகள் பற்றிய அறிமுகங்களும் மதிப்பீடுகளும் இந்நூலில் இடம்பெற்றுள்ளன. சிறிதும் மிகை தோன்றாப் பாராட்டு களும் ஆழங்களில் புகுந்து புறப்பட்டு வந்த மதிப்பீடுகளும் கொண்ட, விமர்சகரைப் பற்றிய ஒரு விமர்சன நூல் இது.

ஆ.இரா. வேங்கடாசலபதி தமிழ்ச் சமூக வரலாறு தொடர்பாகக் குறிப்பிடத்தகுந்த ஆய்வுகள் செய்துவருபவர். சென்னை வளர்ச்சி ஆராய்ச்சி நிறுவனத்தில் *(Madras Institute of Development Studies)* பேராசிரியராக இருக்கும் இவர், மனோன்மணியம் சுந்தரனார் (திருநெல்வேலி), சென்னை, சிகாகோ, சிங்கப்பூர் பல்கலைக்கழகங்களில் பணியாற்றியிருக்கிறார். வி.கே.ஆர்.வி. ராவ் விருதும் (2007), வா.செ. குழந்தைசாமி விருதும் (2017), விளக்கு புதுமைப்பித்தன் விருதும் (2018), கனடா இலக்கியத் தோட்டத்தின் இயல் விருதும் (2021) பெற்றிருக்கிறார்.

சலபதி 50: தொடரும் பயணம்

பதிப்பு
பழ. அதியமான்

தொகுப்பு
ப. சரவணன் – கிருஷ்ண பிரபு

காலச்சுவடு பதிப்பகம்

அன்பார்ந்த வாசகருக்கு,

வணக்கம்.

காலச்சுவடு நூலை வாங்கியமைக்கு நன்றி.

நூலின் உள்ளடக்கம், உருவாக்கம், அட்டைப்படம் இன்ன பிற அம்சங்கள் பற்றிய உங்கள் கருத்துகளையும் ஆலோசனைகளையும் காலச்சுவடு வரவேற்கிறது. தகவல், எழுத்து, வாக்கியப் பிழைகள் தென்பட்டால் கட்டாயம் தெரிவித்து உதவுங்கள். நூல் தயாரிப்பில் கடும் குறைபாடு இருப்பின் மாற்றுப் பிரதி உங்களுக்குக் கிடைக்கக் காலச்சுவடு ஏற்பாடு செய்யும்.

மின்னஞ்சல்: **publisher@kalachuvadu.com**

காலச்சுவடு நாகர்கோவில் தலைமையகத்துக்கும் கடிதம் அனுப்பலாம்.

தங்கள்
எஸ்.ஆர். சுந்தரம் (கண்ணன்)
பதிப்பாளர் — நிர்வாக இயக்குநர்

சலபதி 50: தொடரும் பயணம் ❖ கட்டுரைகள் ❖ © ஆசிரியர்கள் ❖ முதல் பதிப்பு: ஜூலை 2022 ❖ வெளியீடு: காலச்சுவடு, 669, கே.பி. சாலை, நாகர்கோவில் 629001

காலச்சுவடு பதிப்பக வெளியீடு: 1092

calapathi 50: toTarum payanam ❖ Essays ❖ © Authors ❖ Language: Tamil ❖ First Edition: July 2022 ❖ Size: Demy 1 x 8 ❖ Paper: 18.6 kg maplitho ❖ Pages: 192

Published by Kalachuvadu, 669, K.P. Road, Nagercoil 629001, India ❖ Phone: 91-4652-278525 ❖ e-mail: publications@kalachuvadu.com ❖ Printed at Clicto Print, Jaleel Towers, 42 KB Dasan Road, Teynampet Chennai 600018

ISBN: 978-93-5523-112-3

பொருளடக்கம்

முன்னுரை: கற்பக் கழிமடம் அஃகும்...	9
கருத்தரங்க ஒருங்கிணைப்பாளர்கள் குறிப்பு	23

1. நிறைமொழியாளன்
   சேரன் — 25

2. புதுநெறி வகுத்த பதிப்பாசிரியர்
   ஆ. இரா. வேங்கடாசலபதியின் பதிப்புப் பணிகள்
   பெருமாள்முருகன் — 29

3. நவீன முறையியலின் வழிகாட்டி
   சுகுமாரன் — 45

4. "தூக்கினாலன்றோ தெரியுந் தலைச்சுமை":
   உ.வே. சாமிநாதையர் கடிதக்
   கருவூலத்தை முன்வைத்து
   ப. சரவணன் — 52

5. வளமிகுநடை கைவந்த வரலாற்றாளர்
   பா. மதிவாணன் — 60

6. தேசிய உயர்வு மனப்பான்மையும்
   முச்சந்தி இலக்கியமும்
   அ.கா. பெருமாள் — 79

7. தேற்றம் என்பது உறுதி
   ஆ. இரா. வேங்கடாசலபதியின் முன்னுரைகள்
   ஜெ. சுடர்விழி — 85

8. சலபதியின் பன்முக ஆளுமை: வெளிப்படும் கூறுகளும்
   வெளிப்படாத கூறுகளும்
   அரவிந்தன் — 95

9. நெறியாளர்–ஆய்வாளர்–ஆய்வு
   ஜெ. பாலசுப்பிரமணியம் — 105

10. உனக்குப் பாதி, எனக்குப் பாதி
    ஆனந்த் செல்லையா — 109

11. என் கண்களுக்குள் பார்த்தார்
    சு. ரவிச்சந்திரன் — 114

12. ஆசான் அடிச்சுவட்டில்...
    ஆ. குருசாமி — 117

13. 'நட்பாங்கிழமை'
    கே.எம். வேணுகோபால் — 120

14. நட்பும் மதிப்பும்
    கிருஷ்ண பிரபு — 127

15. கலாச்சார வரலாற்றுப் பதிவுகள்
    In Those Days There Was No Coffee – நூலை முன்வைத்து
    அ. பெர்னார்ட் சந்திரா — 133

16. வரலாற்றில் புத்தகங்களும் புத்தகங்களின் வரலாறும்
    The Province of the Book:
    Scholars, Scribes and Scribblers in Colonial Tamilnadu
    மருதன் — 142

17. வரலாற்றின் நாடகமாக்கம்
    Who Owns that Song?
    The Battle for Subramania Bharati's Copyright
    ஆர். சிவகுமார் — 152

18. தமிழ்நாடு: கூட்டத்தில் தனித்தீவு
    Tamil Characters: Personalities, Politics, Culture
    ஜி. குப்புசாமி — 166

    ஏற்புரை: இலுப்பைப்பூ
    ஆ. இரா. வேங்கடாசலபதி — 174

பின்னிணைப்புகள்

1. கருத்தரங்க அழைப்பிதழ் — 177
2. கருத்தரங்கில் வழங்கப்பட்ட அறிமுகக் குறிப்பு –
   விளக்கு விருது குறிப்பு — 181
3. காலச்சுவடு பதிவு — 186

முன்னுரை

கற்பக் கழிமடம் அஃகும்...

“ஆய்வாளர், பேராசிரியர், பதிப்பாசிரியர், மொழிபெயர்ப்பாளர் எனப் பன்முகத் திறனாளரும் தமிழ்–ஆங்கிலம் இரண்டிலும் தனித்த எழுத்து நடையைக் கொண்டவருமான @ARV_chalapathy அவர்கள் கனடா இலக்கியத் தோட்டத்தின் ‘இயல்’ வாழ்நாள் சாதனையாளர் விருதுக்குத் தேர்வாகியிருப்பதற்கு எனது வாழ்த்துக்கள்!”.

இது தமிழ்நாடு முதலமைச்சர் மு.க. ஸ்டாலின் ஆ. இரா. வேங்கடாசலபதியை வாழ்த்திய ட்விட்டர் பதிவு *(19 மே 2022)*. ஒரு முதலமைச்சர் தம் குடிமகன்களை, அதுவும் இலக்கியக் குடிமகன்களைப் பாராட்டுவது அண்மைக் காலமாகத் தமிழ்நாட்டில் நிகழ்கிறது. அது நன்று. அப்பதிவில் ‘தமிழ்–ஆங்கிலம் இரண்டிலும் தனித்த எழுத்து நடையைக் கொண்டவர்’ என்ற முதல்வரின் குறிப்பு என் கவனத்தை ஈர்த்தது. இதேபோன்றதொரு கருத்தைச் சலபதி தொடர்பில் சிலர் முன்பும் குறிப்பிட்டிருக்கின்றனர். நண்பர் ரவிக்குமார் இதில் தன் கருத்தியலையும் இணைத்துப் பல்லாண்டுகளுக்கு முன் இக்கருத்தைக் கவனப்படுத்தியிருந்தார். சலபதியைக் காலச்சுவடுக்காக நேர்காணல் செய்திருந்த அவர் அதில், “இரு மொழியிலும் எழுதும் நீங்கள் ஆங்கிலத்தில் மிக நவீனமாகவும் தமிழில் மரபை மீறாத நடையிலும், அதாவது பழந்தமிழ் பயிலுவதாகவும் எழுதுகிறீர்களே ஏன்?” என்ற தொனியில் ஒரு கேள்வியைக் கேட்டிருந்தார் (காலச்சுவடு, *50*). வாசிப்போர்

எண்ணிக்கை குறுந்தொகையாக இருப்பினும் ஆழமாக வாசிக்கப்படுகிறவர்களுள் ஒருவராகச் சலபதி திகழ்கிறார் என்ற எண்ணத்தை இதன் வழியாக உறுதி செய்துகொள்ளலாம். இல்லையெனில் முதல்வரின் பாராட்டும் செந்தமிழ் – செழுந்தமிழ், பழந்தமிழ் – பயன் தமிழ் என்பதான வழமைப் பாதையில் பயணப்பட்டுவிட்டிருக்கும்.

சலபதியின் எழுத்துகள் மட்டுமல்ல, அவருமே கவன மாகப் பின்பற்றப்படுகிறார் என்பதற்கும் இந்த இயல் விருது பாராட்டுகளிலிருந்தே சான்றுகளைப் பெறலாம். 'செயற்கரிய காரியங்கள் என்ற சொல்லாட்சியை எல்லாருக்கும் பயன்படுத்திவிட முடியாது; நம் சமூகத்தில் அதற்குப் பொருத்தமான பணிகளை வேகமாகச் செய்துமுடித்த மிகச்சில சாதனையாளர்களுள் ஒருவர் நண்பர் ஆ.இரா. வேங்கடாசலபதி.' இது பத்திரிக்கையாளர் சமஸ் கருத்து. இதில் முக்கியமாகக் கவனிக்கவேண்டியது 'வேகமாகச் செயல்படுபவர்' என்ற அம்சம்தான். சில ஆண்டுகளுக்கு முன்னரும் சமஸ் இக்கருத்தைச் சொல்லியிருந்தார். சென்றுபோன நாட்கள், பாரதியின் சுயசரிதை என்று அடுத்தடுத்து நூல்கள் வெளிவந்த போது "சாவகாசர்" அல்லர் சலபதி என்று பாராட்டியிருந்தார். அதைப் போலவே ஓவியர் சீனிவாசன் நடராஜனும், தலையில் தூக்கிவைத்துக் கொண்டாட வேண்டியவர் சலபதி என்று வாழ்த்தியிருந்தார். இவையெல்லாம் புகழ்ச்சி மட்டும் இல்லை என்று சலபதி தன் செயல்களால் நிரூபித்துவருகிறார்.

அருஞ்செயல்களால் நிறைந்த சலபதியின் *50* வயது நிறைவுற்றதையடுத்து பிப்ரவரி *2019*இல் நிகழ்ந்த கருத்தரங்குக்கும் அண்மையில் இயல் விருது பெற்ற மே *2022* தேதிக்குமான இடைமூன்றாண்டில் அவருடைய பங்களிப்புகள், பெற்ற பாராட்டுக்கள் என்னென்ன என்பதே இதற்கான நிரூபணச் சான்றுகள். மேலும் மனித இயக்கத்தை முற்றிலும் முடக்கிவிட்ட கோவிட்–19 ஆட்டம் போட்ட ஆண்டுகள் இவை என்பதையும் நாம் நினைத்துக்கொள்ள வேண்டும். வ.உ.சி.யும் காந்தியும், *347* ரூபாய் *12* அணா; சாதிக்குப் பாதி நாளா; ராஜாஜியின் கல்வித் திட்டம் (இரு மொழியிலும் பதிப்பு); திருநெல்வேலி எழுச்சியும் வ.உ.சி.யும் *1908* ஆகியன நான் அறிந்து வந்துள்ள தமிழ் நூல்கள். வ.உ.சி.யும் பாரதியும் என்ற பெயரில் முன்பே வெளிவந்த நூலை வேறு மேம்படுத்தி வெளியிட்டுள்ளார். ஆங்கிலப் பணிகளை இங்குக் குறிக்கவில்லை. பெற்ற விருது களாக அமெரிக்காவின் விளக்கு (*2019* மார்ச்), கோவை பாரதி பாசறை (*2021*), கனடாவின் இயல் (*2022*) ஆகியவற்றைச்

சொல்லலாம். 'சாவகாசர்' அல்லர் சலபதி என்று இவையும் சொல்லும்.

○

அவரது 52ஆவது வயதில் நாம் சாவகாசமாகக் கருத்தரங்கம் நடத்தி 55ஆவது வயதில் சாவகாசமாக நூலை வெளியிடுகிறோம்! அறிவுலக ஆளுமைகளைப் பாராட்டி அவர்கள் துறை சார்ந்த கட்டுரைகளையும் புலமைசான்ற பிறதுறைக் கட்டுரைகளையும் கொண்ட, கொண்டாட்ட மலரை அவர்களின் வாழ்நாளில் குறிப்பிட்ட ஆண்டையொட்டி வெளியிடும் மரபு அயலிலிருந்து நாம் பெற்ற மரபு. நவீனத் தமிழகத்திலும் அப்படி வந்த மலர்கள் சில உடனே நினைவுக்கு வருவன. 'ஐராவதி' என்ற பெயர் கொண்ட ஐராவதம் மகாதேவனின் 78ஆவது வயதில் வெளிவந்த ஒரு மலர் (2008), பேராசிரியர் இளவரசுவின் 70வது வயது நிறைவுக்காக வெளியான 'இளவரசியம்', பேராசிரியர் இ. சுந்தரமூர்த்தியின் 70 வயதையொட்டி வெளிவந்த 'இசு எழுபது' எனச் சில, புத்தக அலமாரியில் கண்ணுக்குத் தெரிகின்றன. மேலே குறிப்பிட்ட எந்த மலருக்கும் இல்லாத சிறப்பு இந்தக் கருத்தரங்கக் கட்டுரை நூலுக்கு உண்டு. அது 50 வயதுக்காரருக்கு வெளிவருவதுதான். இன்னொரு வேறுபாடு அவையெல்லாமே கட்டுரைகள் எழுதப்பட்டுத் தயாரிக்கப்பட்ட மலர்களாகும். இங்குக் கருத்தரங்கு நடைபெற்று அதன் கட்டுரைகள் நூலாகின்றன. மேலும் அவை மலர்கள்; இது நூல்.

அறிஞர் பலர் வயது 70இலும் 80இலும் அடைந்த நிலையைச் சலபதி வயது 50இலேயே எட்டிப் பிடித்தார் என்று கருதலாம். அல்லது எண்பதில் மற்றவர் எட்டிய உயரத்தை விரைந்து அடைய இக்கருத்தரங்கு தரும் ஊக்கம் அவருக்கு உதவலாம் என்றும் இந்த விமர்சனப் பாராட்டைக் கொள்ளலாம்.

○

ஆ. இரா. வேங்கடாசலபதிக்கு 50 வயது நிறைவானதையடுத்து அவரது பங்களிப்புகள் குறித்த இருநாள் கருத்தரங்கம் 'விரிவும் ஆழமும்' என்ற தலைப்பில் பிப்ரவரி 8, 9 தேதிகளில் 2019ஆம் ஆண்டு சென்னையில் நடைபெற்றது. முதல் நாள் மாலை திறப்பு நிகழ்வு அண்ணா நூற்றாண்டு நூலக அரங்கிலும் இரண்டாம் நாளின் முழுநாள் கருத்தரங்க நிகழ்வுகள் அண்ணா பல்கலைக்கழக வளாகத்தில் தமிழ் இணையக் கல்விக்கழக அரங்கிலும் நடைபெற்றன. காலச்சுவடு, தி இந்து லிட் ஃபார் லைஃப், கடவு அமைப்பு ஆகியவை இணைந்து இந்நிகழ்வைக் கொண்டாடின. இந்த இருநாள் கருத்தரங்கில் வரவேற்பு,

நன்றியுடன் திறப்பு நிகழ்வும் மறுநாள் ஆறு அமர்வுகளில் உரைகளும் இடம்பெற்றன. மறுநாள் தொடக்கவுரை, வாழ்த்துரை, சிறப்புரை, நிறைவுரை தவிர மாணவர்களுக்கு அன்பளிப்பு நூல் வழங்கும் நிகழ்வும் இடம்பெற்றது. தவிர தொடர்ப் பேச்சுக்களின் சலிப்பைப் போக்கும் விதத்தில் வினோதினி வைத்தியநாதன் குழுவினரின் சலபதி நூல்களிலிருந்து சில பகுதிகளின் வாசிப்பும் நிகழ்த்துதலும் நடைபெற்றன. திறப்பு நிகழ்வில் 600 பேர் அளவிலும் இரண்டாம் நாள் 500 பேர் அளவிலும் பார்வையாளர்கள் வந்திருந்தனர். தொகுப்பாளர்களையும் உள்ளிட்டு இவை அனைத்து நிகழ்ச்சிகளிலும் ஏறத்தாழ 60 பேர் பங்களித்தனர். அழைப்பிதழில் பெயர் பொறிக்கப்பட்டவர்கள் அனைவரும் பங்கேற்றனர். விழா மதிய வேளையிலும் திறப்பு நிகழ்வைப் போலவே அரங்கு நிறைந்திருந்தது. வயிற்றுக்குச் சுவையான உணவு ஏற்பாடு செய்த 'தேவாமிருத'த்தின் கைங்கரியம் மட்டுமல்ல அதற்குக் காரணம்.

2017இல் 50 வயது நிறைவுற்றவருக்கு 2019இல் கருத்தரங்கமா என்று கவனித்து நோக்கும் வாசகர்களுக்குத் தோன்றலாம். முதலில் 2018ஆம் ஆண்டின் ஆகஸ்ட் மாதம் இக்கருத்தரங்கு திட்டமிடப்பட்டது. அழைப்பு தயாராகி, காலச்சுவடு இதழில் அறிவிப்பும் வெளிவந்துவிட்டது. கலைஞர் உடல்நிலை கெட்டு மருத்துவமனையில் அனுமதிக்கப்பட்டிருந்த நிலையில் நிகழ்வு ஒத்திவைக்கப்பட்டது. பின் ஐந்தாறு மாத இடைவெளிக்குப் பிறகு 2019 பிப்ரவரியில் நிகழ்வு நடைபெற்றது.

கருத்தரங்கக் காலம்வரை (அதாவது 2018ஆம் ஆண்டு வரை) சலபதி எழுதிய / பதிப்பித்த தமிழ், ஆங்கில நூல்களின் பங்களிப்பைப் பற்றிக் கருத்துரைக்கும் நோக்கில் 'விரிவும் ஆழமும்' என்ற தலைப்பு கருத்தரங்கிற்குச் சூட்டப்பட்டது. 1984 தொடங்கி 2018 வரையிலான 35 ஆண்டுகளில் சலபதி செயல்பட்ட களத்தில் அவரது பங்களிப்புகள் பேசப்பட்டன. பங்களிப்பு, மதிப்பீடு, எங்கள் ஆசிரியர், நட்பும் மதிப்பும், ஆங்கிலப் படைப்புகள், ஆளுமை என ஆறு அமர்வுகள். இந்த அமர்வுகளில் மொழி ஆளுமை, தமிழ்நடை, வரலாற்றுப் பங்களிப்பு, பதிப்புப் பணிகள், சமூக வரலாற்றுப் பங்களிப்பு, நாட்டுப்புறவியல், தலித்திய ஆய்வுகள், பன்முகப் பரிமாணம், எழுதிய முன்னுரைகள், ஆசிரியத்துவம், சலபதியின் முதலாசிரியர்கள், திருநெல்வேலிக் காலம், காலச்சுவடு உறவு, மொழிபெயர்ப்புகள், சலபதி பேணிய நட்புறவு, ஆங்கிலப் படைப்புகள், சாமிநாதையர் பதிப்பு, பாரதி ஆய்வுகள் என்று நேரடியாகச் சலபதியின் பணிகள் மட்டுமல்லாமல் பின்காலனிய தமிழ்நாட்டில் வாசிப்பு முறைகள், முன்காலனியச் சென்னையில் புத்தகங்களின் சமூக

வரலாறு எனச் சலபதி ஆய்வு செய்யும் காலப்பகுதி தொடர்பான ஆங்கிலப் பேச்சுக்களும் கருத்தரங்கில் திட்டமிடப்பட்டன.

தமிழ்நாட்டுக் கல்விப்புலம் சார்ந்தவர்கள், நவீனப் படைப்பாளர்கள், இதழியலாளர்கள், சமூகச் செயற்பாட்டாளர்கள், மொழிபெயர்ப்பாளர்கள், கவிஞர்கள் தவிர அயல்நாட்டைச் சேர்ந்த ஆய்வாளர்களும் (பவானி ராமன், பிரான்சிஸ் கோடி, சேரன்) பேச்சாளர்களாகக் கருத்தரங்கில் அமைந்தனர். பேச அழைக்கப்பட்டோர் அனைவரும் தொடர்புள்ள துறையில் குறிப்பிடும்படியான பங்களிப்பைச் செய்தவர்களாவர். தவிர அவர்கள் சலபதியின் எழுத்துகளோடு நெருங்கிய பரிச்சயமும் கொண்டவர்களாவர். ஜமுக்காளத்தைப் பெரிதும் விரித்துப் போடவில்லை. ஆனால் முதல்நாள் நிகழ்ந்த திறப்பு விழாவின் பேச்சாளர்கள் அப்படி அல்ல. அவர்கள் இந்தியப் பரப்பிலானவர்கள்.

முதல் நாள் மாலை திறப்பு நிகழ்வில் கோபால கிருஷ்ண காந்தி, வே. வசந்திதேவி, ராமச்சந்திர குஹா, ஸ்ரீநாத் ராகவன், நிர்மலா லட்சுமணன், டி.எம். கிருஷ்ணா, முகம் மாமணி ஆகிய நாடறிந்த பிரபலங்கள் பங்கேற்றனர். கண்ணன் வரவேற்க, தேவேந்திர பூபதி நன்றி உரைத்தார். அரங்கு நிறைந்த அவ்விழாவில் சலபதியின் முதல்ஆசிரியர் முகம் மாமணி கௌரவிக்கப்பட்டார். மாமணியின் பங்கேற்பு நன்றி மறவாத்தன்மைக்கு மட்டுமல்ல; மண்ணிலிருந்துதான் செடி முளைத்து வானைத் தொட்டு வளர முடியும் என்ற குறியீடாகவும் அமைந்தது. இரண்டாம் நாள் விழாவில் தொடக்க உரை சேரன். வாழ்த்துரை புதுமைப்பித்தன் மகள் தினகரி. சிறப்புரை தியடோர் பாஸ்கரன். நிறைவுரை பழ. அதியமான்.

தொடக்கவுரை, வாழ்த்துரை, சிறப்புரை, நிறைவுரை என்ற சம்பிரதாய உரைகள் இந்த நூலுக்குள் இடம்பெறவில்லை. விலக்காக இரண்டாம் நாள் நிகழ்வில் சேரன் ஆற்றிய தொடக்க உரை 'நிறைமொழியாளன்' மட்டும் நூலின் முதல் கட்டுரையாக இடம்பெறுகிறது. இந்திரன், வேணுகோபாலை அடுத்து இக்கருத்தரங்கில் கலந்து கொண்டவர்களுள் சலபதியைச் சந்தித்த முதல் இலக்கியவாதி என்ற பெருமைக்குரிய சேரனது கட்டுரை முதலாவதாக இடம் பெறுவதோடு சலபதி முதலில் மொழிபெயர்த்த இதுவரை எவரும் பார்த்திராத 'இரண்டாவது சூரிய உதயம்' பற்றிய தகவலும் இந்த நூலில் முதலாவதாக பதிவாகிறது. முதல் பகுதியில் பெருமாள்முருகனின் கட்டுரை சலபதியின் மொத்தப் பதிப்புகளையும் வகைதொகை செய்து விளக்குகிறது. சுகுமாரனின் கட்டுரையோ புதுமைப்பித்தன்

முழுத்தொகுப்பு கதைப்பதிப்பை முன்னோடிப் பதிப்பாக வைத்து நவீன முறையியலின் முன்னோடியாகச் சலபதியின் ஆளுமையைச் சுட்டுகிறது. சென்ற நூற்றாண்டில் உ.வே. சாமிநாதையருக்கு அறிஞர் பல்லோரிடமிருந்தும் வந்திருந்த 700 கடிதங்களின் பதிப்பு உ.வே. சாமிநாதையர் கடிதக் கருவூலம். இப்பதிப்பின் சிறப்பை விளக்குகிறது, "தூக்கினாலன்றோ தெரியுந் தலைச்சுமை" என்ற ப. சரவணனின் கட்டுரை. சலபதியின் மொழி ஆளுமைக்கான சான்றுகளை முழு நீள....ப் பட்டியலிட்டு விளக்குகிறது பா. மதிவாணனின் கட்டுரை. அண்மைய நூலான திருநெல்வேலி எழுச்சியும் வ.உ.சி.யும் 1908 என்ற நூலையும் தன் பட்டியலுக்குப் பயன்கொண்டுள்ளார் பா. மதிவாணன். பங்களிப்பு, ஆளுமை என்ற இரு அமர்வுகளில் பேசப்பட்ட கட்டுரைகள் முதல் பகுதியில் இடம்பெறுகின்றன.

தமிழின் தேசிய உயர்வு மனப்பான்மையே 'குஜிலிப் பதிப்புகள்' தமிழில் ஓரங்கட்டப்பட்டதற்குக் காரணம் என்று சலபதியின் நாட்டுப்புறவியல் பங்களிப்பான முச்சந்தி இலக்கியத்தை முன்வைத்து நாட்டுப்புறவியலாளர் அ.கா. பெருமாள் கருத்துரைத் துள்ளார். சென்னைக் கிறித்துவக் கல்லூரியின் விரிவுரையாளரும் அதைவிடவும் முக்கியமாகச் சிறந்த வாசகருமான ஜெ. சுடர்விழி, சலபதி எழுதிய அனைத்து முன்னுரைகளையும் எழுத்தெண்ணிப் படித்து அவற்றின் அமைப்புமுறையையும் தன்மைகளையும் ஒன்றுவிடாமல் விளக்கியுள்ளார். அத்தன்மைகளுள் முக்கிய மாக அவர் அவதானிப்பது சலபதியின் உறுதிமிக்க கூற்றை ஆகும். நிச்சயத்திலிருந்து பிறக்கிறது துணிவு. அந்தத் துணிவிலிருந்து பிறக்கிறது உறுதி. அதுவே அவரது கட்டுரையின் தலைப்பாகவும் ஆகியிருக்கிறது. எந்தப் பேச்சையும் சலபதி உரையாடலாக்கிவிடுவார். அந்த உரையாடலைத் தன் அறிவார்ந்த நகைச்சுவையால் சுவையாகவுமாக்கிவிடுவார். இதை அனுபவித்துள்ள அரவிந்தன் அந்த நகைச்சுவை அவரது எழுத்தில் வெளிப்படவில்லையே என்று வருந்துகிறார். இருந்தும் எழுத்தில் வெளிப்படாத பல கூறுகளையும் வெளிப்படும் கூறுகளில் மிளிரும் ஒளிகளையும் எடுத்துக்காட்டுகளுடன் விளக்கு கிறது அரவிந்தனின் கட்டுரை. மதிப்பீடு என்ற தலைப்பிலான இரண்டாம் அமர்வில் வாசிக்கப்பட்ட ஐந்து உரைகளில் இரண்டு இன்னும் கட்டுரை வடிவத்தைப் பெறவில்லை.

எங்கள் ஆசிரியர் என்னும் தலைப்பிலான நான்கு கட்டுரை களும் பேராசிரியர் சலபதி விதவிதமான மாணவச் செல்வங்களைப் பெற்ற பல்நிலைச் செல்வர் என்று காட்டுகின்றன. நவீன முறையியலின் வழிகாட்டி எனப் பதிப்பாற்றலை முன்வைத்து சலபதியைச் சுகுமாரன் கொண்டாட, சலபதியின் வழிகாட்டலை

முன்மாதிரியாகக்கொண்டு ஆய்வு வழிகாட்டலுக்கான ஒரு தகுதிவாய்ந்த முறையியலை உருவாக்க இயலும் என்கிறார் ஜெ. பாலசுப்பிரமணியம். இவர் சலபதியை நெறியாளராகக் கொண்டு சென்னை வளர்ச்சி ஆராய்ச்சி நிறுவனத்தில் முனைவர் பட்டம் பெற்றவர். சலபதியின் பெயர் சொல்லும் பேராசிரியராக மலரவிருக்கும் இவர் தற்போது மதுரை காமராசர் பல்கலைக்கழகத்தில் தொடர்பியல் பயிற்றுவிக்கிறார். மாணவர்களுடன் வித்தியாசமில்லாமல் பழகும் 'மாதிரி ஆசிரியராக'ச் சலபதியின் பண்பைச் சுவையாகச் சொல்கிறது 'உனக்குப் பாதி, எனக்குப் பாதி' என்ற ஆனந்த் செல்லையாவின் கட்டுரை. அறிவானாலும் அருமை உணவானாலும் முதலில் மாணவர்க்குத் தர விரும்பும் சலபதியின் இயல்பை முன்னிலையை முன்னாலும் தன்னிலையைப் பின்னாலும் தந்திருக்கும் தலைப்பினால் உணர்த்துகிறார் ஆனந்த் செல்லையா என்ற படைப்பாளி மாணவர். 'கஙசஞ' என்றெல்லாம் இலக்கண நூல் எழுதிய ஆனந்த் இருந்திருக்க வேண்டிய இடம் இப்போதிருக்கும் இடமல்ல. ஆய்வு நெறியாளருக்கு இன்றைய சமூகத்தில் விளங்கும் அவப்பெயரின் சாட்சி 'ஜனகணமன' என்ற சமீபத்திய திரைப்படம் என்கிறார்கள். அத்தகைய அவப்பெயரைத் தொடங்கும் புள்ளியிலேயே தடுத்து நிறுத்தித் தன்னைச் சலபதி தடுத்தாட்கொண்ட நவீன புராணத்தைச் சுட்டுகிறது ரவிச்சந்திரனின் 'கண்களுக்குள் பார்த்தார்' கட்டுரை. சலபதியைவிடப் பதினைந்து ஆண்டு மூத்தவரான அவர் தற்போது ஓய்வுபெற்றுவிட்ட வரலாற்றுப் பேராசிரியர். சலபதியின் வெள்ளந்தியான கிராமப்புற மாணவராக குருசாமி இருந்தார் என்பதை அவர் கட்டுரை விளக்கும். தன் மகனுக்கு ஆசிரியரின் பெயரைச் சூட்டுமளவு சலபதி என்ற ஆசிரியரிடம் பெருமதிப்பு கொண்ட மாணவர் குருசாமி.

சலபதியிடம் கொண்ட நட்பை அறிவுப் பரிமாற்ற வாய்ப்பாகப் பயன் கொண்டவர் விடியல் கே.எம். வேணுகோபால். அவர் சலபதியைவிட 13 வயது மூத்தவர். 'கொண்டதும் கொடுத்தது மான எங்கள் நட்பில் நான் கொடுத்ததைவிடக் கொண்டது அதிகம்' என்கிறார் நட்புரிமை பேசும் தன் கட்டுரையில் வேணுகோபால். 'ஆர்கொலோ சதுரர்?' என்று மணிவாசகரைப் போல நமக்குக் கேட்கத் தோன்றுகிறது. எல்லாரிடமும் எளிதில் கலந்து பரவிவிடும் கிருஷ்ண பிரபு சலபதியிடம் கரைந்துபோனதில் ஒரு ஆச்சரியமும் இல்லை. கருத்தரங்கில் பேசியவர்களுள் கிருஷ்ண பிரபுவும் ஜெயகுமாரும்தாம் இளையவர்களின் பிரதிநிதிகள். ஜெயகுமாரின் கட்டுரை அடுத்த பதிப்பில் இடம்பெறக் கூடுமோ என்னவோ. நான்காம் அமர்வில்

இடம்பெற்ற இன்னும் நான்கு கட்டுரைகள் அடுத்த பதிப்பில் இணையக்கூடும்.

சலபதியின் ஆங்கிலப் படைப்புகள் பற்றிய நான்கு கட்டுரைகளும் நான்கு மணிகள். பாரதியின் காப்புரிமைக் கதையைத் தமிழில் ஒரு நாவலைப் போல எழுதிய சலபதி ஆங்கிலத்தில் நாடகமாக இயற்றியுள்ளார் என்கிறார் ஆர். சிவகுமார். அக்கருத்தைத் தன் கட்டுரையில் நிறுவியுமிருக்கிறார். மருதனும் பெர்னார்ட் சந்திராவும் நூல்களுள் மூழ்கிப் போய் முத்து எடுத்துவந்து தர, ஜி. குப்புசாமி புறவெளியில் நின்று நூலைப் பற்றிய அழகிய சித்திரத்தை வரைந்து தருகிறார். எங்கிருந்துதான் சலபதி தரவுகளைத் தேடி எடுக்கிறாரோ என்று வியக்கிறார் பெர்னார்ட் சந்திரா என்றால் தரவுகளிலிருந்து சலபதிவரும் முடிவுகளைக் கண்டு மலைக்கிறார் மருதன். தரவுகளால் சலபதி வரையும் சித்திரத்தில் மயங்கி நிற்கிறார் ஜி. குப்புசாமி. ஐந்தாம் அமர்வில் பேசப்பட்ட ஆங்கிலப் படைப்புகள் பற்றிய அனைத்துக் கட்டுரைகளும் நூலில் இடம் பெற்றுவிட்டன.

'அகந்தைக்கும் போலி அவையடக்கத்துக்கும் இடையே நடக்கும் சமர்' என்று பொதுவாக ஏற்புரையை விளக்கிய சலபதி, போலி அவையடக்கத்துக்கு அகந்தையே மேல் என்று தேற்ற ஏகாரத்துடன் தன் முத்திரையைப் பதித்தார். ஆரம்பிக்கும்போதே முடிந்துவிட்ட சலபதியின் சிற்றுரையும் நூலில் இடம்பெற்றுள்ளது.

நண்பர்களிடமிருந்து, தம் தொடர், விடா, கடும் முயற்சிகளால் (வேறென்ன சொல்லலாம்?) இக்கட்டுரைகளைப் பெற்றுத் தொகுத்தோர் ப. சரவணனும் கிருஷ்ண பிரபுவும். அவர்கள் பாராட்டுக்குரியோர்.

❍

இரண்டு நாள் கருத்தரங்கில் ஏறத்தாழ 60 அறிஞர்களால், படைப்பாளர்களால் தொட்டுக் காட்டப்பட்டவை சலபதியின் ஆற்றல்களின் பேர்பாதியானவைதாம். சலபதியின் பேசப்பட வேண்டிய இன்னபிற ஆற்றல்கள் மேலும் உள. அவற்றுள் ஓரிரண்டை இங்குச் சுட்ட விரும்புகிறேன்.

சலபதியின் மொழிபெயர்ப்புப் பங்களிப்புகள் இந்த நூலில் இடம் பெறவில்லை. 20 வயதுக்குள்ளாகவே இலங்கையின் இளம் வயதுக் கவிஞரான சேரனையும் (இரண்டாவது சூரிய உதயம்) தமிழ்நாட்டின் பெரும் கவிஞரான பாரதிதாசனையும் (அமைதி நாடகம்) ஆங்கிலத்தில் மொழிபெயர்த்த சலபதி,

தன் *20* வயதுக்குள்ளாகவே உலகக் கவிஞன் பாப்லோ நெருடாவையும் தமிழில் மொழிபெயர்த்தார். தனித்துவமான தமிழ் நடையிலமைந்த சுந்தர ராமசாமியின் ‘ஜே. ஜே: சில குறிப்புகள்’ நாவலை முப்பதுகளில் ஆங்கிலமாக்கினார். வரலாற்றறிஞர் ரொமிலா தாப்பரின் ‘வரலாறும் கருத்தியலும்’ நூலையும் தமிழ்ப்படுத்தினார். *Beloved* என்ற கவிதையை எழுதி கு. அழகிரிசாமியைப் போல கவிஞராகத் தொடங்கிய சலபதியின் இலக்கிய வாழ்க்கை கவிதைகளை மொழிபெயர்க்க எனப் பின்னால் திசை திரும்பிவிட்டது.

சலபதியின் தமிழ் நடையும் ஆங்கில நடையும் பற்றி முன்னுரையின் முற்பகுதியில் குறிக்கப்பட்டிருக்கிறது. அதை இன்னும் விரிவாகப் பேச வேண்டியுள்ளது. ‘முன்னைப் பழமைக்கும் பழமையாய், பின்னைப் புதுமைக்கும் புதுமையாய் அவருக்கு கைவரப் பெற்றது சிடுக்குகள் அற்ற எளிய நடை. அது சலபதி முயன்று பெற்றது.’ நட்பாங் கிழமை கட்டுரையில் இவ்வாறு குறிக்கிறார் நண்பர் வேணு. சிடுக்குகள் அற்ற எளிய நடையைக் ‘கொஞ்சமும் சிடுக்குகளற்ற, எளிய அதே சமயம் செழுமையான நடை’ என்று வேண்டுமானால் சொல்லலாம். ஆனால் இது அவர் முயன்று பெற்றது என்ற தொடரில் எனக்கு ஐயம் உள்ளது. கோவேந்தனின் ‘மாமல்லன் சிம்சோன்’ நூலுக்குச் சலபதி எழுதிய ‘மில்டனின் படைப்புகள்: வரலாற்றுப் பின்னணி’ என்ற முன்னுரையிலிருந்து (15 பக்கம்) அவர் நேற்று எழுதிய கட்டுரைவரை தொடர்ந்து படித்து வரும் எனக்கு எளிமைக்கென்று சலபதி எந்த முயற்சியையும் பிரத்தியேகமாக எடுத்ததாகத் தெரியவில்லை. இது என் அறியாமையாகவும் இருக்கலாம். அவரது மனத்தின் தெளிவு நடையாகிறது; அவ்வளவுதான். வினைத்திட்பம் ஒருவரின் மனத்திட்பம்.

சலபதியின் மொழிபற்றிய தமிழறிஞர் மதிவாணன் கட்டுரை இத்தொடர்பில் முக்கியமானது. ‘மற்றும்’ என்ற சொல்லாட்சி இல்லாததைக் கொண்டே சலபதியின் எழுத்தை இனம் கண்டுவிட முடியும் என்ற மண்குதிரையின் கட்டுரையும் இடம் பெற்றிருந்தால் இந்த விவாதம் மேலும் செழுமை பெற்றிருக்கும். சென்னைத் தொழில்நுட்பக் கழகத்தின் பொருளாதாரப் பேராசிரியராக விளங்கிய காலஞ்சென்ற எஸ். அம்பிராஜன் (கே.ஆர். சீனிவாச அய்யங்கார் மகன்) எண்பதுகளின் இடைப்பகுதியில் சலபதிக்கு எழுதிய ஒரு உள்நாட்டுக் கடிதத்தை அப்போது பார்க்க நேர்ந்தது. ‘உன்னைப் போல எனக்கு எழுத வராது’ என்று சொல்வதுபோல் ஒரு வரியை அதில் வாசித்தது இன்னும் நினைவில் இருக்கிறது. இளமையிலேயே தெளிவு மிக்க நடை சலபதிக்கு கைவரப் பெற்றுவிட்டதைச் சொல்லவே

இதைக் குறிப்பிட்டேன். தவிர 'கருவிலே திரு' என்ற, முயற்சியை மறுக்கும் கருத்தை வலியுறுத்த அல்ல. முயற்சியும் பயிற்சியும் எவருக்கும் அதிலும் மேலெழும் பருவத்தில் உள்ள எந்தச் சமூகப் பிரிவிற்கும் இன்றியமையாதனதாம்.

சலபதியின் முதல் விருப்பம் ஆய்வுசெய்தலா, ஆவண மாக்கலா என்பது கவனம் பெற வேண்டிய இன்னொரு புள்ளியாகும்; அதைத் தொடங்கி வைத்திருக்கிறார் பெருமாள்முருகன். சலபதியின் பதிப்புப் பணிகள் பற்றிய கட்டுரையில், "பதிப்பில் தொடங்கி வரலாற்று ஆய்வுக்குள் சலபதி வந்தாரா, வரலாற்று உணர்விலிருந்து பதிப்புக்குள் நுழைந்தாரா என்பதைத் தெளிவாகப் பிரித்துச் சொல்ல இயலாது" என்று பெருமாள்முருகன் குறிப்பிடுகிறார். சலபதியின் படைப்புகளை முழுமையாக ஒரே சமயத்தில் படிக்க நேரும் வாசகனுக்கும் ஆய்வாளனுக்கும் இத்தகைய கேள்வி எழும்தான். வரலாறு, இலக்கியம் ஆகியவை சரியான பார்வையுடன் பதிவாக வேண்டும் என்ற உணர்வு, மக்கள், வாசகன், எதிர்காலத்தில் எழும் சந்தேகங்கள் பற்றியதான அக்கறையிலிருந்து இக்கேள்வி எழுவதாகும். இன்னொரு வகையில் சொல்வதானால் சமூகத்தை, இலக்கியத்தைப் புரிந்துகொள்வதற்கான தேவையைப் பற்றிய ஆர்வத்திலிருந்து பிறப்பதாகும். வ.உ.சி.யில் காணக் கிடைக்கும் இடைவெளிகளைக் கண்டு வருந்தியவர் சலபதி. போலிமையைச் சாடும் புதுமைப்பித்தனின் இலக்கியத்தில் மனம் கலங்கிப் போனவர் சலபதி. அவரது பிரதியில் தென்பட்ட தவறுகளையும் விடுபடல்களையும் கண்டு மனம் நொந்தவர். எண்பதுகளின் பிற்பகுதியில் மறைமலையடிகள் நூலகத்தில் இவை பற்றி அவர் புலம்புவதை நான் கேட்டிருக்கிறேன். சாமிநாதையரின் அறிவு நுட்பமும் உழைப்புக் கடுமையும் 'என் சரித்திரம்' முதலான நூல்களில் வெளிப்பட்டதைக் காட்டிலும் அதிகமானது என்று அவர் எண்ணுகிறார். சாமிநாதையரை மேலும் புரிந்துகொள்ளத்தான் 'தாமோதர'த்தை ஜெராக்ஸ் செய்து எனக்குக் கொடுத்தார். இது நடந்தது 1987, 88ஆக இருக்கலாம். இவையெல்லாம்தான் வ.உ.சி., புதுமைப்பித்தன், சாமிநாதையர் படைப்புகளை வாய்ப்பு நேர்ந்தபோதெல்லாம் தொகுக்கவும் பதிப்பிக்கவும் பின் அதை ஒட்டி ஆராயவும் என முனைந்ததற்கான காரணங்கள். ஆகவே வரலாற்று, இலக்கிய உணர்வுகளே அவரைப் பதிப்புக்குள் கொண்டு செலுத்திய தாகத் தோன்றுகிறது. எனினும் இதில் இறுதி வார்த்தையைப் பெருமாள்முருகனுக்கும் வாசகருக்குமே விட்டுவிடுகிறேன்.

இதன் தொடர்பில் இன்னொரு கிளை விளக்கத்தையும் தர மனம் விரும்புகிறது. "சான்று மூலங்களைக் கொண்டு ஆராய்ச்சி

செய்வது என்பதற்குப் பதிலாக சான்று மூலங்களைத் தேடுவதே தமிழ் ஆய்வுலகில் பெரிய ஆராய்ச்சி என்பதாகிவிட்டது" (புதுமைப்பித்தன் கதைகள், முதற்பதிப்பு, பக்கம் 12) என்று ஆராய்ச்சியாளரின் பார்வையிலிருந்து குறிப்பிடுகிறார் சலபதி என்று பெருமாள்முருகன் தன் கட்டுரையில் தெரிவிக்கிறார். இது வருத்தத்துடன் சலபதி பதிவு செய்தது; கிண்டலுடன் சலபதி குமைந்தது. காலஞ்சென்ற பேராசிரியர் ஒருவர் சான்று மூலங்களைத் தேடுவதையும் தொகுப்பதையுமே ஆராய்ச்சி என்று மனப்பூர்வமாக நம்பிச் செயல்பட்டார். இதைப்பற்றி சலபதியும் நானும் மதியும் பலகால் பேசிச் சிரித்திருக்கிறோம் (இது 'அரசியல்' அல்ல). "சான்று மூலங்களையே ஆய்வுகள் என்று மயங்கிக் கிடந்த ஒரு காலத்தில்தான் 'சிட்டி'யை நான் சந்தித்தேன்" (விடைபெறும் கடைசிக் குரல், இரங்கலுரை, பெ.கோ. சுந்தரராஜன்) என்று நான் எழுதியதைச் சலபதி கவனித்துப் படித்தது நினைவிருக்கிறது. சான்று மூலங்கள் வேண்டும்தான். அரிசி வேண்டும்தான்; ஆனால் சோற்றைத்தான் சாப்பிட முடியும். சாமிநாதையரின் கடிதக் கருவூலத்தை வைத்து ஆய்வுக் கட்டுரைகளை எழுதிக் குவிக்கும் பெருமாள்முருகனின் வாசகத்தை நிமித்தமாகக் கொண்டு இந்த ஒரு விளக்கத்தை வாசகருக்குத் தர இயன்றது. பெருமாள்முருகனுக்கு நன்றி.

பெரிதும் எழுதப்பட்ட, ஆவணமாகியுள்ள ஆதாரங்களையே சான்றுகளாகக் கொண்டு எழுதும் புலமை மரபைச் சேர்ந்தவர் சலபதி. வாய்மொழி ஆதாரங்களை அலட்சியம் செய்பவர் என்று இதற்குப் பொருள் அல்ல. என்றாலும் அவற்றை ஆதாரமாகக் கொண்டு ஆய்வுகளைச் சலபதி செய்துள்ளாரா என்று தெரிய வில்லை. இது பற்றிக் கருத்தரங்கில் வாதம் எழுந்தது, விவாதமாக மாறவில்லை. அது பற்றிய கட்டுரையும், தொடரும் பயணத்தில் இடம் பெறலாம். பல சண்டமாருதங்கள் நேர வரையறையைத் தகர்த்து எறிந்து சலபதியின் பாரதி ஆய்வுகளைப் பேசி முழங்கின. தவிர சலபதியின் முதலாசிரியர்கள், தொடக்க காலத் தோழர்கள், திருநெல்வேலி வாழ்காலம், தியடோர் பாஸ்கரன், தினகரி சொக்கலிங்கம், மணிக்குமார் ஆகியோர் உரைகளில் வெளிப்பட்ட செய்திகளும் சலபதியை முழுமையாய் அறியப் பயன்படுவன.

'பெரியாரைத் துணைக்கோடல்' என்ற வள்ளுவரின் அதிகாரத்தை நினைவூட்டுவது சலபதியின் நட்புப் பட்டியலில் உள்ள அவரினும் பன்மடங்கு வயது முதிர்ந்த நண்பர்களின் பெயர்கள். த. கோவேந்தன், முகம் மாமணி, இரா. முத்துக்குமாரசாமி, ம.இலெ. தங்கப்பா, எஸ். அம்பிராஜன், எம்.எஸ்.எஸ். பாண்டியன், சுந்தர ராமசாமி, சி.சு. மணி,

தியடோர் பாஸ்கரன், வி.கே. நடராஜ், வே. வசந்தி தேவி...... இப்படிச் செல்கிறது அந்தப் பெரியவர்களின் பட்டியல். சில பெயர்களைத் தவிர்த்துமிருக்கிறேன். இத்தகைய நட்புறவில் கவனிக்கத் தக்கதாக இருப்பது, இவை எதுவும் குரு-சிஷ்ய நிலையிலமையாததாகும். கோவேந்தனும் முகம் மாமணியும் தங்கப்பாவும் சுந்தர ராமசாமியும் அவரைத் தோழராகக் கருதியதை நேரிலேயே நான் அறிவேன். இந்திரன் தொட்டும் தொடாமலும் சென்ற இந்தப் புள்ளியைப் பற்றிப் பேச வேண்டும் என விரும்புகிறேன்.

முன்னாள் வானொலி இயக்குநர் கி. சீனிவாசராகவனிடம் ஒருமுறை சலபதியை அறிமுகப்படுத்த நேர்ந்தது. சிறிது நேரம் பேசிக்கொண்டிருந்தோம். சலபதி இருக்கும்போதே என்னிடம் சொன்னார். "இந்து இதழில் வெளிவந்த இவரது ஆங்கிலக் கட்டுரைகளை வாசித்திருக்கிறேன். முகம் இறுகிய ஒருவராகவும் வார்த்தைகளைப் பெரும் பிரயாசைக்குப் பிறகு உதிர்ப்பவராகவும் மனத்தால் கருதியிருந்தேன். என்ன இப்படி சுவாரசியமாக பேசுகிறாரே" என்று வியந்து சொன்னார். சலபதியை ஆங்கிலப் பேராசிரியராகவே பல காலம் நினைத்துக்கொண்டிருந்த ஒரு உள் தமிழகத்துப் பதிப்பாளரை நான் அறிவேன். தமிழுக்கான வக்கீலாக அயல்நாடுகளில் பணி செய்பவராக ஒரு தமிழறிஞர் சலபதியைத் தன் கல்லூரி மாணவர்களுக்கு அறிமுகம் செய்து வைக்கும்போது நான் அங்கிருந்தேன். இப்படியான சலபதியின் ஆளுமை விகசிப்புகளை இன்னும் பேச வேண்டியுள்ளது. இவையெல்லாம் சலபதியின் ஆளுமையின் சில கூறுகள்.

அவரது பேராற்றல் ஆங்கிலப் பங்களிப்புகள். இதில் பேசப் பட்ட நூல்களைவிடவும் பேசப்படாத மொழிபெயர்ப்புகளை விடவும் வேறு பல பணிகளை ஆங்கில மொழியில், ஆங்கிலப் பரப்பில், அயல் பல்கலைக்கழகங்களில் சலபதி ஆற்றியுள்ளார். அதுபற்றி விரிவாக இன்னும் பேசப்பட வேண்டும் எனவும் விரும்புகிறேன். சமீப காலங்களில் சலபதி பேசும் சில விஷயங் களைப் புரிந்துகொள்ள முடியாமல் நான் தவிக்கிறேன்.

நவீனத் தமிழ்நாட்டில், பழம் விஷயங்களின் தொடர்ச்சியில் எதைப் பேசினாலும் சலபதி எப்படியாவது அதில் வந்துவிடுவார் என்றே தோன்றுகிறது. கௌதம் ராஜ் என்னும் இளைஞர் முகநூலில் எழுதிவரும் நூல் அறிமுகக் குறிப்புகள் இதற்கான சான்றுகள். கார்த்திக் ராம் மனோகர் எழுதிவரும் பெரியார் குறித்த எழுத்துகளில் இதற்கான ஆதாரம் விரவிக் கிடக்கிறது.

இப்பொழுதுதான் ஆங்கில இலக்கிய ஆய்வுலகிற்குள் நுழைந்திருக்கும் என் மகள் நவீனத் தமிழ்ச் சமூகத்தின்

தொடர்பில் எதைக் கேட்டாலும் சில சொற்களையாவது உதிர்க்க சலபதியின் எழுத்துகள் எனக்குப் பயன்படுகின்றன. சமீபத்தில் என் மகள் டப்ளின் சென்றார். இறங்கிய இரண்டொரு நாளில் டப்ளின் கோலாகலமாக இருக்கிறது என்றார். ப்ளூம்ஸ்டே வா என்றேன். எப்படித் தெரியும் என்றார். ‘அயர்லாந்தின் தலைநகர் டப்ளின் விமான நிலையத்தில் நான் தரையிறங்கிய நாள் ப்ளூம்ஸ் டே (16.6.2006). ஜேம்ஸ் ஜாய்ஸின் நாவல் முழுவதும் டப்ளின் நகரமாகவும் 16 ஜூன் 1904 காலமாகவும் கொண்டதால் ஒவ்வொரு ஜூன் 16ஆம் தேதியும் அதை அவர்கள் கொண்டாடுகிறார்கள்’ என்று சலபதி தனது ஆஷ் அடிச்சுவட்டில் கட்டுரையைத் தொடங்கியிருந்தது எனக்கு நினைவில் இருந்தது. அது பயன்பட்டது. ஆங்கிலம், ஆங்கில இலக்கியம் அறியாத கூர்மையான தமிழ் வாசகர்களைக் கவர்பவராகவும் அதை அறிந்தவர்களை வியப்பில் ஆழ்த்துகிறவராகவும் சலபதி விளங்குகிறார் என்று எனக்குப் படுகிறது.

வாசிப்பு நம்மிடம் நிறைந்திருக்கும் அறியாமையை நீக்கும்; அறியாமை என்ற மாயத் திரை விலகினால் மேடையில் நடைபெறும் காட்சி தெளிவாகும். காட்சியின் தன்மையை உணர்ந்தால் உண்மை என்ன என்பதை அறியலாம். அந்த உண்மை இந்த உலகத்தில் புகழை நிலைநிறுத்தும். அடுத்த உலகத்திற்கும் இட்டுச் செல்லும் என்று தமிழின் பழம் பாடல் ஒன்று பேசுகிறது (நான்மணிக் கடிகை 30). அடுத்த உலகம் பற்றி எனக்குத் தெரியாது; நம்பிக்கையும் இல்லை. இந்த உலகத்தைப் பற்றித்தான் எனக்குக் கவலை. ஆகவே இந்த உலகத்தின் நடப்பையும் அதன் மூலம் அதன் இயல்பையும் புரிந்துகொள்ள விரும்புகிறேன். அதற்குப் புத்தகங்களின் வாசிப்பும் மனிதர்களின் வாசிப்பும் வழிகள். அவற்றுள் முதல் வழியில் சென்று உயர்ந்தவர் சலபதி. கல்வியை அதாவது வாசிப்பை வலியுறுத்தும் அந்தத் தமிழ்ப் பாடலோடு கல்வியில் சிறந்த சலபதி பற்றிய நூலின் முன்னுரையை நிறைவு செய்வது பொருத்தம் என்று தோன்றுகிறது.

> கற்பக் கழிமடம் அஃகும்; மடம் அஃகப்
> புற்கம் தீர்ந்து இவ்வுலகின் கோள் உணரும்; கோள் உணர்ந்தால்
> தத்துவமான நெறி படரும்; அந் நெறி இப்பால் உலகத்து இசை நிறீஇ
> உப்பால் உயர்ந்த உலகம் புகும்.

மயிலாப்பூர் **பழ. அதியமான்**
27 ஜூன் 2022

கருத்தரங்க ஒருங்கிணைப்பாளர்கள் குறிப்பு

ஆ.இரா. வேங்கடாசலபதிக்கு 50 வயது நிறைவடைந்ததையொட்டி காலச்சுவடு, கடவு, தி ஹிந்து லிட் ஃபார் லைஃப் ஆகியவை இணைந்து 2019 பிப்ரவரி மாதம் சென்னையில் இருநாள் கருத்தரங்கை நடத்தின. இவ்வரங்கில் அவருடைய பன்முகப் பங்களிப்புகள் குறித்துப் பல்வேறு ஆளுமைகள் உறையாற்றினார்கள். பிப்ரவரி 8ஆம் தேதியன்று அண்ணா நூற்றாண்டு நூலகத்தில் மாலை நடைபெற்ற தொடக்க விழாவில் வே. வசந்திதேவி, கோபால்கிருஷ்ண காந்தி, ராமச்சந்திர குஹா, ஸ்ரீநாத் ராகவன், நிர்மலா லக்ஷ்மணன், டி.எம். கிருஷ்ணா, முகம் மாமணி, கண்ணன், தேவேந்திர பூபதி ஆகியோர் உரையாற்றினார்கள். அடுத்த நாள் அண்ணா பல்கலைக்கழகம், தமிழ் இணையக் கல்விக்கழக அரங்கத்தில் நடைபெற்ற கருத்தரங்கில் பல்வேறு எழுத்தாளர்களும் ஆய்வாளர்களும் உரையாற்றினார்கள். கருத்தரங்க உரைகளின் பெரும்பகுதியைத் தாங்கியதாக இந்த நூல் வெளிவந்திருக்கிறது. தொடக்க விழாவில் ஆங்கிலத்திலும் தமிழிலும் அமைந்த உரைகளை இந்நூலில் தொகுக்கவில்லை. கருத்தரங்கின் அழைப்பிதழ், கருத்தரங்கின் அறிமுகக் குறிப்பு, கருத்தரங்கு குறித்த பதிவு ஆகியவை நூலின் பின்னிணைப்பில் உள்ளன. அனைத்து உரைகளின்

காணொலிப் பதிவுகளையும் காலச்சுவடு இணையதளத்தில் காணலாம். அதற்கான சுட்டிகளைக் கீழே தந்திருக்கிறோம்.

தொடக்க விழா உரைகள் (2019 பிப்ரவரி 8):

https://books.kalachuvadu.com/kcbooks/virivum-aazhamum-1

கருத்தரங்க உரைகள் (2019 பிப்ரவரி 9):

https://books.kalachuvadu.com/kcbooks/virivum-aazhamum-2

இந்த நூலைத் தொகுக்கும் பணியில் ஈடுபட்டோர் கிருஷ்ண பிரபுவும் ப. சரவணனும். நூலின் பதிப்பாசிரியராகச் செயல்பட்டவர் பழ. அதியமான். உரைகளை ஒளிப்பதிவு செய்து காணொலிகளைத் தன் யுடியூப் தளத்தில் பதிவேற்றியது சுருதி டிவி அமைப்பு. இவர்களுக்கு எமது நன்றி.

கண்ணன்
நிர்வாக இயக்குநர்
காலச்சுவடு பதிப்பகம்

தேவேந்திர பூபதி
நிறுவநர், கடவு.

1

நிறைமொழியாளன்

சேரன்

பேராசிரியர் ஆ. இரா. வேங்கடாசலபதியின் ஆய்வுகளையும் படைப்புகளையும் பங்களிப்பையும் கொண்டாடும் 'விரிவும் ஆழமும்' என்னும் அறிவேந்தல் நிகழ்வை ஒழுங்குசெய்தவர்களை சிறப்பாகக் கண்ணனை வாழ்த்துகிறேன். இந்த நிகழ்வு தமிழுக்கு மிகத்தேவையான ஒரு நிகழ்வு. ஏனெனில் நமது மரபிலும் இன்றைய சூழலிலும் தமிழுக்கு ஒப்பனையையும் அலங்காரத்தையும் ஆடம்பரத்தையும் தருபவர்களே பெரிதும் கொண்டாடப்படுகிறார்கள். தமிழுக்கு ஆழத்தையும் விரிவையும் புதுமையையும் சேர்ப்பவர்களுக்கு நாம் உரிய முறையில் மதிப்பளிப்பதில்லை. ஒருசில விதிவிலக்குகள் உள்ளனதான். எனினும் நிலைமை பெரிதும் உவப்பானதாக இல்லை. இந்த நிலை மாற்றப்பட வேண்டும்; மாற்றப்படும் என்ற நம்பிக்கையை இன்றைய நிகழ்வு எங்களுக்குத் தருகிறது. இந்த முன்னுதாரணத்தைத் தொடர்ந்து நமது பல்கலைக்கழகங்களும் ஆய்வு நிறுவனங்களும் கல்வித்துறை சார்ந்தவர்களும் பிற அமைப்புக்களும் மதிப்பளிப்புகளையும் ஆய்வுக் கொண்டாட்டங்களையும் முன்னெடுக்க வேண்டும் என விரும்புகிறேன். ஆய்வின் விரிவும் அறிவின் செறிவும் எமது சமூகங்களுக்கு அடிப்படை அல்லவா?

1983 ஜூலை மாதம் ஈழத்தமிழர்கள் மீது பாரிய படுகொலைகள் திட்டமிட்டு நிகழ்த்தப்பட்டமையை

நாம் அறிவோம், “கறுப்பு ஜூலை” என்று பரவலாகக் குறிப்பிடப் படும் அந்தப் படுகொலைகளின் பிற்பாடு நான் சென்னை வந்தேன். அப்போதுதான் எஸ். வி. ராஜதுரை அவர்கள் சலபதிக்கு என்னை அறிமுகம் செய்து வைத்தார். சந்திப்பு எஸ்.வி. ராஜதுரை வீட்டில் இடம்பெற்றது.

சலபதி எனக்கு முதலில் சொன்னது இதுதான்: உங்களுடைய இரண்டாவது ‘சூரிய உதயம்’ தொகுப்பில் உள்ள கவிதைகளைப் பலமுறை படித்துவிட்டேன். அவையனைத்தையும் ஆங்கிலத்தில் மொழிபெயர்த்தும்விட்டேன்.

எனது கவிதைகளின் முதலாவது ஆங்கில மொழிபெயர்ப்பாளர் சலபதிதான் என்று சொல்வதில் எனக்கு மகிழ்ச்சியும் பெருமை யும் நிறையவே உள்ளது.

மொழிபெயர்த்த கவிதைகளையும் அவற்றுக்கு அவர் எழுதிய நீண்ட முன்னுரையையும் அழகாகத் தட்டச்சுச் செய்து என்னிடம் தந்திருந்தார் சலபதி. அவற்றை மிகுந்த கவனத்துடன் கடல்வழிப் பயணத்தின்போது ஊருக்கு எடுத்துச் சென்றேன். அங்கு அம்மொழிபெயர்ப்புக்களை வாசித்து மிக்க மகிழ்ச்சியுற்ற ஏ.ஜே. கனகரத்னா அவர்கள் அவற்றை நூலாக்க வேண்டும் என ஒரு சிறு முற்குறிப்பும் எழுதித் தந்தார். எனினும் நூலாக்க முயற்சிகள் வெற்றி பெறவில்லை. பின்னர் போர் வேகம் பெற்றது. இடப்பெயர்வும் புலம்பெயர்வும் துயர்மிகு யதார்த்தமாக மாறிவிட்டது. அந்த அலைவிலும் உழல்விலும் சலபதியின் மொழிபெயர்ப்புகளுடன் ஏ.ஜே. கனகரத்னாவின் முற்குறிப்பும் வேறு பல சுவடிகளும் போன இடம் தெரியவில்லை.

2018இல் பதினைந்து ஆண்டுகளுக்குப் பிறகு – ஊர் திரும்பும் வாய்ப்புக் கிடைத்தது. அப்போது ஒருநாள் எங்கள் வீட்டில் இருந்து எடுத்துப் பழுதடையாமல் மிகக் கவனமாகவும் ரகசியமாகவும் நான் புதைத்து வைத்திருந்த பல சுவடிகளை என் மச்சான் முரளிதரன் கொண்டுவந்து தந்தார். என்ன ஆச்சரியம்! அந்தச் சுவடிக் கோப்புகளுள் சலபதி மொழிபெயர்த்துத் தந்த கவிதைகளும் இருந்தன. அவருடைய முன்னுரையில் மட்டும் முதலிரண்டு பக்கங்கள் சிதைந்து போயிருந்தன. முக்கியமானதொரு சந்தர்ப்பத்தில் முக்கியமானதொரு ஆவணம் தொலைந்திருந்தது. எனினும் இன்று ஒரு முக்கியமான சந்தர்ப்பத்தில் அது மீண்டும் கிடைத்திருந்தது என்பதை மிகுந்த மகிழ்வுடன் சலபதியுடனும் உங்களுடனும் பகிர்ந்துகொள்வதில் மிக்க மகிழ்ச்சியடைகிறேன்.

சலபதியின் பங்களிப்புகளைப் பற்றி ஆய்வுரைகள் தருவதற்குப் புலமையாளர்களும் துறைசார்ந்த அறிஞர்களும் கலைஞர்களும் இங்கு குழுமியுள்ளனர். எனவே சலபதியின் ஆய்வு, அறிவு, புலமை,

இலக்கியப் பங்களிப்புகளைப் பற்றி நான் விரிவாகப் பேசப் போவதில்லை. எனினும் சலபதியின் காத்திரமான பங்களிப்புகளில் சிறப்பாகக் குறிப்பிடப்பட வேண்டிய இரண்டு பரிமாணங்களைப் பற்றிச் சுருக்கமாகப் பேச விழைகின்றேன்.

1. புலமைத்துறையிலும் ஆய்வுத்துறையிலும் பல்கலைக் கழகங்களின் பல்வேறு துறைகளிலும் பணியாற்றுபவர்களுக்கும் அவர்கள் வாழ்கின்ற சமூகங்களின் நெருக்கடிகள், அறிவுக் குறைபாடுகள், சிக்கல்களுக்குமிடையே பெரிய இடைவெளி இருக்கிறது. எங்களுடைய ஆய்வுகளும் அவற்றின் முடிவுகளும் எவ்வகையில் எமது சமூகங்களுக்குப் பயன்படும் வகையில் பரவலாக எடுத்துச் செல்லப்பட வேண்டும்? அவற்றைப் பரவலாக எடுத்துச் செல்வதில் ஆய்வறிஞர்களினதும் புலமையாளரதும் பங்கு என்ன? என்ற கேள்விகள் எங்களுக்கு மிகவும் முக்கியமானவை. எனினும் எங்களில் புலமையாளர்கள் பலர் இத்தகைய பணிகளில் ஈடுபாட்டுடனும் கடப்பாட்டுடனும் உழைப்பதில்லை. பழைய மரபின்படி சொல்வதானால் தந்தக் கோபுரங்களில் வாழும் அறிஞர்கள்தாம் நம்மில் பலபேர். அவர்களுக்கு அறிவொளி இருந்தாலும் உள்ளொளி கிடையாது. ஆனால் சலபதியும் அவர் போன்ற சிலரும் அப்படி அல்லர். அவர்களுடைய அறிவும் ஆய்வும் அறிவுப்பரப்பல் செயற்பாடுகளும் சமூகத்தின் பல அடுக்குகளையும் சென்று சேர வேண்டுமென அவர்கள் சலியாது பாடுபடுகிறார்கள். அந்த வகையில் சலபதி, அன்ரோனியோ கிராம்சி எனும் போராளி / அறிஞர் கூறியது போல ஒரு *organic intellectual.* அதாவது சொல்லும் செயலும் அறிவும் ஆய்வும் நடைமுறையிலும் வாழ்விலும் ஒன்றாக இணைகிற சான்றோன்.

தன்னுடைய சிறப்பான, புதுமையான ஆய்வுமுடிவுகளையும் தேடலையும் – சிறப்பாகப் பாரதியியல் தொடர்பான ஆய்வும் ஆவணங்களும், பதிப்பாக்கம், நூலாக்கம், திராவிட இயக்கம் தொடர்பான அவரது சிந்தனைகளையும் சலபதி ஆய்வுக் கட்டுரைகளாக மட்டுமன்றி, பத்திரிகை எழுத்துகளாகவும் பத்தி எழுத்துகளாகவும் உரைகளாகவும் பல்வேறு தளங்களில் வெளிக்கொண்டு வந்திருக்கிறார். புலமை என்பது அறிவைத் தேடுவதும் படைப்பதும் எழுத்தெண்ணிக் கற்பதும் மட்டும் அன்று. சாத்தியமான வாய்ப்பான எல்லாத்தளங்களுக்கும் உரிய முறையில் உரிய மொழியில் கொண்டு செல்லப்படுவதும்தான் புலமை. அதனை மிகச்சிறப்பாகவும் தொடர்ச்சியாகவும் சலிப்பின்றியும் முன்னெடுத்து வருகிறார் சலபதி.

2. சலபதியின் இருமொழிப் புலமையும், தமிழ், ஆங்கிலம் ஆகிய இரு மொழிகளிலும் அவர் இடையறாது எழுதிவரும் நூல்களும் கட்டுரைகளும் எங்களுக்கும் ஏனைய பல்வேறு அறிவு

உலகங்களுக்கும் இன்றியமையாதவை. எங்களிடம் எவ்வளவு ஆழமாகவும் தீவிரமாகவும் தமிழ் வேட்கையும் தமிழியல் ஆய்வுக் கடப்பாடும் செயற்பாடும் இருந்தாலும் அவை தமிழ் கூறு நல்லுலகத்துக்குள் மட்டுமே குறுகிவிடக் கூடாது. நாம் விரும்பினாலும் விரும்பாவிட்டாலும் ஆங்கிலம் ஒரு பேராட்சி மிக்க மொழியாக, ஊடகமாக, “தவிர்க்கப்பட முடியாத ஒரு கேள்வியாக” நம் முன்னே நிற்கிறது. எனவே இருமொழியிலும் புலமைபெற்று ஆய்வுகளும் படைப்புகளும் இரு மொழிகளிலும் தரக்கூடிய அறிஞர்கள் தமிழுக்குத் தேவை. எனினும் அத்தகையோர் எம்மிடம் அரிதாகவே உள்ளனர். தமிழ் மரபிலும் தமிழ் அடையாளங்களூடாகவும் உலகப் புகழ்பெற்ற பல அறிஞர்கள் மானுடப் பண்பியல், சமூக விஞ்ஞானங்கள், மொழியியல், வரலாறு போன்ற பல துறைகளில் உருவாகியிருக்கிறார்கள். எடுத்துக்காட்டாக அர்ஜூன் அப்பாதுரை, ஸ்டான்லி தம்பையா, வலன்டைன் டானியல், சின்னப்பா அரசரத்தினம், எம்.எஸ்.எஸ். பாண்டியன், புதிய தலைமுறையில் ஆனந்த் பாண்டியன் போன்ற ஏராளமானோர் இருந்திருக்கிறார்கள் / இருக்கிறார்கள். எனினும் இவர்களுடைய பார்வையிலும் படைப்புகளிலும் தமிழும் தமிழ்ச் சமூகங்களும் பெரும்பாலும் கச்சாப்பொருள்தாம். இவர்களது ஆய்வும் அறிவும் எமக்குப் பயன்படுவதற்குப் பதிலாக மேலை அறிவியல் சமூக விஞ்ஞானத் துறைகளுக்கு வளம் சேர்க்கும் நுண்ணறிவுத் திறனாக மட்டுமே தேங்கிவிட்டன. இந்த இடத்தில்தான் சலபதியின் பார்வைகளும் ஆய்வும் பங்களிப்பும் சிந்தனைகளும் வேறுபட்டு அவரைக் கோட்பாடும் கடப்பாடும் ஈடுபாடும் மிக்க சிறந்த புலமையாளனாகவும் தமிழன்பனாகவும் மாற்றுகின்றன.

சலபதி புலமையாளன், அறிஞன் மட்டுமல்ல அவர் எல்லா அர்த்தத்திலும் ஒரு நிறைமொழியாளன்.

2

புதுநெறி வகுத்த பதிப்பாசிரியர்
ஆ.இரா.வேங்கடாசலபதியின் பதிப்புப் பணிகள்

பெருமாள்முருகன்

ஆ. இரா. வேங்கடாசலபதி 1984ஆம் ஆண்டு தொடங்கி 2018 வரை பதினேழு நூல்களைப் பதிப்பித்துள்ளார். இவற்றில் ஒவ்வொரு நூலும் அளவால் வேறுபட்டது. எனினும் ஒன்றிரண்டைத் தவிரப் பிற அனைத்தும் கடும் உழைப்பையும் நீண்ட காலத்தையும் கோரி உருவானவை. ஆளுமைகளின் அடிப்படையில் இந்நூல்களை வகைப்படுத்தினால் கீழ்க்கண்டவாறு அமையும்.

1) புதுமைப்பித்தன் – ஐந்து நூல்கள் ('அன்னை இட்ட தீ' – 1998, 'புதுமைப்பித்தன் கதைகள்' – 2000, 'புதுமைப்பித்தன் கட்டுரைகள்' – 2002, 'புதுமைப்பித்தன் மொழிபெயர்ப்புகள்' – 2006, 'புதுமைப்பித்தன் வரலாறு' – 2016)

2) வ.உ.சி. – நான்கு நூல்கள் ('வ.உ.சி. கடிதங்கள்' – 1984, 'வ.உ.சி.யும் பாரதியும்' – 1994, 'வ.உ.சி.யின் சிவஞான போதவுரை' – 1999, 'திலக மகரிஷி' – 2010)

3) பாரதியார் – நான்கு நூல்கள் ('பாரதியின் கருத்துப்படங்கள்' – 1994, பாரதி: 'விஜயா' கட்டுரைகள் – 2004, பாரதி கருவூலம்: 'ஹிந்து' நாளிதழில் பாரதியின் எழுத்துகள் – 2008, பாரதியின் சுயசரிதைகள்: கனவு, சின்னச் சங்கரன் கதை – 2014)

4) மறைமலையடிகள் – ஒன்று (‘மறைமலையடிகளார் நாட்குறிப்புகள்’ – 1988)

5) ஏ.கே. செட்டியார் – ஒன்று (‘அண்ணல் அடிச்சுவட்டில்’ – 2003)

6) எஸ்.ஜி. இராமாநுஜலு நாயுடு – ஒன்று (‘சென்றுபோன நாட்கள்’ – 2015)

7) உ.வே.சாமிநாதையர் – ஒன்று (‘உ.வே. சாமிநாதையர் கடிதக் கருவூலம்’ – 2018)

குறிப்பிடத்தக்க வரலாற்றாசிரியராகச் சலபதி இப்போது நிலைபெற்றுள்ள போதும் அவரது செயல்பாடு ‘வ.உ.சி. கடிதங்கள்’ (1984) என்னும் பதிப்பு நூல் மூலமாகவே தொடங்கியுள்ளது. வ.உ.சி. போன்ற மாபெரும் ஆளுமை ஒருவரின் நூலைப் பதினேழு வயதில் சலபதியால் பதிப்பிக்க முடிந்திருக்கிறது. அந்நூலுக்கு அவர் எழுதியிருக்கும் முன்னுரை சிறிய அளவிலான நன்றியுரையாகத்தான் இருக்கிறது. அடுத்து நான்காண்டுகளுக்குப் பிறகு 1988இல் பதிப்பித்த ‘மறைமலையடிகளார் நாட்குறிப்புகள்’ நூலுக்கு ஐந்து பக்க அளவில் முன்னுரை எழுதியுள்ளார். இந்த முன்னுரை நாட்குறிப்பு எழுதும் வழக்கம் பற்றி வரலாற்றுப் போக்கில் சில தகவல்களை முன்வைத்துள்ளது. ஆவணமாகிய ஒன்று வரலாற்று நூலுக்குப் பயன்படும் விதம் பற்றிய சில குறிப்புகளும் இதில் உள்ளன.

இந்நூல்களின் முன்னுரைகளின் அளவையும் அமைந்துள்ள முறையையும் அவரது தற்போதைய பதிப்பு நூல்களின் முன்னுரைகளோடு ஒப்பிட்டுப் பார்த்தாலே சலபதியின் பதிப்புப் பயணம் எத்தகைய வளர்ச்சியைப் பெற்றிருக்கிறது என அனுமானிக்கலாம். எல்லா வகையிலும் அவரது பார்வை செழுமை பெற்று வளர்ந்துள்ளது. சாதாரணமாக வழங்கும் தமிழ்ச்சொல்லுக்கு நிகரான ஆங்கிலச் சொல்லை அடைப்புக்குள் போட்டு எழுதுவோர் பற்றிச் சலபதி கடுமையாகக் கடிந்து பேசுவதைக் கேட்டிருக்கிறேன். மறைமலையடிகளார் நாட்குறிப்பு முன்னுரையில் ‘அலகு (unit)’ என அவர் எழுதியிருப்பதைக் கண்டு சிரிப்புத்தான் வந்தது. அந்த வயதில் அப்படி எழுதியதில் தவறொன்றும் இல்லைதான். பலர் பல நூல்கள் எழுதி வளர்ந்த பின்னும் இந்த முறையைப் பின்பற்றுவது பற்றித்தான் சலபதியின் விமர்சனம் எனச் சமாதானம் கொண்டேன்.

‘வ.உ.சி. கடிதங்கள்’ நூலைப் பதிப்பித்ததை அடுத்து 1987ஆம் ஆண்டு ‘வ.உ.சி.யும் திருநெல்வேலி எழுச்சியும்’ என்னும் வரலாற்று ஆய்வு நூலை வெளியிட்டுள்ளார். ‘மறைமலையடிகளார் நாட்குறிப்புகள்’ நூலைப் பதிப்பித்ததை அடுத்து ‘திராவிட

இயக்கமும் வேளாளரும்' என்னும் ஆய்வு நூலை எழுதியுள்ளார். இவ்வாறு அவரது நூல்களின் பட்டியலைக் காணும்போது பதிப்பும் வரலாற்று ஆய்வும் இணைந்தும் தொடர்ந்தும் வந்திருப்பதைக் காண முடிகின்றது. எந்த நூலையும் பதிப்பிப்பதோடு அவர் நின்றுவிடுவதில்லை. அதை அடிப்படையாகக் கொண்டு வரலாற்று ஆய்வுகளில் ஈடுபடுவதைத் தொடர்கிறார். சிலசமயம் ஆய்வு முன்னாலும் பதிப்பு பின்னாலும் நடந்திருக்கின்றன.

'. . . அடிப்படை ஆவணங்களைத் தொகுத்து வெளியிடும் முயற்சிகள் பயன்தரும் என்ற நம்பிக்கை எனக்குண்டு' (வ.உ.சி. யும் பாரதியும், ப.19) என்று தொடக்கத்தில் பதிப்பாசிரியராகக் கூறியவர் பதினைந்து ஆண்டுகளுக்குப் பிறகு 'சான்று மூலங்களைக் கொண்டு ஆராய்ச்சி செய்வது என்பதற்குப் பதிலாக, சான்று மூலங்களைத் தேடுவதே தமிழ் ஆய்வுலகில் பெரிய ஆராய்ச்சி என்பதாகிவிட்டது' (புதுமைப்பித்தன் கதைகள், முதற்பதிப்பு, ப.12) என்று ஆராய்ச்சியாளரின் பார்வையிலிருந்து குறிப்பிடுகிறார். ஆனால் பதிப்பில் தொடங்கி வரலாற்று ஆய்வுக்குள் சலபதி வந்தாரா, வரலாற்று உணர்விலிருந்து பதிப்புக்குள் நுழைந்தாரா என்பதைத் தெளிவாகப் பிரித்துச் சொல்ல இயலாது.

எனினும் சலபதியின் அடிப்படை ஆர்வம் வரலாற்று ஆய்வுகள், வரலாறு எழுதியல் ஆகியவையே. வரலாற்று ஆய்வுகளுக்கான தரவுகள் கிடைப்பதில் தமிழில் நிலவும் போதாமையை உணர்ந்த காரணத்தாலேயே அவர் தொடர்ந்து பதிப்புப் பணிகளிலும் ஈடுபட்டுப் பதிப்பாசிரியராகவும் நிலைபெற்றிருக்கிறார். பொதுவாகக் கலைத்துறை சார்ந்த ஆய்வு களில் ஈடுபடுவோர் தவிர்க்க இயலாமல் பதிப்பிலும் கவனம் செலுத்த வேண்டிய தேவை ஏற்படுகிறது. தம் ஆய்வுக்கு ஆய்வு செய்பவரே திரட்டித் தொகுக்கும் ஆதாரப்பூர்வமான சான்று களைப் பிறர் பார்க்கவும் பயன்கொள்ளவும் பொதுவெளிக்குக் கொண்டுவர வேண்டியுள்ளது.

உ.வே.சா.வுக்கு வந்த கடிதங்களின் தொகுப்பைப் பதிப்பிக்கும் வேலையில் சலபதி ஈடுபட்டிருந்த காலத்தில் கடித வாசகங்கள் சிலவற்றை மேற்கோள் காட்டி அவர் ஆய்வுக் கட்டுரை எழுதுகின்றார். ஆனால் அவர் காட்டும் கடிதங்களைப் பிறர் பார்ப்பதற்கு அப்போது வாய்ப்பு இல்லை. தம் கட்டுரையின் நம்பகத்தன்மையை நிறுவ வேண்டிய கட்டாயம் ஏற்படுகிறது. 'கடிதக் கருவூலம்' வெளியாகும் போதுதான் கட்டுரைக்கு நம்பகத்தன்மை முழுமையாக வந்து சேர்கிறது. ஆவணக் காப்பகத்தில் இருந்து அரசு ஆணை ஒன்றை ஆய்வுக்குப் பயன்படுத்தும்போதும் அதன் விவரம் மட்டும் கொடுக்காமல் முடிந்தவரைக்கும் நகலையும் பின்னிணைப்பில் சேர்ப்பதைக்

காண்கிறோம். ச. வையாபுரிப்பிள்ளை தமிழ் லெக்சிகனை உருவாக்கிய காலத்தில் அச்சாகாமல் இருந்த சிற்றிலக்கியங்கள் பலவற்றில் இருந்து சொற்களைச் சேகரித்து அகராதியில் பதிவாக்கினார். அவ்விதம் பயன்பட்ட சிற்றிலக்கியங்கள் பலவற்றைப் பின்னர் அவரே பதிப்பித்து வெளியிட்டார். இவ்வாறு அவை பதிப்பிக்கப்படுவது மேலாய்வுகளுக்கும் பயன்படுவதாகின்றது.

வரலாற்று ஆசிரியர் ஒருவர் தாம் பயன்கொண்ட தரவுகளைப் பொதுவெளியில் வைத்தல், தாம் ஆய்வு செய்யும் துறைக்கு அடிப்படைத் தரவுகளை உருவாக்கித் தருதல் என்னும் நிலையில் சலபதியின் பதிப்புப் பணிகளையும் வைத்து மதிப்பிட வேண்டும். அவர் பதிப்பித்துள்ள நூல்களைத் தரவுகளாகக் கொண்டு அவரே பல கட்டுரைகளையும் நூல்களையும் எழுதியுள்ளார். உ.வே.சா. கடிதக் கருவூலம் நூலாக வெளியிடப்பட்டவுடன் அந்நூலை ஆதாரமாகக் கொண்டு உ.வே.சா.வுக்கும் சி.வை.தாமோதரம் பிள்ளைக்குமான நட்புறவு குறித்து விரிவான ஆய்வுக் கட்டுரை ஒன்றைச் சலபதி எழுதினார். பல்லாண்டுகளாகப் பதிப்பாய்வுலகில் விவாதத்திற்குரிய விஷயமாக இருக்கும் இந்த இருபெரும் ஆளுமைகளுக்கு இடையேயான உறவுச் சிக்கல்கள் குறித்து அக்கட்டுரை தெளிவைக் கொடுத்தது. கடிதக் கருவூலத்தை எவ்வகையில் ஆய்வுலகம் பயன்கொள்ள முடியும் என்பதற்கு வழிகாட்டியாக அக்கட்டுரை அமைந்தது என்றும் சொல்லலாம்.

அதே போல வரலாற்றில் இடைவெளியாக உள்ள பகுதியை அவர் பதிப்புகள் நிரப்புகின்றன என்பது மிக முக்கியமானது. பதிப்பிக்க அவர் தேர்வு செய்துகொண்டவை அனைத்தையும் நாம் இந்நோக்கில் காண முடியும். ஒரு நூலையோ விஷயத்தையோ பதிப்பிக்க வாய்ப்பு வருகிறது என்பதற்காக மட்டும் அவர் ஒருபோதும் பதிப்பில் ஈடுபடுவதில்லை. தாம் தேர்வு செய்து பதிப்பிக்க உள்ள நூல் வரலாற்று இடைவெளியை நிரப்பும் தகுதி கொண்டதா என்பதைப் பெரிதும் கவனத்தில் கொண்டிருக்கிறார். அவ்வகையில் பத்தொன்பது, இருபதாம் நூற்றாண்டுத் தமிழ் இலக்கிய வரலாறு, சமூக வரலாறு ஆகியவற்றில் காணப்படும் இடைவெளிகள் சிலவற்றை அவரது பதிப்புகள் நிரப்பியுள்ளன.

விஜயா இதழில் வெளியான கட்டுரைகள், *ஹிந்து* இதழில் வெளியான கடிதங்கள் உள்ளிட்ட பாரதி சார்ந்த பதிப்புகள் பாரதியியலில் நேர்ந்த இடைவெளிகளை நிரப்பின. அவை இரண்டுமே அரிதின் முயன்று பெற்ற தரவுகளாகும். அவை அக்கால அரசியல், இதழியல், அச்சு உள்ளிட்ட பலவற்றில் வெளிச்சம் பாய்ச்சின. ஏ.கே. செட்டியார் பல பயண நூல்களை எழுதியிருப்பினும் அவற்றில் எதையும் பதிப்பிக்கச்

சலபதி எடுத்துக்கொள்ளவில்லை. அவரது பயணங்களுக்கு அடிப்படையாக அமைந்த மையப்பொருளைப் பற்றி அவர் தொடராக எழுதி ஆனால் நூலாக வெளிவராத ஒன்றையே சலபதி பதிப்பிக்க எடுத்துக்கொண்டார். 'அண்ணல் அடிச்சுவட்டில்' என்னும் நூலாக்கத்தின் காரணமாக உலகம் சுற்றிய தமிழர் எனப் புகழப்பெற்ற அவரது பயணங்களின் பின்னணியில் காந்தி பற்றிய ஆவணப் பட நோக்கமே இருந்தது என்னும் மிக முக்கியமான புரிதல் உருவாயிற்று.

வரலாற்றில் மங்கலாகிப் போய்விட்ட சில ஆளுமைகளின் உருவம் துலக்கம் பெறச் சலபதியின் பதிப்புகள் காரணமாகி யுள்ளன. 'சென்றுபோன நாட்கள்' பதிப்பின் வழியாக அவ்விதம் துலக்கம் பெற்ற ஆளுமை எஸ்.ஜி. இராமாநுஜலு நாயுடு. அவரது கட்டுரைத் தொடரைக் கண்டறிந்து பதிப்பித்ததன் வழியாக வேறு சில பகுதிகள் புதுத்தரவுகளைப் பெறுகின்றன; புதிய விவாதங்கள் உருவாகின்றன. சலபதி அந்நூலின் முன்னுரையில் எழுதுவது வருமாறு:

'தமிழ் இதழியல் வரலாற்றை மேலும் செழுமையாக மீட்டுருவாக்கம் செய்ய இந்நூல் உதவும் என்பதில் சிறிதும் ஐயமில்லை. தமிழ் இதழியல் வரலாறு என்பது ஜி. சுப்பிரமணிய ஐயர் போன்ற ஒரு சிலரைச் சுற்றியே மையங்கொண்டிருக்கிறது. ஐயர், ஐயங்கார் ஆகிய பின்னொட்டோடு அமைந்த பெயர்களுக்குள் தமிழ் இதழியல் வரலாறு ஒடுங்கிவிடவில்லை என்பதைச் 'சென்றுபோன நாட்கள்' வெளிச்சமிட்டுக் காட்டுகின்றது. சுதேசக் கிறித்தவரும் ஆதி திராவிடருமான பா.அ.அ. இராஜேந்திரம் பிள்ளை, டி. வில்ஸன், டி.ஏ. ஜான் நாடார், கே.எஸ். கதிர்வேலு நாடார் ஆகியோர் பற்றிய குறிப்புகள் வேறு எங்கும் காணக் கிடைக்காதவை. பண்டிதை விசாலாஷியம்மாள் பற்றிய குறிப்பும் இவ்வகையினதே.' (ப.33)

இக்கருத்து விவாதத்திற்குரியது. தமிழ் இதழியல் வரலாற்றில் திரு.வி.க., பெரியார், அயோத்திதாசர் உள்ளிட்டவர்கள் பெற்றிருக்கும் இடம் ஏற்கனவே உறுதியாகிவிட்ட ஒன்று. அப்பரப்பை விரிவாக்கச் 'சென்றுபோன நாட்கள்' கட்டுரைகள் உதவுகின்றன. அச்சு வளர்ச்சி எல்லாத் தரப்புக்குமான வெளியை உருவாக்கிக் கொடுத்தது என்னும் கருதுகோளுக்கு அரண் சேர்க்க இந்நூல் உதவுகிறது என்று சொல்லலாம்.

வரலாற்றின் பல பிரிவுகளில் சலபதியின் ஆர்வம் சென்றாலும் 'வாழ்க்கை வரலாற்று ஆய்வு' அவருக்கு மிகவும் பிடித்தமானது. வாழ்க்கை வரலாறு சார்ந்து தம் ஆய்வுலகைக் கட்டமைத்துக்கொள்ள அவரது தொடக்ககாலப் பதிப்பு முயற்சிகள்

உதவியிருக்கக் கூடும். வ.உ.சி. கடிதங்கள், மறைமலையடிகளார் நாட்குறிப்புகள், வ.உ.சி.யும் பாரதியும் முதலிய தொடக்க காலப் பதிப்புகள் வாழ்க்கை வரலாறு சார்ந்த தரவுகளின் பதிப்புகளாக இருக்கின்றன. அதன் வளர்ச்சியாகப் பின்னர் திலக மகரிஷி, பாரதியின் சுயசரிதைகள், புதுமைப்பித்தன் வரலாறு என வாழ்க்கை வரலாற்று நூல்களை அவர் பதிப்பித்துள்ளார். ஏ.கே. செட்டியார், எஸ்.ஜி. இராமாநுஜலு நாயுடு ஆகியோர் நூல்களுக்கு அவர் எழுதியுள்ள ஆய்வுரைகளில் பெரும்பகுதி அவர்களது வாழ்க்கை வரலாற்றுக்கு ஒதுக்கப்பட்டிருக்கிறது. இதன் உச்சமாகவே அவர் இப்போது எழுதிக் கொண்டிருக்கும் பெரியார் வாழ்க்கை வரலாற்றையும் காண வேண்டும். இவ்விதம் வாழ்க்கை வரலாற்றுத் துறையைத் தேர்வு செய்தமைக்கு அவர் பதிப்பிக்க வாய்த்த நூல்கள் காரணமாக இருந்திருக்கலாம்.

சலபதியின் பதிப்புப் பணிகளை மதிப்பிடுகையில் அவரது முக்கியமான பங்களிப்பாக ஒன்றைக் குறிப்பிடலாம். பதிப்பு என்றாலே அது பழந்தமிழ் நூல்களுக்கான விஷயம் என்னும் பார்வையே மேலோங்கியிருந்தது. ஓலைச்சுவடியில் இருக்கும் நூலை அச்சுக்குக் கொண்டுவருதல்தான் பதிப்பு என்று அப்பார்வையை எளிமையாக்கிச் சொல்லலாம். அதைக் கடந்து சில முயற்சிகள் நடந்திருக்கின்றன. குறிப்பாகப் பாரதியாரின் எழுத்துக்களைத் தொகுக்கும் முயற்சிகள் நவீன இலக்கியப் பதிப்பு வரலாற்றில் பொருட்படுத்தத் தக்கவை. எனினும் அவை பதிப்புத்தளத்தை எட்டாமல் ‘தொகுப்பு’ என்னும் அளவில் நின்றுவிட்டவை. அவற்றைக் கடந்து நவீன இலக்கிய வெளியீடுகளைப் பதிப்பு என்னும் நிலைக்கு உயர்த்தியதே சலபதியின் பங்களிப்பாகும். அதில் அவர் பதிப்பித்த புதுமைப்பித்தன் படைப்புகள் முக்கியப் பங்கு வகிக்கின்றன.

தொடக்கப் பதிப்புகளில் ஒரே ஒரு முன்னுரை அமைந்துள்ளது. பின்னர் ஒவ்வொரு பதிப்பு நூலிலும் நன்றியுரை, பதிப்புரை, ஆய்வுரை ஆகியன தனித்தனியாக எழுதப்பட்டுள்ளன. அல்லது இம்மூன்று பகுதிகளும் இணைந்த விரிவான முன்னுரைகள் உள்ளன. இம்முன்னுரைகள் பதிப்பு நெறிமுறைகளைப் பேசுவதோடு வரலாற்று ஆய்வுகளாகவும் விரிகின்றன. பதிப்பும் ஆய்வும் இணைகோடுகளாகச் செல்கின்றன.

பதிப்பின் முன்பகுதியில் நன்றியுரை, பதிப்புரை, ஆய்வுரை எனப் பிரித்து அவர் அமைத்த நெறிமுறை குறிப்பிடத்தக்கது. மேலும் நன்றியுரை, பதிப்புரை ஆகியவற்றைப் பதிப்பாசிரியர் எழுதுவதும் ஆய்வுரையை அவ்விலக்கியத்தில் ஆழங்கால்பட்ட வேறொருவரைக் கொண்டு எழுதச் செய்வதும் என அவர்

வகுத்துக்கொண்ட முறையும் முக்கியமானது. முதன்முதலில் பதிப்பித்த ‘வ.உ.சி. கடிதங்கள்’ நூலுக்கு நன்றியுரை எனக் கருதத்தக்க சிறுமுன்னுரையை மட்டும் சலபதி எழுதியுள்ளார். த.கோவேந்தனின் ஆய்வுரை அணிந்துரையாக இடம்பெற்றுள்ளது. வ.உ.சி.யின் சிவஞானபோத உரையைப் பதிப்பித்தபோது அந்நூலுக்கு ஆய்வுரை எழுதியவர் சி.சு. மணி அவர்கள். புதுமைப்பித்தன் கதைகள் நூலுக்கு ஆய்வுரை சுந்தர ராமசாமி. நூலின் பதிப்பாசிரியராகிய சலபதி தாமே எழுதாமல் இன்னொருவரைக் கொண்டு ஆய்வுரை எழுதச் செய்கிறார் என்றால் தாம் பதிப்பிக்க எடுத்துக்கொண்ட நூல் பற்றி மிகுந்த மனத்தெளிவு கொண்டிருக்கிறார் என்று புரிகிறது.

கால வரிசையில் எழுத்துக்களை அமைப்பதும் பின்னிணைப்பாகப் பழைய முன்னுரைகள், நூல் பதிப்பு விவரங்கள், பாட வேறுபாடுகள், கையெழுத்துப் படிகள், புகைப்படங்கள், ஓவியங்கள், வாழ்க்கை வரலாற்றுக் குறிப்புகள் என விரிவாகக் கொடுத்தலும் சலபதி வழங்கிய நவீன இலக்கியப் பதிப்பு நெறிமுறைகளாகும். இவற்றுள் மிகவும் குறிப்பிடத்தக்க அம்சம் பாட வேறுபாட்டுப் பகுதியாகும். ஓலைச்சுவடிகளில் எழுதப்பட்ட பழந்தமிழ் இலக்கியத்திற்குக் கிடைக்கும் ஒவ்வொரு சுவடியும் ஒவ்வொரு பதிப்பின் தன்மை கொண்டதாகும். ஒன்றைப் போல மற்றொன்று இருக்காது. ஆகவே அவற்றில் பாட வேறுபாடுகள் ஏற்படுவது இயல்பு. நவீன இலக்கியத்திலும்கூட பாரதியார் பாடல்களுக்குப் பாட வேறுபாடுகள் இருப்பதைப் பற்றி ஆய்வுகள் உள்ளன. ‘சாதிகள் இல்லையடி பாப்பா’ என்னும் அடிக்குச் ‘சாதிப் பெருமை இல்லை பாப்பா’ என்பதைப் பாட வேறுபாடாகக் குறிப்பிடுவர். இவ்விதம் பாரதியார் பாடல்களுக்குப் பல பாட வேறுபாடுகள் கிடைக்கின்றன. ஆனால் நவீன இலக்கியத்திற்கு, உரைநடையில் எழுதப்பட்டவற்றிற்குப் பாட வேறுபாடுகள் உண்டு, அவை ஆய்வுக்கு உரியவை, பதிப்பில் கொடுக்கப்பட வேண்டியவை என்னும் எண்ணத்தை உருவாக்கியவர் சலபதிதான்.

புதுமைப்பித்தனின் கையெழுத்துப் படி, வெளியான பத்திரிகைப் படி, நூலாக்கப் படி முதலியவற்றை ஒப்பிட்டு அவர் பாட வேறுபாடுகளைத் தொகுத்திருக்கிறார். கதைக்கு மூலபாடமாக எதைக் கொள்வது என்பதிலும் தெளிவை ஏற்படுத்தியுள்ளார். ஆசிரியரின் வாழ்நாளில் இறுதியாக வந்தது எதுவோ அதையே மூலபாடமாகக் கொள்ள வேண்டும். அதே போல ஆசிரியரின் வாழ்நாளில் உருவான பாட வேறுபாடுகளை ஆய்வுக்குரியவை எனப் பொருட்படுத்தி அவற்றைப் பதிப்பில் வழங்கியுள்ளார். உரைநடைப் படைப்புகளில் பாட வேறுபாடுகள் பற்றிய சிந்தனைக்குச் சலபதியின் முயற்சி உதவுவதாகும்.

ஆசிரியரது வாழ்நாளுக்குப் பிறகு உருவான திருத்தங்களையும் தொகுத்தால் அவை பல்கிப் பெருகும். புதுமைப்பித்தன் இறந்து ஐம்பதாண்டுகள் வரை அவரது படைப்புகள் பல நிலைகளில் பல பதிப்பகங்களால் வெளியிடப்பட்டுள்ளன. அவற்றில் நேர்ந்த திருத்தங்களும் பொருட்படுத்தக்கவையே. அவையும் ஆய்வுக்கு உகந்தவையே. அச்சுப் பண்பாட்டில் என்னவெல்லாம் நேர்ந்திருக்கிறது, எவரெல்லாம் பங்கு பெற்றிருக்கிறார்கள், எத்தகைய திருத்தங்களை மேற்கொண்டனர், திருத்தங்களுக்கான காரணங்கள் எவை என இந்தத் திருத்தங்களை முன்வைத்து ஆய்வு செய்ய வாய்ப்பிருக்கிறது.

அத்தகைய திருத்தங்களை எல்லாம் தொகுத்தால் கம்பராமாயணப் பாட வேறுபாட்டு எண்ணிக்கையை விஞ்சக்கூடும். ஆனால் அவற்றைப் பதிப்பில் கொடுக்க முடியாது; அவசியமும் இல்லை. ஏனென்றால் அவை பாட வேறுபாடுகள் ஆக முடியாது; ஆசிரியருக்குத் தொடர்பில்லாமல் யாரோ செய்த திருத்தங்கள் என்பது தெளிவு. அவை எவ்வகையிலும் மூலபாட ஆய்வுக்குப் பயன்படுபவை அல்ல. அச்சுப் பிரதிகளைப் பொருத்தவரை ஆசிரியருக்குத் தொடர்பில்லாமல் செய்யப் பட்ட திருத்தங்களை மூலபாட ஆய்வுக்கு எடுத்துக்கொள்ளத் தேவையில்லை. அவை பிற ஆய்வுகளுக்குப் பயன்படலாமே தவிர மூலபாட ஆய்வாளர் அவற்றை எளிதாகப் புறந்தள்ளி விடலாம். பழந்தமிழ் இலக்கியச் சுவடிகளில் அப்படி அல்ல. எவை திருத்தங்கள், எவை சேர்க்கைகள் என்பதைத் தெளிவுபடுத்திக் கொள்ள இயலாது. ஆகவே கிடைக்கும் அனைத்தும் பாட வேறுபாடுகளாகவே கொள்ளப்படுகின்றன.

பழந்தமிழ் இலக்கியப் பாட வேறுபாடுகளுக்கும் நவீன இலக்கியப் பாட வேறுபாடுகளுக்கும் உள்ள ஒற்றுமை, வேற்றுமை களைக் கவனத்தில் கொள்ள வேண்டும். இத்தகைய ஆய்வுப் பார்வை, எண்ணம் உருவாகச் சலபதியின் பதிப்பு நெறிமுறையே காரணமாகிறது. கு.ப.ரா. சிறுகதைகளைப் பதிப்பிக்கும்போது சலபதி கொடுத்த இந்த வெளிச்சத்தைக் கொண்டு பாட வேறுபாடுகளைக் கவனிக்கத் தொடங்கினேன். கு.ப.ரா.வின் இறப்புக்குப் பிறகு வெளியான ஒவ்வொரு பதிப்பிலும் பல வகையான திருத்தங்கள் நேர்ந்திருப்பதைக் கண்டு மலைப்பு ஏற்பட்டது. இறுதியாக வந்த பதிப்புகளை வைத்து ஆய்வு செய்யும் ஒருவர் கு.ப.ரா. தனித்தமிழ் ஈடுபாடு கொண்டவர் என்று நிறுவிவிடலாம். அந்த அளவிற்குத் திருத்தங்கள் நேர்ந்திருந்தன. கிடைப்பவற்றில் எந்தப் பிரதிக்கு முதன்மை கொடுக்க வேண்டும், எவற்றைப் புறக்கணிக்க வேண்டும் என்னும் பார்வை சலபதியின் பதிப்பு நெறிமுறைகளால்தான் உருவாயிற்று.

மேலும் ஒவ்வொரு நூலும் அடுத்த பதிப்பு வெளியாகும் போது முந்தையதை அப்படியே அச்சாக்கும் வேலையை அவர் செய்வதில்லை. ஒருமுறை வெளியிட்டதோடு தம் பணி முடிந்துவிட்டது என ஒதுங்கும் பதிப்பாசிரியர் அல்ல அவர். மறுபதிப்பு வெளியாகும் ஒவ்வொரு முறையும் கூடுதலான தகவல்களைத் தருதல், விரிவாக்குதல் எனப் பதிப்பாசிரியருக்குரிய ஈடுபாட்டோடு அவர் செயல்படுகின்றார். புதுமைப்பித்தன் கதைகள் முதல் பதிப்பு வெளியானபோது ஏழு கதைகளுக்கு வெளியீட்டு விவரம் கண்டுபிடிக்க முடியவில்லை. பின்னரான அவரது தேடலில் இரண்டு கதைகளுக்கு விவரம் கிடைத்துள்ளது. விவரம் கிடைக்காத கதைகளின் எண்ணிக்கை இப்போது ஐந்தாகக் குறைந்திருக்கிறது. எதிர்காலத்தில் அவற்றுக்கும் விவரம் கிடைத்து சலபதி முழுமையாக்குவார் என எதிர்பார்க்கலாம்.

அந்நூல் பதிப்பைப் பயன்படுத்தும்போது ஒரு கதை எந்தப் பக்கத்தில் இடம்பெற்றிருக்கிறது என்பதைக் கண்டுபிடிக்கப் பொருளடக்கம் முழுவதையும் பார்த்துத் தேட வேண்டியிருந்தது. பலமுறை பார்த்தாலும் நாம் தேடும் கதை கண்ணுக்குப் படாமல் ஏமாற்றிவிடும். பழந்தமிழ் இலக்கிய நூல்களின் இறுதிப் பகுதியாகச் 'செய்யுள் முதற்குறிப்பகராதி' பக்க எண்ணுடன் இடம்பெறும். ஒரு செய்யுளின் தொடக்கம் தெரிந்தால் போதும், முதற்குறிப்பகராதியைக் கொண்டு அச்செய்யுள் உள்ள பக்கத்தை அறிந்துகொள்ளலாம்; செய்யுளை எளிதாகக் கண்டடைந்துவிடலாம். நூறு சிறுகதைகள் கொண்ட நூலுக்கு அப்படியோர் அகராதி இருந்தால் வசதியாக இருக்குமே எனத் தோன்றியது. இந்த எண்ணத்தைச் சலபதியிடம் தெரிவித்தேன். அப்போது நான் பதிப்பித்த 'கு.ப.ரா. சிறுகதைகள்' நூலுக்குத் 'தலைப்பகராதி' ஒன்றையும் உருவாக்கி நூலில் கொடுத்தேன். அதன் பயன்பாட்டை உணர்ந்த சலபதி இப்போதைய பதிப்பில் நூலின் இறுதியில் 'தலைப்பகராதி' ஒன்றைச் சேர்த்துள்ளார். அத்துடன் அவ்வெண்ணத்தை உருவாக்கிய என் பெயரையும் நூல் முன்னுரையில் பதிவு செய்துள்ளார். பதிப்பில் பல்லாண்டு அனுபவம் கொண்டவராக அவர் இருப்பினும் இன்னொருவர் சொல்லும் கருத்தைச் சீர்தூக்கிப் பார்த்து ஏற்றுக்கொள்வதோடு செயல் வடிவமாக்கியது பதிப்புப் பண்பாட்டுக்கு மிகச் சிறந்த சான்று. அதற்குக் காரணம் தம் பதிப்பை மேலும் மேலும் செழுமையாக்கும் எண்ணமும் ஈடுபாடும் திறமும் கொண்ட பதிப்பாசிரியர் அவர் என்பதுதான்.

புதுமைப்பித்தன் கதைகள் நூலுக்கு அவர் வகுத்துக் கொண்ட பதிப்பு நெறிமுறைகளை முழுமையாகவோ பகுதியாகவோ பின்பற்றிப் பின்னர் பல நூல்கள் பதிப்பிக்கப்பட்டுள்ளன.

அடையாளம் பதிப்பகம் வெளியிட்ட கு.ப.ரா. படைப்புகளுக் கான பதிப்புகள் (பதிப்பாசிரியர்: சதீஷ்) சலபதியின் பதிப்பு நெறிமுறைகளைச் சிறிதும் பிறழாமல் அப்படியே பின்பற்றியவை. காலச்சுவடு வெளியிட்ட கு. அழகிரிசாமி சிறுகதைகள் (பழ. அதியமான்), தி.ஜானகிராமன் சிறுகதைகள் (சுகுமாரன்), கு.ப.ரா. சிறுகதைகள் (பெருமாள்முருகன்) ஆகியவை சலபதியின் பதிப்பு நெறிமுறைகளின் அடிப்படையில் அமைந்தவையே. நவீன இலக்கிய ஆளுமை ஒருவரின் படைப்புகளை இன்று பதிப்பிக்கும்போது சலபதி வகுத்துக் கொடுத்த பதிப்பு நெறிமுறைகளின் பாதிப்பு இல்லாமல் பதிப்பிக்க இயலாது என்றே சொல்லலாம். மரபான பதிப்பு முறைகளில் இருந்தும் நவீனப் பதிப்பு வளர்ச்சியினூடாகவும் தமிழ் நவீன இலக்கியத்திற்கென அவர் இத்தகைய பதிப்பு நெறிமுறைகளைக் கண்டடைந்த வழிமுறை பற்றி இன்னும் விரிவாக ஆய்வு செய்யக் களமிருக்கிறது.

தமிழைப் பொறுத்தவரைக்கும் குறிப்பிட்ட அறிவுத்துறை ஒன்றில் ஈடுபட்டு உழைப்பவர்க்கு அத்தனை எளிதாக ஏற்பு கிடைத்துவிடுவதில்லை. மாறாகச் சாதி, மதம், கொள்கை, சார்பு எனப் பல காரணங்களைக் கொண்டு ஒருவர்மீது அபவாதங்களைச் சுமத்தி அத்துறையிலிருந்து அப்புறப்படுத்தும் முயற்சிகளே மேலோங்குவது வழக்கம். சலபதிக்கும் அப்படிச் சில நேர்ந்திருக்கின்றன. மறைமலையடிகளார் நாட்குறிப்புகளை அவர் பதிப்பித்த காலத்தில் 'நாட்குறிப்பில் மறைமலையடி களாருக்குக் குறை நேரும்படியான பதிவுகள் உள்ள பகுதி களின் மீது இங்க் ஊற்றிப் படிக்க முடியாமல் செய்துவிட்டார் சலபதி' என்பதுதான் அவர் மீது நான் கேட்ட முதல் அபவாதம். அக்காலத்தில் தனித்தமிழ்ப் பற்றாளராகச் சலபதி இருந்தார் என்பதையும் மறைமலையடிகள் நூலகத்தில் பணியாற்றினார் என்பதையும் கவனத்தில் கொள்ள வேண்டும். தனித்தமிழ் இயக்கம், தமிழ்த் தேசியம் ஆகியவற்றில் வெறுப்புக் கொண்டிருந்த பிரிவினரிடையே இந்த அபவாதம் பரவலான பேசுபொருளாக இருந்ததையும் குறிப்பிட வேண்டும்.

நூலாக்கம் பெறாத புதுமைப்பித்தன் எழுத்துக்கள் பலவற்றை 1994இல் தொடங்கிக் காலச்சுவடு இதழில் வெளியிட்டதும் அவற்றை எல்லாம் தொகுத்து 1998இல் 'அன்னை இட்ட தீ' என்னும் தலைப்பில் நூலாகப் பதிப்பித்ததும் நடந்தது. புதுமைப்பித்தன் படைப்புகள் வெளிவர வேண்டும் என்பதில் சுந்தர ராமசாமியும் அப்போது காலச்சுவடைக் காலாண்டு இதழாக நடத்தத் தொடங்கியிருந்த கண்ணனும் மிகவும் ஆர்வம் கொண்டிருந்தனர். அவ்வகையில் சலபதி பெரிதும் பங்களிக்க முடியும் என்னும் கருத்து அவர்களுக்கு இருந்தது. இதன்

தொடர்ச்சியில் புதுமைப்பித்தன் மொத்தப் படைப்புகளையும் கால வரிசைப்படி தொகுத்துப் பதிப்பிக்கும் முயற்சியைக் காலச்சுவடுடன் இணைந்து சலபதி முன்னெடுத்தார். இத்திட்டம் உருவாகிச் செயல் வடிவம் பெற்ற சமயத்தில் காலச்சுவடும் சலபதியும் எடுத்த முயற்சிகளின் காரணமாக ரத்தன் டாட்டா அறக்கட்டளை வழியே நல்கை ஒன்றைக் 'கலைகளுக்கான இந்திய மையம்' 2000இல் வழங்கியது. இந்த நிதியுதவி புதுமைப்பித்தன் படைப்புகளை நூல்களாக வெளியிடுவதற்கல்ல என்பதைக் குறிப்பிட்டுச் சொல்ல வேண்டும். புதுமைப்பித்தன் படைப்புகள் வெளியான இதழ்களை மின்பட வடிவில் பாதுகாத்து ஆவணமாக்கும் பணிக்கான நல்கை அது. அவ்வகையில் 1930, 1940களில் வெளியான பல்வேறு இதழ்கள் பாதுகாக்கப்பட வாய்ப்புக் கிடைத்தது.

அதற்கு முன்பே புதுமைப்பித்தன் படைப்புகளின் பதிப்புக்கான நெறிமுறைகளை உருவாக்குவதற்கென 19 ஏப்ரல் 1998 அன்று நாகர்கோயிலில் முழுநாள் ஆலோசனைக் கூட்டம் நடைபெற்றது. கதைகளைப் பதிப்பித்த பிறகு மற்ற படைப்புகளைப் பதிப்பித்தல் தொடர்பாக 23, 24 பிப்ரவரி 2001இல் மதுரையில் மற்றொரு ஆலோசனைக் கூட்டம் நடைபெற்றது. பழந்தமிழ் இலக்கியப் பதிப்புகளுக்கு இத்தகைய ஆலோசனைக் கூட்டங்கள் நடந்திருக்கின்றன என்பதைப் பதிப்பு வரலாற்றில் காண்கிறோம். நவீன இலக்கிய எழுத்தாளர் ஒருவரது படைப்புகளின் பதிப்புக்கான கூட்டம் என்பது புதிய முயற்சி. அக்கூட்ட நடவடிக்கைகள் முழுவதும் ஒலிநாடாவிலும் பதிவு செய்யப்பட்டன. புதுமைப்பித்தன் படைப்புகளில் ஆர்வமும் பதிப்பு முறைகள் குறித்த அறிவும் கொண்ட கிட்டத்தட்டப் பத்துப் பேர் அக்கூட்டங்களில் பங்கேற்றுள்ளனர். அவற்றில் பங்கேற்றோர் கூறிய கருத்துக்களை எல்லாம் மனம் கொண்டு பதிப்பின் நோக்கம், நெறிமுறைகள் ஆகியவற்றைச் சலபதி தெளிவாக வரையறுத்துக் கொண்டுள்ளார். அதைக் குறித்துப் 'புதுமைப்பித்தன் கதைகள்' பதிப்பின் முன்னுரையில் (முதற்பதிப்பு, ப.15, 16) மிக விரிவாகச் சலபதி விவரித்துள்ளார். அப்பகுதி வருமாறு:

'புதுமைப்பித்தன் படைப்புகள் அண்மைக்காலம் வரை அச்சாகி வந்த முறை தமிழ் இலக்கிய உலகில் அவருக்குள்ள இடத்திற்குச் சற்றும் பொருந்துவதாக இல்லை. தாறுமாறாகவும் பிழை மலிந்தும் எந்த வரையறைக்கும் கட்டுப்படாமலும் அவை பதிப்பிக்கப்பட்டுள்ளன. செம்மையான பதிப்புப் பார்வையும் அக்கறையும் செலுத்தப்படாததால் பல்வேறு குழப்பங்கள் ஏற்பட்டுள்ளன. இலக்கியத் திருட்டு என்ற

பழி அவர்மீது வீசப்படுவதற்கு வசதி செய்யும் வகையில் பதிப்பகத்தாரின் வெளியீட்டு முறைகள் அமைந்துவிட்டன. எந்த இதழில், எந்தப் புனைபெயரில் கதைகள் வெளிவந்தன, எப்போது அவை நூலாக்கம் பெற்றன என்பன போன்ற தகவல்கள் நூற்பதிப்பில் இல்லாத நிலையே இங்குச் சுட்டப்படு கின்றது. புதிய விமரிசனப் பார்வைகளின் வெளிச்சத்தில் எழுந்த கேள்விகளுக்கு விடை காணும் முறையிலும் பாடங்கள் அமையவில்லை. பல இடங்களில் அவற்றின் நம்பகத்தன்மையே கேள்விக்குரியதாக இருந்தது. புதுமைப்பித்தனின் (சாதிய) பாத்திரச் சித்திரிப்பு, மொழி முதலானவை பற்றிய விவாதம், படைப்புகளின் ஏற்றுக்கொள்ளத்தக்க பாடம் பற்றிய கேள்வி களை எழுப்பியது. புதுமைப்பித்தன் காலத்திலேயே அவருடைய எழுத்தாக்கங்கள் பல்வேறு மாற்றங்களைப் பெற்றுள்ளன. எந்தவோர் எழுத்தாளருக்கும் இவை நேருமென்றாலும் அவருக்குள்ள பண்பாட்டு முக்கியத்துவத்தைப் பொறுத்தே இவை முக்கியத்துவம் பெறும். இந்தப் பின்னணியில் காலம், இதழ், தலைப்பு, புனைபெயர் போன்ற வெளியீட்டு விவரங்களும் இன்றியமையாதன என்பது புரிந்தது. கதைகளின் முதல் வெளியீடு பற்றிய இந்த விவரங்கள் மட்டுமல்லாமல் அவை நூலாக்கம் பெற்ற காலம் முதலான செய்திகளும் முக்கியம் என்ற தெளிவு ஏற்பட்டது. புதுமைப்பித்தனின் கடைசிக் கால வாழ்க்கைச் சோதனைகளும் அகால மரணமும் இவற்றின் விளைவாக அவர் நூல்கள் பதிப்பகத்தாரிடம் பட்ட பாடும் பதிப்புச் சிக்கல்களைப் பன்மடங்காக்கிவிட்டன . . .

‘இந்தப் பின்னணியில் மேற்கண்ட கேள்விகள் பற்றிய ஓர்மையோடு அமைந்த செம்பதிப்பு வெறும் ஆராய்ச்சிக்கு மட்டுமல்லாமல் ஒரு தேர்ந்த வாசகருக்கும்கூடத் தேவையே என்று தோன்றியது. புதுமைப்பித்தனின் வாசகர்கள் அவருடைய கதைகளைத் திருத்தமான/நம்பகமான பாடங்களோடு நேர்த்தி யான அச்சமைப்பில் படிக்க வாய்ப்பில்லாமல் இருப்பது நியாயமில்லை.’

இத்தகைய தெளிவுடன் மேற்கொள்ளப்பட்ட பதிப்பு முயற்சி தமிழ்ச் சூழலில் ஏற்படுத்திய அதிர்வலைகள் பெரிது. அம்முயற்சியைத் தமிழ் அறிவுலகம் புரிந்துகொண்ட விதம், எதிர்கொண்ட முறை, விவாதித்த தளங்கள், அரசியலாக்கப்பட்ட வகை என விரிவான ஆய்வுக்குரிய களம் அது. புதுமைப்பித்தனை தங்கள் கையிலிருந்து பிடுங்கப்பட்டு விடுவாரோ என்னும் பயமும் பதற்றமும் அச்சூழலில் நிலவியதாகப் புரிந்துகொள்ள முடிகிறது. காப்புரிமை குறித்த தெளிவு இல்லாத நிலையில் புதுமைப்பித்தனைக் காலச்சுவடு உடைமையாக்கிக்கொள்ள

முயல்கிறது என்னும் தவறான புரிதல் உருவானதையும் அறிய முடிகிறது.

இத்தகைய புரிதல்களின் அடிப்படையில் எதிர்வினைகள் பலவாக அக்காலகட்டத்தில் நிகழ்ந்துள்ளன. அவ்வகையில் சலபதியின் பதிவுகளாகப் 'புதுமைப்பித்தன் கதைகள்' முதல் பதிப்பு முன்னுரையில் இடம்பெற்றுப் பின்னர் நீக்கப்பட்டுவிட்ட இரு பகுதிகளைக் காணலாம். முதற்கூட்டத்தில் பங்கேற்ற எம். வேதசகாயகுமார் பற்றியது முதல் பகுதி. 'அன்னை இட்ட தீ' முன்னுரையில் புதுமைப்பித்தனின் தொகுக்கப்படாத படைப்புகளை வெளியிடும் முயற்சி நடைபெற்ற 1980ஆம் ஆண்டுகளைக் குறிப்பிட்டு எழுதும்போது 'இந்தக் காலகட்டத்தில் எம்.வேதசகாயகுமாரின் பங்கு குறிப்பிடத்தக்கது' (ப.12) என்றும் 'புதுமைப்பித்தன் தொடர்பாகப் பலகாலம் ஆய்வு செய்துவந்த முனைவர் எம். வேதசகாயகுமார் தம்மிடமுள்ள சில படைப்புகளைக் கொடுத்துதவினார்' (ப.15) என்றும் எழுதியுள்ள சலபதி 'புதுமைப்பித்தன் கதைகள்' முன்னுரையில் எழுதியுள்ள பகுதி வருமாறு:

'முனைவர் எம்.வேதசகாயகுமார் இந்தப் பதிப்புத் திட்டமே பிழையென்றும் இதற்குப் பொறுப்பேற்றவர் இதனைச் செய்து முடிப்பதற்குரிய தகுதியும் ஆற்றலும் உடையவரல்லர் என்றும் வலுவாக எடுத்துரைத்து, இதற்கு எவ்வகையிலும் உதவ இயலாதெனக் கூறிவிட்டார். அவருடைய கருத்துக்களும் பதிவு செய்து கொள்ளப்பட்டன.' (ப.12)

இதுவல்லாமல் இதே முன்னுரையில் இன்னும் இரு இடங்களில் (ப.25, 26) வேதசகாயகுமாரைக் குறித்துச் சலபதி எழுதியுள்ளவையும் கவனத்தில் கொள்ள வேண்டியனவாகும்.

இரண்டாம் பகுதி வீ. அரசு அவர்களைப் பற்றியது. 'அன்னை இட்ட தீ' முன்னுரையில் 'ஆய்வு என்பது தனியே செய்யப்படுவதல்ல; கூட்டு முயற்சியினாலும் பகிர்ந்து கொள்வதினாலுமே வினைப்பாடுகள் சிறப்பெய்தும் என்பதைத் தொடர்ந்து காட்டிவருபவர்கள் என் நண்பர்களும் ஆய்வுத் தோழர்களுமாகிய முனைவர் வீ. அரசு, முனைவர் பழ. அதியமான், முனைவர் பா. மதிவாணன் ஆகியோர்' (ப.17) என மூவரை ஆய்வுத் தோழர்களாகக் கூறும் பட்டியலில் முதலாவதாக வைத்துக் கூறப்பட்ட வீ. அரசுவைப் பற்றிப் 'புதுமைப்பித்தன் கதைகள்' நன்றியுரை கீழ்வருமாறு கூறுகிறது.

'திரு. பொள்ளாச்சி நசன் அவர்களும் பேராசிரியர் வீ. அரசு அவர்களும் தம்மிடமுள்ள இதழ்களைப் பயன்படுத்திக்கொள்ள அனுமதி மறுத்துவிட்டனர்.' (ப.13)

பின்னர் வெளியான பதிப்பு நூல்களில் எல்லாம் சலபதியின் ஆய்வுத் தோழர்களாகப் பழ. அதியமானும் பா. மதிவாணனும் மட்டுமே இடம்பெற்று வருவதைக் காண முடிகின்றது. புதுமைப்பித்தன் செம்பதிப்பு தொடர்பான பணிகளில் தொடக்கத்தில் பங்களிப்பைச் செய்த வேதசகாயகுமார், வீ. அரசு ஆகியோர் பின்னர் ஏன் விலகினர், அப்பதிப்பு பற்றிய விவாதங் களில் அவர்கள் எத்தகைய பங்களிப்புகளைச் செய்தனர், அவர்களைப் பற்றியும் பொள்ளாச்சி நசனைக் குறித்தும் எழுதிய பகுதிகளை அடுத்த பதிப்புகளில் நீக்கியதற்கான காரணம் என்ன உள்ளிட்ட பல வினாக்கள் எழுகின்றன. புதுமைப்பித்தன் பதிப்பு என்பது வரலாற்றுத்தன்மை பெற்றுவிட்ட இக்காலத்தில் இவ்வினாக்கள் அவசியமானவையாக இருக்கின்றன. மேலும் சலபதி வெளியிட்ட செம்பதிப்புக்குப் பிறகு புதுமைப்பித்தன் கதைகளைப் பலர் வெளியிட்டுள்ளனர். அவர்களுள் எம். வேதசகாயகுமாரும் (2001) வீ. அரசுவும் முக்கிய மானவர்கள். இந்தப் பதிப்புகளை ஒப்புநோக்கிய பார்வைகள் எதுவும் இதுவரை வெளிவரவில்லை என்பதையும் குறிப்பிட வேண்டும். சிறுகதைகளின் எண்ணிக்கை 97 எனச் சலபதி பதிப்பு கொண்டிருக்கப் பிறர் வேறுபடுகின்றனர். இணையத்தில் தேடும்போது 108 கதைகள் வரைக்கும் எண்ணிக்கை செல்வது தெரிகிறது. வேதசகாயகுமார், வீ. அரசு ஆகியோரின் பதிப்புகள் என்றல்ல, செம்பதிப்புக்குப் பிறகு அதாவது புதுமைப்பித்தன் படைப்புகள் நாட்டுடைமை ஆக்கப்பட்ட பிறகு வெளியான புதுமைப்பித்தன் நூல்கள் அனைத்தையும் தொகுப்பதும் அவற்றின் அமைப்பு, எண்ணிக்கை, நோக்கங்கள் பற்றி ஆய்வதும் அவசியம். இன்று பதினொரு பதிப்புகள் வெளியாகி வாசக ஏற்பும் பெற்றுவிட்ட சலபதியின் செம்பதிப்புத் திறத்தை மேலும் எடுத்துக்காட்டவும் இந்த ஒப்பீட்டு ஆய்வு உதவும்.

சலபதியின் செம்பதிப்பு வெளியிடப்பட்ட நிலையில் 2001ஆம் ஆண்டு தொடங்கப்பட்ட 'புதுமைப்பித்தன் வாசகர் பேரவை' என்னும் அமைப்பு ஒரே ஒரு கூட்டத்தை மட்டும் நடத்தியதாகவும் அதில் புதுமைப்பித்தன் படைப்புகளில் ஈடுபாடு கொண்ட பலர் பங்கேற்றுப் பேசியதாகவும் தெரிய வருகிறது. அக்கூட்டத்தின் முக்கியத் தீர்மானம் 'புதுமைப்பித்தன் படைப்புகள் நாட்டுடைமையாக்கப்பட வேண்டும்' என்பதுதான். இக்கோரிக்கை அப்போது பல்வேறு இதழ்களிலும் முன்னெடுக்கப்பட்டது எனக் கருதுகிறேன். அக்கோரிக்கை யின் வலு கூடி அப்போது இரண்டாம் முறையாக ஜெயலலிதா தலைமையில் அரசமைத்திருந்த அ.தி.மு.க. ஆட்சி 2002இல் புதுமைப்பித்தன் படைப்புகளை நாட்டுடைமையாக்கியது.

புதுமைப்பித்தன் படைப்புகள் நாட்டுடைமையான வரலாற்றின் பின்னணியில் சலபதியின் பதிப்பு முயற்சிகளே உடன்பாடாகவோ எதிர்மறையாகவோ பெரும்பங்கு வகித்தன என்பதில் ஐயமில்லை.

அப்போது புதுமைப்பித்தன் படைப்புகளை வெளியிடும் பின்னணியில் காலச்சுவடுக்கு வணிக நோக்கம்தான் இருக்கிறது என்று பொதுவாகக் கூறப்பட்டது. இப்போது வரைக்கும், புத்தகச் சந்தையில் புதுமைப்பித்தனை ஏதேதோ வடிவில் பல பதிப்பகங்களும் விற்பனை செய்துவரும் இன்றைய நிலையிலும் காலச்சுவடு பதிப்பகத்தின் மேல் இந்த 'வணிகக் குற்றச்சாட்டு' நீங்கவில்லை. புதுமைப்பித்தன் கதைகளுக்குப் பிறகு அவரது கட்டுரைகளையும் மொழிபெயர்ப்புகளையும் தனித்தனித் தொகுதிகளாகச் சலபதி பதிப்பித்துக் காலச்சுவடு வெளியிட்டது. புதுமைப்பித்தன் கவிதைகள் உள்ளிட்ட பிற படைப்புகளை இன்னொரு தொகுதியாக வெளியிடும் பணியில் சலபதி பல்லாண்டுகளாக ஈடுபட்டுள்ளார். ஆனால் நாட்டுடைமையாக்கப்பட்ட பிறகும் பிற பதிப்பகங்கள் அவரது கதைகளை வெளியிடுகின்றனவே தவிர கட்டுரைகளையோ பிறவற்றையோ வெளியிட ஆர்வம் காட்டவில்லை. சலபதியால் பதிப்பிக்கப்பட்ட புதுமைப்பித்தன் கதைகளின் செம்பதிப்பு இவ்விதம் பல்வேறு விமர்சனங்களுக்கும் புதுமைப்பித்தனை முன்னெடுக்கும் செயல்பாடுகளுக்கும் காரணமாக அமைந்தது.

மிகச் சுருக்கமாகவும் நினைவிலிருந்தும் கொடுக்கப்படுபவை இத்தகவல்கள். அக்காலகட்டத்தில் (1994–2001) நிகழ்ந்தவை, அதற்குப் பின்னான புதுமைப்பித்தன் படைப்புகளை வெளியிடும் முயற்சிகள் என அனைத்துத் தரவுகளையும் விரிவாகத் தொகுக்க வேண்டியுள்ளது. பாரதி படைப்புகள் நாட்டுடைமையான வரலாற்றுத் தரவுகளைத் தொகுத்துப் 'பாரதி: கவிஞனும் காப்புரிமையும், பாரதி படைப்புகள் நாட்டுடைமையான வரலாறு' என நூலாக எழுதியுள்ளார் சலபதி. அந்நூல் இன்றைக்குச் சுவையான வரலாறாக விளங்குகிறது. அதை முன்னோடியாகக் கொண்டு புதுமைப்பித்தன் படைப்புகளுக்கான செம்பதிப்புத் தகவல்களைத் தொகுத்து ஆராய்ந்தால் 'புதுமைப்பித்தன் படைப்புகள் நாட்டுடைமையான வரலாறு', அல்ல அல்ல, 'புதுமைப்பித்தன் படைப்புகள் நாட்டுடைமையாக்கப்பட்ட வரலாறு' ஒன்றை எழுத இயலும். அது பாரதி படைப்புகள் நாட்டுடைமையான வரலாற்றை விடவும் சுவையானதாக அமையும். ஆனால் அதைச் சலபதி எழுத இயலாது. அவர் எழுதவும் கூடாது.

❖❖❖

பயன்பட்ட நூல்கள்

1. ஆ.இரா. வேங்கடாசலபதி (ப.ஆ.), வ.உ.சி. கடிதங்கள், 1984, சென்னை.

2. ஆ.இரா. வேங்கடாசலபதி (தொ.ஆ.), வ.உ.சி.யும் பாரதியும், 1994, சென்னை, மக்கள் வெளியீடு.

3. ஆ.இரா. வேங்கடாசலபதி (ப.ஆ.), புதுமைப்பித்தன் கதைகள், 2000, நாகர்கோவில், காலச்சுவடு பதிப்பகம்.

4. ஆ.இரா. வேங்கடாசலபதி (ப.ஆ.), எஸ்.ஜி.இராமாநுஜலு நாயுடு, சென்றுபோன நாட்கள், 2015, நாகர்கோவில், காலச்சுவடு பதிப்பகம்.

5. ஆ.இரா. வேங்கடாசலபதி (ப.ஆ.), புதுமைப்பித்தன், அன்னை இட்ட தீ, 1998, நாகர்கோவில், காலச்சுவடு பதிப்பகம்.

6. ஆ.இரா. வேங்கடாசலபதி பதிப்பித்த பிற நூல்களும் இக்கட்டுரைக்குப் பயன்பட்டன.

3

நவீன முறையியலின் வழிகாட்டி

சுகுமாரன்

ஆ.இரா.வேங்கடாசலபதி பன்முக ஆளுமை கொண்டவர் என்பதை இந்த இரண்டு நாள் கருத்தரங்கம் எடுத்துக்காட்டியிருக்கிறது. அவருடைய பல்துறைச் செயல்பாடுகள் விரிவாகப் பேசப்பட்டிருக்கின்றன. ஆசிரியர், வரலாற்று ஆய்வாளர், செம்பதிப்பாளர், மொழிபெயர்ப்பாளர், பாரதி இயல் வல்லுநர், சமூக விமர்சகர் என்று பலதரப்பட்ட அவரது பங்களிப்புகள் மதிப்பிடப்பட்டிருக்கின்றன. இவற்றையெல்லாம் ஏற்றுக்கொண்டே, நவீன ஆய்வின் முன்னோடி என்று அவரை முன்னிறுத்த விரும்புகிறேன்.

பொதுவாக படைப்புச் செயல்களில் ஈடுபடும் ஒருவருக்கும் அறிவுப்புலத்தைச் சார்ந்த ஒருவருக்கும் நல்லுறவு அமைவது கடினம். பங்காளிப் பகைமைதான் பெரும்பாலும் நிலவக் கூடிய உறவு. அறிவுப் புலத்தைச் சேர்ந்த ஒருவருக்குப் படைப்பாளி விநோதப் பிறவி. அதேபோலப் படைப்பாளிகளுக்கு ஆய்வுத்துறை அறிஞர் அந்நியக் கிரக உயிரி. பாரதி காலம் முதல் நிலவி வந்த இருமுனை ஒவ்வாமை இது என்று தோன்றுகிறது. கல்விப்புலத்தின் மகத்தான சாதனையாளரான உ.வே.சாமிநாதையர் மகாகவி பாரதியைப் பேராளுமையாக எடுத்துச் சொல்லாமற் போனது இந்த ஒவ்வாமையால் என்ற எண்ணம் வெகுகாலம் எனக்கிருந்தது. படைப்பாளி ஒன்றைத் தொகுத்துச் சொல்வதிலும் ஆய்வாளர்

பகுத்துப் சொல்வதிலும் செலுத்தும் புலம்சார்ந்த கவனம்தான் இதற்குக் காரணமாக இருந்தது என்பது என் அனுமானம். தற்காலத்தில் இந்தப் பிரிவினையை இல்லாமல் ஆக்கிய ஆய்வாளர் ஆ.இரா. வேங்கடாசலபதி என்பது என் எண்ணம். ஆய்வு நூல்கள் பெரும்பாலும் புலமை இறுக்கம் கொண்டவையாக இருப்பதே அவற்றின் குணம். அவை துறைசார்ந்தவர்களின் சிந்தனைக்கும் செயல்பாட்டுக்குமானவையாகவே முன்வைக்கப்படுகின்றன. பொது வாசகனை அவை அனுமதிப்பதில்லை.

அண்மையில் ஒரு பல்கலைக்கழகத்தின் தமிழ்த் துறையிலிருந்து ஒரு அழைப்பு வந்தது. தமிழ்த்துறை ஆய்வு மாணவர்களுக்கான நிகழ்ச்சியொன்றில் கவிதை குறித்துப் பேசுவதற்கான அழைப்பு. அவர்களே ஒரு தலைப்பையும் கொடுத்தார்கள். 'நவீனக் கவிதையில் மகடூஉ முன்னிலை ஆக்கங்கள்' என்பது தலைப்பு. கேட்டதும் கிறுகிறுத்துப் போனேன். பழந்தமிழ் இலக்கியங்களில் ஓரளவுக்குப் பரிச்சயம் இருந்தும் தலைப்பின் பொருளை உடனடியாகப் புரிந்துகொள்ள முடியவில்லை. பின்னர் நினைவைக் குடைந்து பொருளைக் கண்டுபிடித்தேன். மொழியில் நவீனமான போக்குக்கு இவ்வளவு கெட்டியான தலைப்பு பொருந்தாதே என்று அவர்களிடம் முறையிட்டேன். 'இது ஆய்வு மாணவர்களுக்கான கருத்தரங்கு. அதற்கு அப்படித் தலைப்பு இருப்பதுதான் மரபு' என்ற பதில் கிடைத்தது. அந்த மரபு எனக்குப் பிடிபடாது என்பதால் பங்கேற்பைத் தவிர்த்துக் கொண்டேன். நவீன கவிதையில் பெண்களை முன்னிறுத்திய ஆக்கங்கள் என்று எளிதாகச் சொல்லியிருந்தால் ஒருவேளை கலந்து கொண்டிருந்திருப்பேன்.

இந்தப் புலமை இறுக்கம்தான் படைப்பாளிகளையும் பொது வாசகர்களையும் ஆய்வுகளைக் கண்டால் தலைதெறிக்க ஓடச் செய்கிறது. இதில் நிலவும் பிரிவினைதான் பொது வாசகனை மருட்சியடையச் செய்கிறது. பழந்தமிழ் இலக்கியங்களைப் பொறுத்து மட்டுமல்ல நவீன இலக்கியம் தொடர்பாகவும் ஆய்வாளர்கள் இறுக்கத்தையும் பிரிவினையையும் கொண்டிருக்கிறார்கள். ஆய்வு என்பதை ஒரு குழூஉச் செயலாகக் கருதுகிறார்கள்.

இந்த நிலையை மாற்றியவர் சலபதி என்பது என் வாசிப்பில் உணர்ந்த உண்மை. 1987ஆம் ஆண்டு வெளியான அவரது 'வ.உ.சி.யும் திருநெல்வேலி எழுச்சியும்' நூல் முதல் 2018 இல் வெளியான 'தமிழ்க் கலைக்களஞ்சியத்தின் கதை' வரை நான் வாசித்த நூல்கள் அனைத்தும் இந்த உண்மையை வலியுறுத்துகின்றன. அவை அலாதியான வாசிப்பனுபவத்தை அளிப்பவை.

புனைவு எழுத்துகளுக்கு உரிய சுவாரசியத்தைக் கொண்டவை. வாசக இணக்கம் கொண்டவை. இந்த இயல்பின் காரணமாகவே சலபதியை நவீன ஆய்வுலகின் முன்னோடி என்று அழைக்க விரும்புகிறேன். இந்த இயல்பு ஜனநாயகத் தன்மை மிக்கது.

புதுமைப்பித்தனின் வெளிவராத படைப்புகளை ஆய்வு செய்து பதிப்பித்த சலபதி நூலின் முன்னுரையில் குறிப்பிட்டிருக்கும் வாசகம் நான் குறிப்பிட்ட ஜனநாயக உணர்வை உறுதிப்படுத்துகிறது. நூலை உருவாக்க அனுமதியளித்த கமலா விருத்தாச்சலம் அதைக் கண்ணாரக் காணவில்லை. அவருக்கு நினைவுக் காணிக்கையாக்கப்பட்ட நூலைத் தமிழ்ச் சமூகத்திற்குக் கையளிக்கின்றோம் என்று குறிப்பிடுகிறார். ஓர் ஆய்வை இலக்கிய வாசகர்களுக்கு மட்டுமாகவோ அல்லது ஆய்வாளர்களுக்கு மட்டுமாகவோ அல்லாமல் பொதுவில் வைக்கும் ஜனநாயக உணர்வு முக்கியமானது. ஒருவகையில் இந்த உணர்வு காரணமாகத்தான் அவரது ஆய்வுகள் வாசிக்க சுவாரசியமானவையாகவும் வாசக நெருக்கம் கொண்டவை யாகவும் அமைகின்றன என்று எண்ணுகிறேன். நவீன ஆய்வில் இதுபோன்ற போக்கு அவரிடமிருந்தே தொடங்குகிறது. அந்த வகையில் அவர் முன்னோடி.

சில செயல்பாடுகளை முன்னெடுப்பதால் மட்டுமே அவரை முன்னோடியாகக் கருதிவிட முடியாது. அது தொடர்ந்து நடைமுறையாக வேண்டும். அவரைத் தொடர்ந்து ஆய்வை மேற்கொள்பவர்கள் அவர் உருவாக்கிய மதிப்பீட்டை முன்னெடுத்துச் செல்லவேண்டும். அதையும் சலபதியே நிகழ்த்திக் காட்டியிருக்கிறார். அவரது சக ஆய்வாளர்களாக அல்லது அவரை அடியொற்றித் தொடர்பவர்களாக அறியப்படும் பலரின் ஆய்வு நூல்கள் சுவாரசியமானவையாகவும் ஒற்றையிருப்பில் வாசிக்கக் கூடியவையாகவும் இருப்பது சலபதி முன்னோடி யாகத் திகழ்வதனால்தான் என்று நம்புகிறேன்.

அண்மையில் திருவனந்தபுரத்திலிருந்து சென்னைக்கும் திரும்பப் புறப்பட்ட இடத்துக்குமான ரயில் பயணங்களில் இரண்டு ஆய்வு நூல்களை வாசித்து முடித்தேன். துப்பறியும் கதைகளை வாசிக்கும் சரளத்துடன் இரண்டையும் வாசித்து முடித்தேன். கைவசமிருந்தும் படிக்காமல் விட்டவை. இரண்டும் ஒருவரே எழுதியவை. 'நவீனத் தமிழ் ஆளுமைகள் — அஞ்சலிகள் அறிமுகங்கள்', 'கிடைத்தவரை லாபம்' ஆகியவை அந்த நூல்கள்.

இரண்டையும் வாசித்துக் கொண்டிருந்தபோது 'ஜலபதி' அருவமாக நின்று செல்லப் பிரம்பை அசைத்துக் கொண்டிருப்பது போலத் தோன்றியது. இப்படிச் சொல்வதால் அந்த ஆய்வறிஞரான

நூலாசிரியர் கோபித்துக்கொள்ளமாட்டார் என்று உறுதியாக நம்புகிறேன்.

தமிழில் நவீன பதிப்பு முயற்சிகளில் கணிசமான செல்வாக்குச் செலுத்தியவர் சலபதி என்பது என் உறுதியான எண்ணம். புதுமைப்பித்தன் படைப்புகளின் செம்மையாக்கத்திலிருந்து இது தொடங்குகிறது. அதுவரை பதிப்பு என்பது நூல்களைத் தொகுப்பது என்ற அளவிலேயே இருந்தது. அதை அறிவியல்பூர்வ மாக அணுகியவர் அவர். புதுமைப்பித்தன் படைப்புகளுக்கு அவர் உருவாக்கிய பதிப்பாக்க முறைதான் அறிவுபூர்வமானது; நம்பகமானது. அதை முன்னுதாரணமாகக் கொண்டே பின்னர் வந்த செம்பதிப்புகள் உருவாக்கப்பட்டன. பா. சதீஷ் தொகுத்த ‘கு.ப.ரா. கதைகள்’, அதிலிருந்த பிழைகளைக் களைந்து பெருமாள்முருகன் தொகுத்துப் பதிப்பித்த ‘கு.ப.ரா. கதைகள்’, பழ. அதியமான் தொகுத்துப் பதிப்பித்த ‘கு. அழகிரிசாமி கதைகள்’ ஆகிய பெருந்திரட்டுகள் நேரடியாகவோ மறைமுகமாகவோ சலபதி முறையியலை அடியொற்றியவைதாம்.

நவீன பதிப்பாக்கத்துக்கான முறையியலை உருவாக்கியவர் ஆ.இரா. வேங்கடாசலபதி என்பது என் திடமான கருத்து. அதை முன் உதாரணமாகக் கொண்டே புதிய பார்வைகளும் தேடல்களும் கொண்ட நெறிகள் உருவாயின என்பதை மறுப்பதற்கில்லை. தொகுப்பாளரின் திறனுக்கு ஏற்ப மாற்றங்கள் நிகழ்ந்திருக்கின்றன. அவர்களது பார்வைக்கு ஏற்ப அவற்றில் வடிவம் உருப்பெற்றிருக்கின்றன. அவ்வாறு நிகழ்வதுதானே புதுமையும் இயல்பும்.

முன்னோடிப் படைப்பாளர்களின் படைப்புகளைப் பதிப்பிப்பதில் சலபதி கைக்கொண்ட நெறிமுறைகள் தர்க்கபூர்வமானவை. அவற்றை அவர் பிரக்ஞைபூர்வமாகச் செய்தாரா என்பது எனக்குத் தெரியவில்லை. ஆய்வுப் புலத்தைச் சேராதவன் என்பதால் உரிய தரவுகளுடன் அதை முன்வைப்பது எனக்குச் சாத்தியமில்லை. அதற்கான புலமையும் முறையான பயிற்சியும் கிடையாது. எனினும் என் அபிமான எழுத்தாள ரான தி. ஜானகிராமனின் சிறுகதைகளைத் தொகுக்கும் பணி அளிக்கப்பட்டபோது குருட்டு தைரியத்தில் அதை ஏற்றுக்கொண்டேன். சலபதியின் தொகுப்பு முறையிலிருந்து சிலவற்றைக் கற்றுக்கொண்டு அந்தப் பணியைச் செய்துவிட முடியும் என்ற நம்பிக்கை ஏற்பட்டது. என்னை மேற்பார்வை செய்யக்கூடியவர்களாக எவரும் இல்லை என்றபோதும் சலபதியின் செல்லப் பிரம்பின் அசைவு பற்றிய கற்பனை எப்போதும் உடன் இருந்தது. அவரே குறிப்பிடுவது போல

ஆய்வும் பதிப்பும் தனி நபர் செயல் மட்டுமல்ல. நேரடியாகவும் மறைமுகமாகவும் பலரது பங்களிப்புகளைக் கொண்டவை. அந்த வகையில் தி. ஜானகிராமன் கதைகளைத் தொகுக்கும் வேளையில் அவ்வப்போது நேரடி ஆலோசனைகள் வழங்கியவர் சலபதி. மறைமுகமாக உதவியவை, அவரிடமிருந்து மானசீகமாக நான் கற்றுக்கொண்ட அவரது முறையியல்.

புதுமைப்பித்தனோ கு.ப.ரா.வோ மறைந்து நூறாண்டுகள் ஆகிவிடவில்லை. எனினும் அவர்களது படைப்புகளைச் செம்பதிப்பாகக் கொண்டு வருவது எளிய காரியமாக இருக்கவில்லை. அவர்களுக்குப் பின்னர் எழுத வந்தவரான தி. ஜானகிராமன் தொடர்பிலும் இவைபோன்ற இடையூறுகள் இருந்தன. அவற்றை ஓரளவேனும் சரிசெய்ய சலபதியின் முறையியலே உதவியது. பழம் இலக்கியங்களின் தொகுப்பு முறையியல் நவீனப் படைப்புகளுக்கு முற்றிலும் பொருத்த மானவை அல்ல. இந்த நிலையில் சலபதி முன்வைத்த முறையியலே வழிகாட்டியாக அமைகிறது. புதுமைப்பித்தன் செம்பதிப்புக்குப் பிறகே தமிழில் நவீன எழுத்தாளர்களின் படைப்புகளைத் தொகுக்கும் வழக்கம் உருவாகியிருக்கிறது. இன்று பல எழுத்தாளர் களுக்கும் முழுத் தொகுப்புகள் வெளிவந்திருக்கின்றன. சமகால எழுத்தாளர்களின் படைப்புகளும் தொகுக்கப்பட்டுள்ளன. அவற்றில் பலவும் எந்த முறையியலையும் பின்பற்றாதவை என்பதை நூலைப் புரட்டிப் பார்க்கும் வாசகனால் உணர்ந்து கொள்ள முடியும். ஓர் எழுத்தாளரின் கதை முதலில் எங்கே வெளியானது என்ற தகவலைக்கூடத் தெரிவிக்காத தொகுப்புகள் உள்ளன. புதுமைப்பித்தன் மொழிபெயர்ப்புகளுக்கு சலபதியின் பதிப்பு தவிரப் பிறவற்றில் வெளியீட்டு விவரமோ பின்னணித் தகவல்களோ காணக் கிடைப்பதில்லை. இது ஒரு எடுத்துக்காட்டு.

நவீனப் படைப்புகளைப் பதிப்பது அல்லது தொகுப்பது தொடர்பாக சலபதி அறிமுகப்படுத்தியிருக்கும் முறையியலை இவ்வாறு வரிசைப்படுத்த விரும்புகிறேன்.

1. படைப்பின் முதல் வெளியீட்டை நிர்ணயிப்பது. அதன்மூலம் அது எழுதப்பட்ட காலத்தை நிலைநிறுத்துவது.

2. கிடைத்த படைப்பை மூலத்துடன் ஒப்பிடுவது. அதற்குப் பாடபேதங்கள் இருக்குமானால் அதைப் பரிசீலனை செய்வது.

3. படைப்பைக் காலவரிசைப்படி நிரல்படுத்துவது. அதன்வாயிலாகப் படைப்பாளியின் வளர்ச்சியைச் சுட்டுவது.

4. படைப்பு தொகுக்கப்பட்டிருக்குமானால் அந்தத் தொகுப்பின் முறைமையை, பின்னணியை ஆய்வது.

5. படைப்பு சார்ந்த விவாதங்களையும் விமர்சனங்களையும் கருத்தில் கொள்வது. அவற்றுக்கான ஆதாரங்களை முன்வைப்பது.

6. படைப்பின் மொழிநடைக்குப் புறம்பான கலப்புகளைக் கண்டடைவது. அவற்றை விலக்குவது. கூடவே விடுபட்டவற்றைத் தேடிச் சேர்ப்பது.

7. இவற்றின் அடிப்படையில் படைப்பின் மீதான நம்பகத் தன்மையை நிலைநிறுத்துவது.

இந்த முறையியல் தமிழில் குறிப்பாக நவீன இலக்கியப் பின்புலத்தில் அதுவரை முன்வைக்கப்படாதது. எனவே பின்பற்றப்படாதது. ஒரு படைப்பு வெறும் கதையோ கலைப்பண்டமோ மட்டுமல்ல. அது சமூகத்தின் ஆவணம் என்ற விரிவும் ஆழமும் கொண்ட சிந்தனையிலிருந்தே இந்த முறையியல் உருவாகிறது. இந்த அடிப்படையில்தான் ஆ.இரா. வேங்கடாசலபதியை நவீன முறையியலின் வழிகாட்டி யாகக் கருதுகிறேன். இது எளிதில் கைகூடும் காரியமல்ல. நீண்டகால உழைப்பும் தொடர்ச்சியான தேடலும் படைப்பு மனமும் ஆய்வு முதிர்ச்சியும் திறனும் கோரும் செயல். இவையனைத்தும் இன்றியமையாதவை என்றும், இவையே ஒரு பதிப்பைத் தரமானதாக்குவது என்றும் கண்டடைந்தவர் அவர். அதைச் செயல்படுத்தியவரும் தொடர்ந்து பிறர் செயல்பட வழியமைத்தவரும்அவரே. உயர்வு நவிற்சியாகத் தொனித்தாலும் நவீனப் படைப்புகளுக்கு முறையியலை உருவாக்கிய முன்னோடியும் வழிகாட்டியும் ஆ.இரா. வேங்கடாசலபதி என்பது வெறும் புகழ்ச்சியில்லை. உண்மை.

❖

4

"தூக்கினாலன்றோ தெரியுந் தலைச்சுமை"

உ.வே. சாமிநாதையர் கடிதக் கருவூலத்தை முன்வைத்து

ப. சரவணன்

1887இல் சி.வை. தாமோதரம் பிள்ளை தாம் பதிப்பித்த கலித்தொகையின் முன்னுரையில், "இலக்கணக் கொத்துடையார், நூலாசிரியர் உரையாசிரியர் போதகாசிரியரென வகுத்த மூவகை ஆசிரியரோடு யான் பரிசோதனாசிரிய ரென இன்னுமொன்று கூட்டி, இவர் தொழில் முன் மூவர் தொழிலினும் பார்க்க மிகக் கடிய தென்றும் அவர் அறிவு முழுவதும் இவர்க்கு வேண்டிய தென்றும் வற்புறுத்திச் சொல்கின்றேன். தூக்கினாலன்றோ தெரியுந் தலைச் சுமை? பரிசோதனாசிரியர் படுங் கஷ்டமும் ஓர் அரிய பழைய நூலைச் சுத்த மனச்சாட்சியோடு பரிசோதித்து அச்சிட்டார்க்கன்றி விளங்காது" எனக் கூறியுள்ளார். இந்த வரிகளோடு ஆ.இரா. வேங்கடாசலபதி அவர்களின் உ.வே. சாமிநாதையர் கருவூலம் (2018) பதிப்பை நாம் மதிப்பிடலாம். 1855இல் பிறந்து 1942இல் மறைந்த உ.வே. சாமிநாதையர் தம்முடைய 87 ஆண்டுக் கால வாழ்வில், 22 வயதிலிருந்து – அதாவது 1877இலிருந்து – தமக்கு வந்த கடிதங்கள் அனைத்தையும் சேகரித்து வைத்திருந்தார். ஏறத்தாழ 3000–க்கும் அதிகமான

கடிதங்கள். இதில் 700 கடிதங்கள் மட்டும் பதிப்பிக்கப்பட்டு முதல் தொகுதியாக வெளிவந்திருக்கிறது; அதாவது, 1877 தொடங்கி 1900 வரையிலான காலகட்டத்தில் எழுதப்பட்ட கடிதங்கள்.

19ஆம் நூற்றாண்டின் இறுதியில் கடிதங்கள் எழுதும் முறையும் அவற்றைத் தொகுக்கும் முறையும் மேலைத்தேய இலக்கியங்களின் வாயிலாகவே நமக்கு அறிமுகமாயின. ஏனெனில், பொதுவாகக் கடிதங்கள் அந்தரங்கமானவை, மற்றவர்கள் படிக்கக் கூடாதவை என்னும் மனநிலையைக் கொண்டவர்கள் நாம். இத்தகு சூழ்நிலையில் அவற்றை ஒரு தொகுப்பாக வெளியிடும் முறையியல் என்பது மேற்கத்திய உலகிலிருந்தே நமக்கு இறக்குமதியானது என்று கூறுவது தவறாகாது. சமுதாய மேம்பாட்டிற்காகவும் இலக்கிய வளர்ச்சிக்காகவும் கலைத்தொண்டுக்காகவும் வாழ்ந்தவர்களுடைய கடிதங்களை வெளியிட்டால் ‘சமூகப் பயன்’ கிடைக்கும் என்று கருதிய போதுதான் கடிதங்கள் அச்சிடப்பட்டிருக்க வேண்டும் என்பது நம்முடைய அனுமானம். அத்தகு கடிதத் தொகுப்புகள் மேலைநாட்டில் வெளிவந்துள்ளன. எனவே, கடிதங்களுக்கு இலக்கிய மதிப்பு அளித்து அவற்றைத் தொகுத்து வழங்கிய முன்னோடிகள் மேலைநாட்டினர் என்பதில் இருவேறு கருத்துக்கு இடமில்லை. ‘செஸ்டர் பீல்’டின் கடிதங்கள் உலகப் புகழ் பெற்றவை. ‘நார்போல்ட்’ என்னும் குடும்பத்தின் மூன்று தலைமுறைக் கடிதங்கள் – *The Boston Letters* – நாம் அறியாத ஒன்றல்ல. உ.வே.சா. அவர்களும் வாழ்க்கை வரலாற்றை எழுதுவதற்குக் கடிதங்களைப் பயன்படுத்தியிருக்கிறார் என்பதையும் இந்த நேரத்தில் நாம் நினைவுபடுத்திக்கொள்ளலாம்.

தமிழில் ‘கடித இலக்கிய’மானது 19ஆம் நூற்றாண்டில் அரும்பி 20ஆம் நூற்றாண்டில் மலரத் தொடங்குகிறது. பொதுவாக நாவலாகட்டும், திரைப்படங்களாகட்டும், பத்திரிகைகளாகட்டும் இவற்றிலெல்லாம் கடிதங்களைப் பயன்படுத்தி இருப்பார். எனக்குத் தெரிந்து, ‘அரவிந்தர் தன் பத்தினியார்க்கு எழுதிய கடிதங்கள்’ என்னும் தலைப்பில் வந்த கடிதங்கள்தான் இவ்வாறு இவ்வகையில் வந்த முன்னோடி நூலாகும்.

தமிழில் எழுதப்படும் கடிதங்கள் ஒருவர் மற்றவர்க்கு எழுதிய தனிநிலைக் கடிதங்கள். அதாவது, ‘தனிப்பட’ விஷயங்களைக் கொண்டவை. பிரபலமானவர்கள் மற்றவர்களுக்கு எழுதிய கடிதங்கள் அல்லது இருவர்க்கு இடையிலான உரையாடல்கள். ‘இதம் தந்த வரிகள்’[1] போன்ற கடித நூல்களைப் போல. ஆனால்,

---

1 சுந்தர ராமசாமிக்கும் அவர் நண்பர் கு. அழகிரிசாமிக்கும் இடையிலான கடிதப் போக்குவரத்தின் தொகுப்பு.

சலபதியின் இந்தப் பதிப்பு இப்படிப்பட்ட நிலையிலிருந்து வேறொரு கோணத்திலே அமைந்திருக்கிறது. உ.வே.சா. அவர்கட்குப் பலரும் எழுதிய இவை. சாமிநாதையர் என்னும் தனி ஒருவருக்குப் பலரும் எழுதிய கடிதங்களின் தொகுப்பு இவை. இவற்றை யெல்லாம் தொகுத்து வைத்திருந்த சாமிநாதையரின் பணியை எப்படி நாம் சாதனை என்று சொல்கிறோமோ அதேபோல இத்தொகுப்பைக் கொண்டுவந்திருக்கும் சலபதியின் இப்பெரும் பணியையும் 'சாதனை' என்றே நாம் கூற வேண்டும்; அதைத் தாண்டி வேறொரு சொல்லுக்குக் காத்திருக்கவும் வேண்டும்.

பதிப்பு என்பது, 'அகப்பட்டதை அப்படியே அள்ளிப் போடுவது' என்னும் நிலை இன்றையத் தமிழ்ச் சூழலில் நிலவுகிறது. இதிலிருந்து விலகித் தனக்கென ஒரு ஆய்வியல் முறைமையை உருவாக்கிக்கொண்டு அதனூடாக ஒரு ஆவணப்படுத்தல் தன்மையைச் சலபதியிடம் காண முடியும். 1984இல் வெளிவந்த அவரது முதல் நூல்கூடப் பதிப்பு சார்ந்ததுதான்; அதுவும் கடிதம் சார்ந்ததுதான். வ.உ.சி.யின் கடிதங்களைத்தான் சலபதி முதன்முதலில் பதிப்பித்தார். ஏறக்குறையப் பதினேழு நூல்களை அவர் பதிப்பித்திருந்தாலும்கூட அவரது முதல் பதிப்பிலேயே அவருக்கான முறைமையியலை அவர் அமைத்துக் கொண்டு விட்டார். அதாவது வ.உ.சி.யின் கடிதங்கள் என்னும் அந்த நூலில் முதலில் ஒரு அட்டவணையைக் கொடுத்திருப்பார்; கடிதம் எங்கிருந்து எழுதப்பட்டது, எழுதியவர் யார், தபால் வில்லை எத்தனை அணாவிற்கு ஒட்டப்பட்டது போன்ற விவரங்கள் அதில் இருக்கும். அதோடு விரிவான பின்னிணைப்பையும் அந்த நூலில் காண முடியும்.

தொடக்கக் காலத்தில் கையாண்ட அதே முறையையே சலபதி உ.வே.சா.வின் கடிதக் கருவூலமான இந்த நூலிலும் கையாண்டிருப்பதைக் கவனிக்க முடிகிறது. இந்த நூலானது விரிவான பதிப்பு முன்னுரை ஒன்றை தொடக்கத்தில் கொண்டிருக்கிறது. அடுத்து நன்றியுரை இடம்பெற்றிருக்கிறது. அதனைத் தொடர்ந்து கடிதங்கள் நிரல்படத் தரப்பட்டுள்ளன.

1877இல் தில்லையம்பூர் சந்திரசேகர கவிராஜ பண்டிதர் எழுதிய கடிதம் தொடங்கி 1900இல் ஜூலியன் வின்சோன் எழுதிய கடிதம் ஈறாக 191 பேர் எழுதிய கடிதங்கள் இந்தத் தொகுப்பில் இடம் பெற்றுள்ளன. 1877 என்று சொன்னவுடனேயே நாம் வரிசைக் கிரமமாகப் பார்க்கும்போது குழப்பம் நேர்ந்துவிடக் கூடாது என்பதற்காக ஆண்டுகளை முதலில் பெரிய எழுத்துருவில் தந்து, அடுத்தடுத்த பக்கங்களில் பக்க எண்களைப் போலச் சிறிய எழுத்துருவில் அந்த வருஷங்களைத் தந்திருப்பார். நீங்கள்

எந்தவிதமான குழப்பமுமில்லாமல் எந்த ஆண்டில் எந்த நபர் கடிதம் எழுதியிருக்கிறார் என்பதை எளிதாகப் புரிந்துகொள்ளும்படியாக இந்தப் பதிப்பு அமைந்திருக்கிறது.

இந்நூலில் உள்ள கடிதங்களின் பொது அமைப்பைப் பார்க்கும்போது கடிதத்தை எழுதியவரின் பெயரை நடுப்பகுதியிலும், தேதிகளை ஓரப்பகுதியிலோ கடிதத்தின் கீழ்ப் பகுதியிலோ அமைத்துக் கடிதத்தை நடுப்பக்கம் அமைத்து, இறுதியில் கடிதம் பற்றிய குறிப்புகளைக் கொடுத்திருக்கிறார்.

தெரிந்த பெயர்களைக் கொண்டுதான் பொதுவாக சலபதி கடிதத்தை அமைத்திருக்கிறார். இதைத் தன்னுடைய முன்னுரையிலேயே அவர் சுட்டியுள்ளார். உதாரணமாக இயற்பெயரான வேதாசலம் பிள்ளை எழுதிய கடிதமானால் அப்பெயரைத் தலைப்பாக்காமல் கடிதத்தில் எல்லோருக்கும் தெரிந்த மறைமலையடிகள் பெயரையே தலைப்பில் அளித்திருப்பார்.

கடிதத்தின் இறுதியில் தரப்பட்டிருக்கும் குறிப்புகளை நான் மிக முக்கியமாகக் கருதுகிறேன். இதில் இருப்பவை கடிதங்களாக வேறொரு பரிணாமத்திற்கு இட்டுச் செல்பவை. இதன் தொடர்பில் தான் பட்ட கஷ்டங்களை எல்லாம் விரிவாக முன்னுரையில் எழுதியுள்ளார். அதை நூலிலேயே வாசகர்கள் படித்துக்கொள்ளலாம். கடிதத்தில் இடம் பெறுவோர் பற்றிய குறிப்பு, தொடர்புடைய செய்திகளைப் பற்றிய குறிப்பு, கூடுதலான செய்திகள் ஆகியவற்றிற்குச் சில விளக்கங்கள் மட்டும் சொல்லிவிடுகிறேன்.

தில்லையம்பூர் சந்திரசேகர கவிராஜ பண்டிதர் என்று சொன்னால், அவரைப் பற்றி எழுதும்போது, ‘இவர் சித்தூர் கல்லூரித் தமிழாசிரியர்; தனிப்பாடல் திரட்டை முதன்முதலில் வெளியிட்டவர்; இதன் குறிப்பிட்ட ஆண்டுப் பதிப்புகளுக்கு உ.வே. சாமிநாதையர் சில பாடல்களைச் சேர்த்தனுப்பினார்; திருவாவடுதுறை மகா சந்நிதானம் சுப்பிரமணிய தேசிகர் மீது பரமசிவத் தம்பிரான் எழுதிய ‘மும்மணிக் கோவை’யை இவர் பதிப்பித்தார்’ எனக் கடிதத்தில் இடம் பெறுவோர் பற்றிய குறிப்பைத் தருகிறார்.

அதேபோல கடிதத்திற்குள் ‘பெரியராயர்’ என்ற பெயர் வந்தால் இவர் கும்பகோணம் கல்லூரி முதல்வர் த. கோபால ராவ் என்று எழுதியிருப்பார். ‘பரமசிவசாமிகள்’ என்று ஒரு குறிப்பு வந்தால் ‘இவர் தியாகராாசச் செட்டியார் வரலாற்றில் இடம் பெறுபவர்; உ.வே.சா. இவரைப் பற்றி ஒரு தனி அத்தியாயமே

எழுதியிருக்கிறார். அதன் தலைப்பு ‘தம்பிரான் இயல்பை மாற்றியது’ என்று தொடர்புடைய செய்திகளையும் குறித்திருப்பார்.

அதேபோலக் கூடுதல் செய்திக்கு ஓர் உதாரணத்தையும் நாம் காணலாம். 1890இல் சூளை சோமசுந்தர நாயகர் எழுதிய ஒரு கடிதத்தில் ’அவதூறு வழக்கு’ என்று ஒரு தகவல் வரும். அவதூறு வழக்கு என்ன என்பது கடிதத்தைப் படிக்கும் நமக்கு விளங்காது. இந்த விஷயம் நம் மண்டையைப் போட்டு உழப்பிக்கொண்டே இருக்கும். அந்த அவதூறு வழக்கு பற்றித் தெரிந்துகொள்ள வேறு எங்கும் போகத் தேவையில்லை. சலபதி அடிக்குறிப்பிலேயே விளக்கியிருப்பார். அது: “பஞ்சராத்திர மத சபேடிகை (அ) சைவ சூளாமணி என்ற நூலில் சோமசுந்தர நாயகர் எழுதிய வசைகளுக்காக, ஏ.வே. இராமாநுஜ நாவலர் சென்னையில் தொடர்ந்த வழக்கு. மன்னிப்புக் கேட்டதால் 1891 ஜனவரியில் மாதம் வழக்கு கைவிடப்பட்டது.”

இப்படித் தொடர்புடைய செய்திகளுக்கு வாசகர் வேறு எங்கும் அறிய முடியாத அடிக்குறிப்புகளை அமைப்பது என்பது மிக முக்கியமான ஒன்று. மேலும், நுணுக்கமான செய்தி ஒன்றையும் இங்குச் சுட்டலாம்.

தியாகராச செட்டியாருடைய மாணவர் முத்திச் சிதம்பரம் பிள்ளை 1887இல் ஒரு கடிதம் எழுதியிருப்பார். அதில், “சீவக சிந்தாமணியில் நடந்த மோசத்தையறிந்து சிறிது வருத்தமடைந்தேன்” என்றிருக்கும். அந்த மோசம் என்னவாக இருக்கும் என்று வாசகருக்கு ஒரு ஆர்வம் கிளர்ந்தெழும். அந்த மோசம் வேறொன்றுமில்லை, இதுதான்: ‘உ.வே.சா.வுக்கு உதவும் பொருட்டு சிந்தாமணி நாமகள் இலம்பகத்தை பி.ஏ. வகுப்புக்குப் பாடமாக வைக்க பூண்டி அரங்கநாத முதலியார் ஏற்பாடு செய்தார். ஆனால் உ.வே.சாவுக்குத் தெரியாமல் தி.க. சுப்பராய செட்டியார் அதனைத் தாமே அச்சிட்டு விற்பனை செய்துவிட்டார். இதுப் பற்றிய குறிப்பாகலாம்’ என்று எழுதியிருப்பார் சலபதி.

இப்படிக் குறிப்புகளை எழுதுவதற்கும் வெவ்வேறு விஷயங்களைச் சொல்வதற்கும் வெறும் பதிப்பு சார்ந்த விஷயங்கள் மட்டும் போதாது. பன்னூல் புலமையும், பழஞ்சமூக அறிவும் மிகவும் தேவை. இவை எல்லாவற்றையும்விட ஒரு நுட்பமான செய்தி இதற்குள் உள்ளது. திருவல்லிக்கேணி கா. கோபாலாசாரியன் என்பது ஒரு பெயர். இதை நாம் காணும்போது, நமக்குப் பொதுவாகத் தெரிவது என்னவென்றால், திருவல்லிக்கேணியைச் சேர்ந்தவர்; ‘கா’ என்பது அவருடைய

தலைப்பெழுத்து என்பதாகும். ஆனால் அந்தக் காலத்தில் ஊர்ப்பெயரைத் தலைப்பெழுத்தாகக் கொள்ளும் வழக்கமும் இருந்தது என்பதைச் சலபதி எடுத்துக்காட்டி விளக்கியுள்ளார்.

இந்தக் 'கா' என்பது அவருடைய தகப்பனாரின் பெயரைக் கொண்ட தலைப்பெழுத்தல்ல; அவரது ஊர்ப்பெயரின் தலைப்பெழுத்து ஆகும். அதாவது, "காரப்பங்காடு கோபாலாசாரியன்". அப்படியென்றால் திருவல்லிகேணியில் வசிக்கும் காரப்பங்காடு கோபாலாசாரியன் என்பது பொருள். அதுமட்டுமல்லாமல் அவரைப் பற்றி கூடுதலாகச் சில செய்திகளையும் தருகிறார் சலபதி. 'அவர் சென்னைக் கிறித்துவக் கல்லூரியில் பேராசிரியராக இருந்தார். அவரைப் பற்றிய கட்டுரை ஒன்றைத் 'தடைப்பட்டு நிறைவேறிய கல்யாணம்' என்று உ.வே.சா. எழுதியுள்ளார்' என்றெல்லாம் தகவல் தருகிறார். இப்படிப் பன்துறைக் கூறுகளோடு எல்லா விஷயங்களையும் ஒரு பதிப்புக்குள் கொண்டுவருவது என்பது மிக முக்கியமான விஷயம். அதற்குச் சாதாரண அறிவு போதாது என்பதை நான் சொல்லித்தான் தெரிய வேண்டும் என்பதில்லை.

இது மட்டுமல்லாமல் சின்னச் சின்ன வார்த்தைகளைக்கூட அவர் விளக்கிச் சொல்லியிருப்பார். B.A. என்று ஆங்கிலத்தில் அப்படியே எழுதுவதற்குப் பதிலாகப் பண்டைய காலத்தில் பி.ஏ. என்று தமிழ்ப்படுத்தியிருப்பார்கள். அதற்கு விளக்கம் கொடுத்திருப்பார் சலபதி. அதேபோல F.A. என்று சொல்லும்போது *First Examination in Arts* என்று அதன் விளக்கத்தைத் தெளிவுபடுத்தியிருப்பார். ஆனால், சிலர் அதை யவ்.ஏ., என்று தமிழ்ப்படுத்தி இருப்பார்கள். இவையெல்லாம் என்னவென்று நமக்குப் புரியவே புரியாது. இதேபோல்தான் 'மேல் பேப்பர்' *(mail paper)*, 'டில்லகிராப்' *(telegraph)*, 'டயிட்டில் பேசு' *(title page)* முதலியவற்றைப் பார்க்கும்போது இவை எல்லாம் வேற்று மொழிச் சொற்கள் என்று நமக்குத் தோன்றும். ஆனால் நுட்பமாக அவை எவற்றைக் குறிக்கின்றன எனத் தெளிய முடியாது. அவற்றையெல்லாம் இந்நூலில் தெளிவுடன் சுட்டிக்காட்டிப் பதிப்பித்துள்ளார் சலபதி.

இவை எல்லாவற்றையும்விட 'மைக்கேல்ம்ஸ்' *(Michaelmas)* என்னும் ஒரு சொல் ஒரு கடிதத்தில் இடம்பெற்றுள்ளது. 'என் சரித்திர'த்தில், பூண்டி அரங்கநாத முதலியார் குறித்த பகுதியிலும் இவ்வார்த்தை வரும். நான் 'என் சரித்திர'த்தைப் பதிப்பிக்கும் போது சிலரிடத்து அது குறித்துக் கேட்டேன். ஒருவர் சொன்னார், அது 'கோடை விடுமுறையாக' இருக்கலாம். மற்றொருவர் சொன்னார், அது 'கிறிஸ்துமஸ் விடுமுறை'.

ஆனால் இவை இரண்டுமே தவறு. அது 'கல்வியாண்டின் முதல் பருவ'த்தைக் குறிக்கும் சொல். இது சலபதியின் அடிக்குறிப்பைப் பார்க்கும்போதுதான் தெரியவந்தது. இப்படி ஏராளமான சொற்கள். சின்னச் சின்ன விஷயங்களுக்குக்கூட மிக நுணுக்கமான விளக்கங்களைச் சொல்லிக்கொண்டே செல்வது சலபதிக்குக் கைவந்த கலை.

அது மட்டுமல்ல, இப்படிப்பட்ட பொதுவான ஆங்கிலச் சொற்களுக்கு வேண்டுமானால், அவர் அதாரிட்டி எனச் சொல்லி விடலாம். ஆனால் மடம் சார்ந்த விஷயங்களுக்கும், சம்பிரதாய மான சொற்களுக்கும், சைவம் சார்ந்த விஷயங்களுக்கும்கூட அவர் ஒரு அதாரிட்டி ஆக இருக்கிறார் என்பதுதான் இங்குக் கவனிக்க வேண்டியது. உதாரணத்திற்கு ஒன்று. 'கசுபய்' என்று ஒரு சொல் ஒரு கடிதத்தில் வருகிறது. இந்தக் 'கசுபய்' என்பது 'கஸ்பா' என்பதன் மரூஉ. அதற்கான அர்த்தம் என்னவென்றால், 'நிர்வாகத் தலைமையகம்' என்று சலபதி எழுதுவார். இதேபோல, 'காறுபாறு' என்று மடத்து சம்பந்தமான ஒரு சொல் வரும். அதற்கு பொருள் 'ஆதினத்தை நிர்வகிக்கும் தம்பிரான்' என்று எழுதியிருப்பார். இவை எல்லாவற்றையும்விட, சுருக்கெழுத்தில் எழுதப்பட்டிருப்பதற்கும் கூட விரிவாக்கம் கொடுத்திருப்பார். உதாரணத்திற்கு ஒன்றிரண்டைக் குறிப்பிடலாம். 'சி.சை.வி.' என்று கடிதத்தில் ஒரு சொல். அதற்கு சிதம்பரம் சைவ வித்தியாசாலை என விளக்கம் தந்திருப்பார். பெ.கா. சுவாமிகள் என்றால் அது பெயரின் தலைப்பெழுத்து என நாம் தவறாக நினைத்துக் கொள்ளக் கூடாது. அது பெரிய காறுபாறு சுவாமிகள் என்று விளக்கமளித்திருப்பார். இவ்வாறு ஒவ்வொரு விஷயத்திற்கும், நுணுக்கமாக சலபதி விளக்கமளிப்பதைப் பார்க்கும்போது, பதிப்பில் அவரது ஆளுமையும் நுட்பங்களும் காத்திரமாக செயல்பட்டிருக்கின்றன என்பதை புரிந்துகொள்ள முடிகிறது.

எல்லாவற்றிற்கும் மேலாக ஒரு பதிப்பாசிரியருக்கு நேர்மை என்பது மிக முக்கியம். அந்த நேர்மை சலபதியிடத்தில் எப்பொழுதும் தொழிற்பட்டுக்கொண்டேயிருக்கிறது. உதாரணத்திற்கு ஒன்று சொல்கிறேன். 25.11.1885 வித்துவான் தியாகராச செட்டியார் ஒரு கடிதம் எழுதியிருப்பார். அந்த ஆங்கிலத் தேதியை – சந்தேகத்துக்குரிய தேதியை அடைப்புக் குறிக்குள் தந்துள்ளார். அத்தேதியை அவர் நேரிடையாகவே கொடுத்திருந்தாலோ வேறு ஏதேனும் சொல்லியிருந்தாலோ அது யாருக்கும் தெரியப்போவதில்லை. ஆனால் நேர்மையாக சலபதி அதைப் பதிவு செய்கிறார். எப்படி என்று கேட்டால், இந்த 'ஆங்கிலத் தேதி' வித்துவான் தியாகராச செட்டியார் 'நூலிலிருந்து வருவித்துக்கொண்டது' என்று தெளிவாக்கியிருப்பார்.

அதைபோல, கோமளீஸ்வரன்பேட்டை ராசகோபாலா சாரியர் பிரசிடென்சி கல்லூரி தமிழாசிரியராகப் பணியாற்றினார் என்பது அனைவருக்கும் தெரிந்த செய்தி. அவ்வாசிரியர் கடிதத்தின் கீழே ஆங்கிலத்தில் எழுதும்போது, லேட்–தமிழ் பண்டிட் என்று எழுதி, அடைப்புக்குறிக்குள் *Presidency College* என்று ஆங்கிலத்தில் எழுதியிருப்பார். அதில் *Presidency* என்னும் வார்த்தையில் *P* என்னும் எழுத்தும் *Y* என்னும் எழுத்தும் மட்டுமே இருக்கின்றன. அதை பிரெசிடென்சி என்று சலபதி எழுதியிருந்தால் ஒன்றும் குடிமூழ்கிப் போகாது. ஆனால் அதில்கூட சலபதியின் நேர்மை வெளிப்பட்டிருந்தது. அதாவது *'P'* என்பதற்கும் *'Y'* என்பதற்கும் இடைபட்ட எழுத்துக்களை அடைப்புக் குறியிட்டுக் காண்பித்திருப்பார். இது தன்னால் இடப்பட்டது என்பதையும் அவர் தெளிவாகக் காட்டியிருப்பார். இவையெல்லாம் அவருடைய பதிப்பு நேர்மைக்குப் பதச்சோறு சாட்சிகள்.

பொதுவாக இந்த அடிக்குறிப்புகளால் என்ன பயன் விளைந்துவிடப் போகிறது என்று நாம் கருதுவோம். ஆனால் அவை நம்மை வேறு ஒரு நகர்வுக்கு இட்டுச் செல்லக் கூடியவை. ஆடன்சேக்ஸ்பியரைப் படிக்கும்போது அதில் ஏராளமான அடிகுறிப்புகள் இடப்பட்டிருப்பதைப் பார்த்திருக்கிறேன். அந்த அடிக்குறிப்புகளைக் கொண்டு, அந்த இலக்கியச் சுவையை மட்டும் நாம் அப்போது அனுபவிக்கலாமே தவிர அதோடு அது முடிந்துவிடும். வேறு ஒரு நகர்வுக்குச் செல்லாது. ஆனால் சலபதி தந்துள்ள அடிக்குறிப்புகள் ஏராளமான நகர்வுகளுக்கு நாம் முன்னேறிச் செல்வதற்கு வழிவகுத்திருக்கின்றன.

இதோடு பின்னிணைப்புகளாக, கடிதம் எழுதியவர்கள், கடிதத்தை எந்த இடத்திலிருந்து எழுதியிருக்கிறார்கள். கால ஒழுங்கில் கடித வரிசைகளின் ஒழுங்கு, ஒரு புறத்திலிருப்பதை மற்றொரு புறத்தில் பிரச்சினையில்லாமல் பார்ப்பதற்குரிய ஒப்புநோக்கு, இப்படி ஏராளமான விஷயங்களைச் சொல்லிக் கொண்டே போக முடியும்.

கல்விப் புலத்தில் இருப்பவர்களும், சமூகப் புலத்தில் இருப்போரும் எப்போதும் எதிரெதிர் திசையில் நிற்கக்கூடியவர்கள். வாழும் சமூகம் பற்றிய அறிவு இல்லாமல் கல்விப் புலத்தைச் சார்ந்தவர்கள் எழுதிக் கொண்டிருக்கிறார்கள் என்று ஒருபுறமும், தர்க்க ரீதியான முறையியல் இல்லாமல் சமூகப் புலம் சார்ந்தவர்கள் எழுதிக்கொண்டிருக்கிறார்கள் என்று கல்விப் புலத்தைச் சார்ந்தவர்கள் ஒருபுறமும் என இருவேறு இடங்களில் நின்றுகொண்டு தங்களுக்குள் சண்டைபோட்டுக் கொண்டிருப்பதைக் காண்கிறோம். ஆனால் நிறுவனமயப்பட்ட

கல்விப்புல ஆய்வுகளுக்கும் சமூகப்புல ஆய்வுகளுக்கும் மத்தியில் ஓர் இணைப்புப் பாலமாக இருந்து செயல்பட்டுக்கொண்டிருப்பவர் சலபதி மட்டுமே. அப்படிப்பட்ட நிறுவனமயப்பட்ட கல்விப்புலம் சார்ந்த வரலாற்றாசிரியரான சலபதியை அருகில் இருந்து தரிசித்துக் கொண்டிருக்கிறேன்.

பரலி சு. நெல்லையப்பருக்குப் பாரதி எழுதிய கடிதம், நெல்லையப்பரை இன்றும் தமிழக வரலாற்றில் அழிக்க முடியாத புகழுக்குரியவராக நிலை நிறுத்தியிருக்கிறது. அந்தக் கடிதத்தை ரா.அ. பத்மநாபன் பதிப்பித்திருக்காவிட்டால், இது இவ்வாறு நிகழ்ந்திருக்கச் சாத்தியமில்லை. அப்படி எத்தனை எத்தனையோ பேசப்படாத கதாநாயகர்களை உ.வே.சா.வுக்கு வந்த கடிதங்களின்வழி சலபதி வெளிப்படுத்தியிருக்கிறார். வரலாற்றில் சில தனிமனிதர்கள் மட்டுமே புகழுக்கு உரியவர்களாக அறியப்படும் நிலைமையை மாற்றிப் புதியதொரு வரலாறு எழுதப்படுவதற்கான 'ஆவணங்களின் ஆவணமாக' இந்தக் கடிதத் தொகுப்பை நான் துணிகிறேன். இதன் பெருமை இன்னும் பல நூற்றாண்டுகளுக்குப் பேசப்படும்.

❖

5

வளமிகுநடை கைவந்த வரலாற்றாளர்

பா. மதிவாணன்

உலகளாவிய வரலாற்றறிஞருள் ஒருவராகிய பேராசிரியர் ஆ. இரா. வேங்கடாசலபதி மொழி பெயர்ப்பு, பதிப்பு முதலிய துறைகளிலும் முத்திரை பதித்துவருபவர்.

> *பிரிட்டிஷ் மார்க்சிய வரலாற்றாசிரியர்கள் நடைச் சிறப்புக்குப் பெயர் பெற்றவர்கள். தமிழ்நாட்டுக்கு அந்தப் பேறு வாய்க்கவில்லை (ஆஷ்.230) என்கிறார் சலபதி.*

வரலாறு என்பது சமூக அறிவியல் துறைகளில் ஒன்று. அறிவியல் எழுத்துக்கும் மொழிவளம் தேவை என்பதைச் சலபதி சுட்டிக்காட்டியிருக்கிறார்; தம் எழுத்துகளால் நிறுவிக்கொண்டிருக்கிறார்.

சலபதியை மார்க்சிய வரலாற்றாசிரியர் என்று கூற இயலாதெனினும், பொதுவாகவே தமிழில் ஆய்வார்ந்த வரலாற்று நூல்கள் நடைச் சிறப்பற்றவை என்னும் வசை அவராற் கழிந்தது என்று உறுதியாகக் கூறலாம்.

அவர் எழுத்துகளில் வரலாறும் மொழி வளமும் ஒன்றுக்கொன்று இன்றியமையாதனவாய் இயைந்து செல்கின்றன.

ஆங்கிலத்தில் வளமாக எழுதும் பலர் தமிழின் போதாமைகளைப் பொறுத்துக்கொண்டு

எளிவந்து எழுதுவதாகவும், இலக்கணத்தில் இக்கு இச்சுகளில் எடுத்துக்கொள்ளும் சலுகைகளை உரிமை என்பதாகவும் கருதுகின்றனர். இன்றைய நிலையில் விதிவிலக்கானோருள் முதலாமவர் சலபதி என்பேன்.

> என்னுடைய வழக்கமான எழுத்துமுறைக்கு மாறாக இந்நூலில் ஏராளமான ஆங்கிலச் சொற்களும் தொடர்களும் மேற்கோள்களும் ஆளப்பட்டிருப்பதைக் காணலாம்... மேற்கோள்களில் பல சந்திப்பிழைகளும் எழுத்துப் பிழைகளும் இருக்கக் காணலாம். அவை மூலத்திலுள்ளவை என்று கொள்க (காப்புரிமை. 19)

தமிழில் எழுதும்போது எழுத்துப்பிழை சந்திப்பிழை முதலியன இன்றி, தமிழாகவே எழுதும் சலபதி, தம் நடையியல்பை இங்கு எதிர்மறைமுகமாக உணர்த்தியிருக்கிறார்.

பாரதி என்னும் கட்டற்ற படைப்பாளுமையைப் பற்றிச் சக்கையான நடையில் எழுதுவது அவனுக்கு இழைக்கும் துரோகம் என்று தோன்றும் (எழுக.14) என்னும் சலபதி எவர் பற்றியும் எது பற்றியும் சக்கையான நடையில் எழுதியதில்லை.

நடைக் கூர்மை

பிறரது மொழிநடைப்பாங்கை உள்வாங்கும் கூர்மையும் அவருக்கு வாய்த்திருக்கிறது.

> நவீனத் தமிழ்நடைக்கு மாறான, வறட்டுத்தனமான கல்விப்புல நடையில் எழுதிய இவர் [சாலினி இளந்திரையன்] புதுமைப்பித்தன் வரலாற்றை ' சுவை மலி வரலாறு ' என்று சுட்டியிருக்கிறார் (பு.பி.வரலாறு.10)

என்று கல்விப்புல நடை வறட்சியைச் சுட்டுகிறார் சலபதி.

> அவருடைய நடை ஆரவார நடையல்ல; மிகையும் அலங்காரமும் கூடியது அல்ல; சொல்லவந்ததை எளிய சொற்களில் நேரிடையாக நுவல்வதே ஏ.கே. செட்டியாரின் சொல்முறை. குழப்பமில்லாத எளிய வாக்கியங்களைக் கையாண்டு, தாராளமாகக் காற்புள்ளிகளையும் அவர் பயன்படுத்துகிறார். சிறுசிறு பத்திகளாக எழுதுவது அவருடைய உத்தி... ஒற்றை வரிப் பத்திகளும் சிறுசிறு பத்திகளுமாக அமைந்த ஏ.கே. செட்டியாரின் நடை, நிகழ்ச்சிக் கோவையாக அமைந்த அவருடைய அனுபவப் பதிவுக்குத் தோதாக விளங்குகின்றது. (ஆஷ்.203)

என்று ஏ.கே. செட்டியாரின் நடையையும் பயனையும் சலபதி மதிப்பிடுகிறார்.

பாரதிக்கு இயல்பான ஆற்றொழுக்கான நடையை அவனுடைய தாகூர் மொழிபெயர்ப்புகளில் காணமுடியவில்லை என்பதையும் இங்குச் சுட்ட வேண்டும். ஆங்கில மூலத்தின் தொடரமைப்பை அவன் அப்படியே பேண முயன்றிருப்பது தெரிகிறது *(எழுக. 50)*

என்று பாரதியின் இயல்பான நடையையும் மொழிபெயர்ப்பு நடையையும் வேறுபட உணர்ந்த சலபதி, பாரதியின் ஆங்கில எழுத்துகளை, பாரதியின் தமிழ்நடையை அனுசரித்துத் தமிழாக்கியுள்ளார்.

ஏவி.எம்.பிற்காலத்தில் வெளியிட்ட பாரதி பாடல் இசைத்தட்டுக்கு வைரமுத்து எழுதிய உறைக் குறிப்புகள் *(sleeve notes)*, "புரவலரை நயந்து போற்றும் இடைக்காலப் புலவனின் வெற்றலங்கார நடையில் ஒரு பெருங்கவிஞனையும் ஒரு பட முதலாளியினையும் சமமாகப் பாவித்து" எழுதப்பட்டதென்கிறார். *(காப்புரிமை. 13)*

அவர் [உ.வே.சா.] எழுத்து நெடுகவும் இசையின் அதிர்வு களைக் கேட்கலாம் *(ஆஷ். 74)* என்னும்போது உரைநடையின் உள்ளார்ந்த ஓசையைக் கூட, சலபதி ஓர்ந்திருக்கிறார் என்பதை உணரலாம்.

தொட்ட இடமெல்லாம் தட்டுப்படும் சலபதியின் தமிழ் மொழியாளுமையை முழுவதும் புலப்படுத்துவதென்றால் அவர் எழுத்துகள் பலவற்றை அப்படி அப்படியே தந்தால்தான் ஆகும். அது பதிப்புரிமைக்கு எதிராகிவிடுமே!

இப்போதும் கைவசமுள்ள நூல்களைக் கொண்டு அங்குமிங்குமாய் எனக்கு எட்டிய சிலவற்றை அப்படி அப்படியே காட்டியிருக்கிறேன்.

விளக்க இயலாததும் வேண்டாததும்

> *[எட்டயபுரம் ஜமீன்களின் வரலாறு கூறும் 'வம்ச மணி தீபிகை'யைப் புதுப்பித்துத் தருவதாக ஜமீனுக்கு இறைஞ்சி எழுதினார் பாரதி. ஒரு காலத்தில் அவர் எள்ளிநகையாடிய ஜமீன் அது!] எதற்காக?' 'கைம்மாறு விஷயம் ஸந்நிதானத்தின் உத்தரவுப்படி' என்கிறது பின்குறிப்பு. 'அவ்விய நெஞ்சத்தான் ஆக்கமும் செவ்வியான் கேடும் நினைக்கப்படும்' என்று தீயவர்கள் வளமாக வாழ நல்லவர்கள் ஏன் தாழ்ந்து கிடக்கிறார்கள் என்று விளக்கமறியாது வள்ளுவனே திகைத்து நிற்கும்பொழுது, பாரதியின் இந்தக் கடிதத்தை ஒரு சாதாரண வரலாற்றாசிரியன் விளக்க முடியுமா? (எழுக.73)*

பரவர்களுக்கும் திமிர் வரியிலிருந்து விலக்களித்தால் "சிதம்பரம்பிள்ளையின் ஆதரவாளர் பலர் தப்பிவிடுவர்" என்று விஞ்சு உறுதிபடக் கூறியதற்கு மேல் ஒரு வரலாற்றாசிரியர் நிறுவுவதற்கு என்ன இருக்கிறது? (திருநெல்வேலி.173)

ஒரு வரலாற்றாசிரியன் விளக்க முடியாததும், விளக்க வேண்டாததும் உள்ளன என்பது பொருளா? இல்லை. விரித்து விளக்கினால் ஆற்றல் குன்றும். படிப்பவர்கள் விளங்கிக்கொள்ள வேண்டும்; விளங்கிக்கொள்ள முடியும் என்பது குறிப்பு; வாசகன் ஊடாட வாய்ப்பு. பொருளும் நடையும் பருந்தும் நிழலுமாக இயைந்து செல்லும் இடங்கள் இவை.

"இரங்கற்பா பாடப்படும்பொழுதெல்லாம் உயிர்த்தெழுவது நாவலுக்கு வழக்கமாகிவிட்டது" என்று, 'நாவலும் வாசிப்பும்' முன்னுரையைத் தொடங்குகிறார் (ப.11) சலபதி.

காலப்போக்கில் நூல்களை நாட்டுடைமையாக்கும் போக்குக்கு நேர்ந்த அவலத்தை எண்ணி, 'பாரதி: கவிஞனும் காப்புரிமையும்' நூலை "பாற்கடலைக் கடையும் பொழுது அமுதுடன் நஞ்சும் வெளிவரும்தானே" (ப.104) என்று முடிக்கிறார்.

இப்படி முதலும் முடிவுமான நயத்தொடர்களைத் தனியே காணலாம்.

அணி நயம்

உவமை, உருவகம், ஒப்புமை முதலிய அணிநயம் சான்ற தொடர்கள் சலபதியிடம் போகிறபோக்கில் பொருட் பொருத்தமுற உருவாகும்.

சந்திரமதியின் தாலி அரிச்சந்திரனின் கண்ணுக்கு மட்டுமே புலப்பட்டதுபோல் புதிய கல்வித்திட்டத்தின் சிறப்புகள் ராஜாஜியைத் தவிர வேறு எவரின் கண்ணுக்கும் புலப்படவில்லை (சாதி.49)

நெடிய கவிதை மரபு கொண்ட ஒரு மொழிக்கு நவீன முகம் கொடுத்தவன் பாரதி (எழுக.40)

நாவல்கள் பற்றிய விவாதக் கட்டுரைகளைப் பிற்சேர்க்கை யாக வழங்கியுள்ளேன் ... அக்கால மணத்தை நுகர விரும்பும் வாசகருக்கும் இவை பயன்படும் (நா.வா. 15)

இலக்கியத்தின் கலைத்தன்மையை வற்புறுத்தியவர்களும் நாவலைக் கண்டிக்கும் சேர்ந்திசையில் குரல் கொடுத்தனர் (நா.வா. 26)

கல்கியின் கதைகளில் காங்கிரஸ் வேரில்லா அற்புதமாக அமைகின்றது (நா.வா. 37)

ரகுநாதனின் பேச்சு புதுமைப்பித்தன் பித்துக்கு உடுக்கடித்தது (முன்., பு.பி.வ.30)

இந்நூல் ஒரு பெரும் ஆய்வுப் பரப்பை மேலோட்டமாகக் கீறிப் பார்த்துள்ளது (முச். 14)

ஆஷ் தலையில் சைத்தானின் கொம்புகளும் இரத்தம் வடியும் கோரைப்பற்களும் இல்லை. காலனிகளை அடித்து நொறுக்கும் ஏகாதிபத்திய வெள்ளை அரசு என்னும் பேரியந்திரத்தின் ஒரு சிறு திருகாணி ஆஷ் (ஆஷ்.36)

டி.வி.சாம்பசிவம்பிள்ளை அரிதின் முயன்று தொகுத்த அகராதியை முதலில் சிறு சஞ்சிகையாக . . . வெள்ளோட்டம் விட்டிருக்கிறார் (ஆஷ். 123)

திலகரைப் போற்றியும், திலகரின் பொழிவுகளைத் தமிழில் பெயர்த்தும் பாரதி தீவிரவாதிகளின் தமிழ்க்குரலாக விளங்கினார் (ஆஷ். 154)

பொதுவுடைமைக் கட்சி தமிழ் மண்ணில் ஊன்றிய காலத்திலிருந்து அதன் இணைகோடாக ஸி. எஸ்ஸின் வாழ்க்கை அமைந்திருந்திருக்கிறது (ஆஷ்.221)

கட்சியின் தன்னேரில்லாத் தலைமை; முதலமைச்சர் பதவி; தேசிய அரசியல் அமைப்பில் அதிகாரமிக்க இடம். காமராசரின் இந்த எழுச்சிக்கு எதிர்த்தட்டிலிருந்தவர் ராஜாஜி (சாதி. 27)

புகழ் மறுப்பில் ஏ.கே.செட்டியாரை நினைவூட்டக்கூடியவர் ஸி.எஸ். (ஆஷ். 218)

சுற்றி வளைத்தல்

சிலவற்றைச் சற்றே சுற்றிவளைத்து விமரிசனமும் எள்ளலும் முதலிய குறிப்புகளைப் பொதிந்து வைப்பதும் சலபதியிடம் காணப்படும் உத்தி.

> சோவியத் ஒன்றியம் உடைந்து, பிரிட்டிஷ் கம்யூனிஸ்டு கட்சி கலைக்கப்படும் தருணம்வரை ஹாப்ஸ்பாம் அதன் உறுப்பினர். சோவியத் ஒன்றியத்திற்காக ஒற்றாடியதாக 1950களில் கண்டுபிடிக்கப்பட்ட கேம்பிரிட்ஜ் முன்னாள் மாணவர்கள் பற்றிப் பின்னாளில் குறிப்பிட்டபோது, பணிக்கப்பட்டிருந்தால் நானும் வேவு பார்த்திருப்பேன் என்று கூறும் துணிவு ஹாப்ஸ்பாமிற்கு இருந்தது. இப்படிப்பட்ட ஹாப்ஸ்பாமின் நூல்கள், உலகின் பல்வேறு மொழிகளில் வெற்றிகரமாக மொழிபெயர்க்கப்பட்டிருந்தாலும் சோவியத் ஒன்றியத்தில் வெளியிடப்பட்டதே இல்லை

என்பதை அவருடைய வரலாற்றுத் திறத்திற்குக் கிடைத்த வெற்றியாகவே கருத வேண்டும் (ஆஷ்.238)

ஆதாரமின்மை என்பது இன்மைக்கான ஆதாரம் இல்லை (திருநெல்வேலி.172) – என்னும் தொடர் ஒரு வரலாற்றியல் பொன்மொழி.

தம் கணவரின் பெயரையும் புகழையும் மறையாமல் காக்கும் கடமையில் கடைசிவரை அவர் [ஆஷின் மனைவி]வழுவவில்லை. இந்தியாவில் பிறந்திருந்தால் பதிவிரதை என்ற பெயர் அவருக்குக் கிடைத்திருக்கும் (ஆஷ். 36)

தமிழில் கறாரான விமரிசனத்துக்குப் பெயர்போன புதுமைப்பித்தனால் ஒரு முழுப் பத்தியில் சாதகமாக மதிப்பிடப் படும் எஸ்.ஜி. இராமாநுஜலு நாயுடுவை இன்று எத்தனை பேர் அறிவார்கள்? (ஆஷ்.128)

சுவர்த்த மதிக்குப் பெயர் பெறாத புத்தகப் பதிவாளரும்கூடக் கதைகள் ஏராளமாக வெளிவந்து கொண்டிருந்ததைத் தம் 1913ஆம் ஆண்டுக்குரிய அறிக்கையில் குறிப்பிட்டிருப்பது மனங்கொள்ள வேண்டிய செய்தி (நா.வா. 20)

1954இல் அவர் [கல்கி] அகால மரணமடைந்த பிறகே வாசன் அவ்வுரிமையைப் 'பெருந்தன்'மையோடு விட்டுக் கொடுத்தார் (காப்புரிமை.30)

கா.ர. கோவிந்தராஜ முதலியார் போன்ற தமிழ்ப் புலவர்கள் நாவல்களை எழுதியபோது ரகர றகரங்களைச் சரியாக எழுதினார்களோ என்னவோ, வெகுசன நாவல்களைவிட மேலான நாவல்களை எழுதிவிட்டதாகச் சொல்ல இயலாது (நா.வா. 34)

[பாரதி படைப்புகளை விற்றுக் 'கொள்ளை' லாபமடிக்கும் பதிப்பகத்தார் முதலியோர்] பற்றி எழுதிய மீரா சுந்தர்ராஜன், இதனைப் பற்பல கோடி வியாபாரம் ('multi–million dollar business') என்று குறிப்பிட்டார். தமிழ்ப் பதிப்புலகின் அளவைப் பற்றி அறிந்த சிலருக்கு இதைப் படித்துச் சிரித்ததில் குடலிறக்கம் ஏற்பட்டது (காப்புரிமை.16)

பாரதியின் பேத்தியின் காப்புரிமைக் கோரிக்கை பற்றிச் சலபதி எழுதிய மூன்று பக்கங்களிலும் (காப்புரிமை. 15–18) எள்ளல் விரவிக் கிடக்கிறது.

சலபதியிடம் 'கிசுகிசு' நடையும் அரிதாகத் தென்படுவதுண்டு

[ஏ.கே. செட்டியார் ஆவணங்களை மறுபதிப்பிடும்போது, மிகச்சில மாற்றங்கள் செய்வார்] ஓர் ஆராய்ச்சி 'மணி' இவற்றை அவரே கண்டெடுத்தது போல் பயன்படுத்திய

போது இதைக் கொண்டு [மாற்றத்தைக் கொண்டு] அவரது முறையற்ற செயலை ஏ.கே. செட்டியார் கண்டுபிடித்து, அவரைக் கடிந்துகொண்டார் (ஆஷ்.203)

மேற்கோள் நடை

முந்தைய இலக்கியங்களின் சொற்களையோ தொடர்களையோ, ஓர் எழுத்தாளர் தம் நடையினுள்ளேயே உலவவிடுவது நயங் கருதி மட்டுமன்று விரித்துரைக்க வேண்டாச் செறிவும் நோக்கியதாகும். மேற்கோள் நடை உப்பமைந்தற்றென அமையவேண்டும் என்கிற தெளிவு சலபதிக்கு இருக்கிறது.

புறநானூறு:

பயனில் மூப்பினர் பலர் நிறைந்த இக்காலத்தில் . . . (வ.உ.சி. யும் பாரதியும், 17)

திருக்குறள்:

அல்லற்பட்டு வாங்கிய விசாவைப் பார்க்கத்தானும் குடியேறல் வரிசையில் ஆளில்லை (ஆஷ். 15)

பெருமுயற்சியால் திருவினையாக்கிய டி.வி. சாம்பசிவம் பிள்ளை தம் வாழ்நாளில் இந்த அகராதியை அச்சு வடிவில் முழுமையாகக் காணவும் கொடுத்துவைக்கவில்லை. (ஆஷ். 118)

[டி.வி. சாம்பசிவம் பிள்ளை அகராதிக்கு நேர்ந்த கதி] உலைவின்றித் தாழாது உஞற்றினாலும் ஊழே வலியது போலும்! (ஆஷ். 127)

தடைகள் பல முன்னின்றாலும் அவினாசிலிங்கம் எண்ணித்துணிந்தார் (கலைக்.28)

அவினாசிலிங்கனாரின் சுவர்த்த மதியும் இதனை இதனால் இவன் முடிக்கும் என்றாயும் திறமும் . . . (கலைக்.33)

அவர்கள் இருவருக்கிடையிலான நட்பு நிறை நீர நீரவர் கேண்மையெனவே விளங்கியது (வ.உ.சி.யும் பாரதியும், 27)

அப்பர் தேவாரம்:

இருவரும் அடிக்கடி சந்திப்பதும் புதுமைப்பித்தனின் சென்னை இராயப்பேட்டை இல்லத்தில் பலநாள் இரவில் தங்குவதுமாகப் 'பேசா நாளெலாம் பிறவா நாளாக' நட்பு நெருக்கம் பெற்றிருக்கிறது (பு.பி.வ. 23)

கம்பராமாயணம்:

இந்தக் கால இடைவெளியில் ஏராளமான புதிய சான்றாவணங்களைத் திரட்டியதோடு வரலாற்றியல் கோட்பாடு களைப் பயில்பவனாகவும் பயிற்றுவிப்பவனாகவும் பெற்ற

புரிதலின் வெளிச்சத்தில் இந்நூல்[திருநெல்வேலி எழுச்சியும் வ.உ.சி.யும் 1908] மும்மடங்கு பெருகியுள்ளது; பொலிந்துள்ளதா என்பதை வாசகர்களே சொல்ல வேண்டும் (திருநெல்வேலி.13)

– இலக்கியத்திலும் மொழியிலும் ஊறிச் சலபதி அனாயாச மாக எழுதிய இடம் இது.

பட்டினத்தார்:

. . . புலபுலவென்று பாடல்கள் வெளிவரலாயின (முச். 86)

இராமலிங்க அடிகள்:

கட்டுரைகளின் ஈர்ப்புக்கு மற்றொரு காரணம், அவற்றில் உ.வே.சா. 'தான் கலந்து' இருப்பது (ஆஷ். 77)

பாரதி:

ரகுநாதனின்[பாரதி பற்றிய] நூல்களைப் படித்தபொழுது ஏற்பட்ட பித்து நிலையை மீண்டும் அடையமுடிந்தால் எவ்வளவு நன்றாக இருக்கும் என்று நரைகூடும் இந்த வயதில் தோன்றுகிறது (எழுக. 14)

பாரதி நூற்றாண்டில் இலக்கிய உலகில் நுழைந்தவன் நான் . . . பதினைந்து வயதுகூட நிரம்பாத ஓர் இலக்கிய மாணவனின் நெஞ்சில் கனல் மணந்த நாள்கள் அவை (காப்புரிமை.12)

தலைப்பிலும் . . .

> *[உ.வே.சா.] கட்டுரைத் தலைப்புகளே ஓர் ஈர்ப்பைத் தருவனவாக, வாசகரைப் பிரதிக்குள் இழுப்பனவாக அமைந்திருப்பதைக் காணமுடிகின்றது. கட்டுரையின் மையமான ஒரு தொடரையே மேற்கோள் குறிக்குள் கட்டுரைத் தலைப்பாகப் பல முறை அவர் அமைத்திருக்கிறார். இலக்கியச் செழுமையோடு அமையும் தலைப்புகளும் பல உள்ளன (ஆஷ். 77)*

உ.வே.சா. தலைப்புகள் சலபதிக்குத் தூண்டலாகவோ துணையாகவோ அமைந்திருக்கலாம். சலபதி சளைத்தவரல்லர்.

'அவனுக்கே பிச்சனானேன்!' என்று, ரகுநாதனின் புதுமைப்பித்தன் வரலாற்று நூல் முன்னுரைக்குத் (ப.9) தலைப்பிட்ட சலபதி "பேரார்வத்துடனும் எதிர்பார்ப்புடனும் அதைப் படித்துக் கிறங்கிப்போனேன். புதுமைப்பித்தன் என்ற பேய் என்னைப் பிடித்துக்கொண்டது. முன்னர் நாமம் கேட்டேன். ஊரைக்கேட்டேன். கதைகளைப்படித்தேன். பின்னர் அவனுக்கே பிச்சனானேன்" (ஷெ 30) என்று விளக்கியுமிருக்கிறார். இங்கு நாவரசர் தேவாரம் சலபதி நடையாகியிருக்கிறது.

*திருநெல்வேலி எழுச்சியும் வ.உ.சி.யும் 1908*இன் நன்றியுரைத் தலைப்பு: *முற்றவும் நக்குபு புக்கென . . .* (ப.11). கம்பனின் அவையடக்கம் சலபதிக்குக் கைகொடுத்திருக்கிறது.

'எழுக, நீ புலவன் !' புதியனவும் பழையனவுமாகிய கட்டுரைகளின் தொகுப்பு. இவற்றின் உருவகமாக முன்னுரைக்கு '*நாள் மலர்களும் நாட்படு தேறலும்*' (ப. 11) என்று பழந்தமிழ்த் தொடர்களைத் தலைப்பாக்குகிறார் . இவற்றைத் தம் தொடர்களில் பொதிந்து, "நறுமணமும் தேள் கடுப்பும் இவற்றில் உண்டா என்பதை நுகர்பவர்களே சொல்லவேண்டும்" என நுட்பத்துள் நுட்பமேற்றுகிறார் சலபதி (ப. 14). இத்தொகுப்பிலுள்ள பெரும்பாலான கட்டுரைத் தலைப்புகள் நயஞ்சான்றவை.

'திருநெல்வேலி எழுச்சியும் வ.உ.சி.யும் 1908' – முதல் இயல்: '*கலகம் பிறந்தது!*' இறுதி இயல்: '*நியாயம் பிறந்ததா?*', 'கலகம் பிறந்தால் நியாயம் பிறக்கும்' என்னும் பழமொழித் தொடர்களைப் பிரித்து வினாவாக்கி முதலும் முடிவுமாகிய இயல் தலைப்புகளாக்கி வியக்கவைக்கிறார்.

'*புற்றீசல்களும் கோழிகளும்*': நாவல் வெள்ளம் (நா.வா. 17)

'*விட புருஷர்களும் நாணமற்ற கன்னிகளும்*': நாவலுக்குக் கண்டனம் (நா.வா. 21) ஷி இரு தொடர்களும் லக்ஷ்மியின் மதிப்புரையிலுள்ளவை (நா.வா. 26)

மரபுத்தொடர்களும் பழமொழிகளும்

ஒரு மொழிக்குள் புழங்குவோர் இயல்புணர்வுடன் கலந்து கொள்ள வாய்ப்பானவை மரபுத்தொடர்களும் பழமொழிகளும்.

சோற்றுப் பதமாக வகைமைக்கு ஒன்றிரண்டே எடுத்துக் காட்டியபோதும்கூட இப்பகுதி மிக விரிந்துவிட்டது (முச். 14)

இந்த உதவிகளெல்லாம் *ஆனைப்பசிக்குச் சோளப்பொரி* யாகவே அமைந்தன (ஆஷ். 111)

குடத்திலிட்ட விளக்குகளுக்குத் தமிழுலகில் பஞ்சமில்லை. அவர்களுள் ஒருவர் அ.ராம. அண்ணாமலை கருப்பன் செட்டியார் என்ற ஏ.கே. செட்டியார் (ஆஷ். 182)

செக்கும் சிவலிங்கமுமாக இருந்த இருவரையும் இணைத்த கண்ணி எது என்று எனக்குப் புலப்படவேயில்லை (சாதி. 23)

நம்மவரின் *ஆரம்பச் சூரத்தனத்தை* அவன் [பாரதி] குத்திக்காட்டினான் (எழுக. 34)

பிறந்த மண்ணில் அங்கீகாரத்திற்குப் பாரதி ஏங்கிக் கொண்டிருக்க, உலகப் பிரமுகர்களெல்லாம் தாகூருக்கு நடை பாவாடை விரித்துக்கொண்டிருந்தனர் (எழுக. 39–40)

ரகுநாதன் மிக விரைவாக ஒரு தேவைகருதி எழுதினா ரென்றாலும் சுக்கு கண்ட இடத்தில் பெற்றுக்கொண்ட பிள்ளையல்ல இவ்வரலாறு (முன்., பு.பி.வ. 16)

'காந்தி' ஆவணப்படத்தின் ஆங்கில வடிவம் ஏ.கே.செட்டியார் எடுத்ததல்ல என்று ஒரு மூத்த சென்னை வரலாற்றாசிரியர் எழுதிய பொழுது மகனும் மருமகளின் தாலியும் பற்றிய பழமொழி நினைவுக்கு வந்தது (ஆஷ். 13)

...கடிதப் போக்குவரத்து அடங்கிய கோப்பில் ஆஷ் குடும்ப முகவரி ஒன்று இருந்தது. மயிரைக் கட்டி மலையை இழுப்பதுபோல் ஒரு கடிதத்தை விடுத்து வைத்தேன் (ஆஷ். 17) [வந்தால் மலை போனால் மயிர்]

திட்டமிடலும் திறமும் இல்லாமல் துணைவேந்தர் காட்டிய அவசரம் அதன் ஈடேற்றத்துக்கு இடராயிற்று. அர்ப்பணிப்புள்ள ஆற்றலாளர்கள் இல்லாத நிலையும் பெருந்தடையானது. கொட்டிக் கொட்டி அளந்தாலும் குறுணி பதக்காகாதல்லவா? (கலைக். 73)

இது பற்றிப் புதிய ஆய்வு நிகழவேண்டுமெனில் வீரராகவன் பார்த்த ஆவணங்களை மீண்டும் பார்வையிட வேண்டும். சவைத்துத் துப்பியதைத் திரும்பச் சவைப்பானேன் என்று ஒரு பழமொழி உண்டு (சாதி. 13)

ஊரார் நெல்லை உலர்த்தினால் எலி தன் வாலை உலர்த்துமாம் என்பதுபோல் என் பங்கும் பாரதியியலுக்கு உண்டு (வ.உ.சி.யும் பாரதியும், 31)

பாரதியின் மனைவியும் மக்களும் சிரமதசையில் இருக்க, பாரதியின் படைப்புகளின் மூலமாய் வேறு சிலர் ஆதாயம் பெற்று வந்தது சட்டப்படி சரியே என்றாலும் ஓர் அற நெருக்கடியை அரசாங்கத்திற்கும், அமைச்சர்களுக்கும், பொது மக்களுக்கும் ஏற்படுத்தியது. மாதா வயிறெரிய மகேசுர பூஜை நடத்துவது என்ற பழமொழி அவர்கள் மனத்தில் ஓடியிருந்தால் ஆச்சரியப்படுவதற்கில்லை (காப்புரிமை. 58)

வழக்குத் தொடர்

நாவலுக்குச் சமூகத்தில் மதிப்பு வாய்ந்த அந்தஸ்து கிட்டியது. கல்கி ஈடுபட்டிருந்த குழு அரசியலும் இதற்குத் தோதாக அமைந்தது. ராஜாஜி – டி.கே.சி.குழு கல்கிக்கு முட்டுக் கொடுத்தது (நா.வா.38)

பாட்டிமார் கதைசொல்ல, பேரக்குழந்தைகள் உம் கொட்டிக் கதை கேட்டது அந்தக் காலம். அச்சு வாகனம் ஏறிவந்த நாவலையோ பேரர்கள் படித்துக்காட்டப் பாட்டிமார் கேட்கலாயினர் (நா.வா.65)

பண விவகாரங்களில் கெடுபிடி மிக்கவரான அவினாசிலிங்கம் (கலைக்.35)

தொடக்கத்திலேயே ஒரு பேராபத்தைக் கலைக்களஞ்சியத் திட்டம் எதிர்கொண்டது. அதனை ஊற்றி மூடிவிடக்கூடிய விபத்து அது (கலைக்.60)

தமிழ் படித்தால் காசு பேராது என்ற ஓர்மையுடனேயே பாரதி தமிழுலகில் காலெடுத்து வைத்துள்ளான் (எழுக.119)

சொல்லாக்கம்

தமிழ்ச் சொல்லாக்கங்கள் சிலவற்றைப் பற்றிச் சலபதி விளக்கியுள்ளார். அவ்விளக்கங்கள் வரலாற்றுக்கும் தமிழ்ச் சொற்பொருளாய்வுக்கும் ஒருசேரப் பயன் நல்குவன. சான்றுக்கு ஒரு பகுதி:

> *'பதிப்புரிமை' என்பது 'copyright' என்பதற்கு ஈடான தமிழ்ச் சொல் . இது ஒரு புதிய கலைச்சொல்லாக்கம் என்பதைச் சொல்லவேண்டியதில்லை (காப்புரிமை.25)*
>
> *எண்ணியம் (digital) முதலான புதியபுதிய மறு பிரதியாக்கத் தொழில் நுட்பங்கள் பெருகிவரும் நிலையில் பதிப்புரிமை என்பதன் பொருளும் விரிந்துவிட்டது . . . அறிவுசார் சொத்துரிமை (intellectual property rights) என்ற பெயரில் பதிப்புரிமை மிக முக்கியமானதொரு சொத்துரிமை யாக நிலைபெற்றுள்ளது. பதிப்புரிமையின் விரிந்த பொருண்மையைச் சொல்லுக்குள் அடக்கும்முகமாகக் 'காப்புரிமை' என்பதும் அண்மைக் காலத்தில் தமிழில் வழங்கிவருகிறது (காப்புரிமை. 26–27)*
>
> *பத்தொன்பதாம் நூற்றாண்டின் தொடக்கத்தில் காலனியச் சென்னை அரசு மாமடி வெங்கையா என்ற தெலுங்குப் புலவர் தயாரித்த ஓர் அகராதியின் பதிப்புரிமையை ஓராயிரம் வராகன் என்ற பெருந்தொகையைக் கொடுத்து வாங்க முன்வந்தது. அந்தப் புலவரோ பணத்திற்கு மாறாக இறையிலி நிலம் கேட்டார்! அதே போல், சிதம்பர வாத்தியார் என்ற தமிழ்ப் புலவர் தம் தமையனார் செய்த மநுவிஞ்ஞானேசுவரியம் வியவகார காண்டம் என்ற சமஸ்கிருத நூலின் தமிழாக்கத்துக்கு ஈடாக ஒரு*

தர்மசத்திரத்தைக் கட்டுவதற்கு இறையிலியாக நிலம் கேட்டார். பதிப்புரிமை என்ற நவீன கருத்தாக்கத்தையும் புரத்தல் என்ற மரபுவழிப்பட்ட அரசின் கடமையையும் இப்புலவர்கள் குழப்பிக்கொண்டனர். இன்றும்கூட ராயல்டி தொகையைச் சன்மானம் என்று குறிப்பிடும் வழக்கம் உள்ளதை இப்பின்னணியில் புரிந்துகொள்ளலாம் (காப்புரிமை. 27–28)

இன்னொரு பகுதி:

> அந்நாளைய அரசாங்க ஆவணங் களிலும் இதழ்களிலும் 'திருநெல்வேலிக் கலகம்' (*Tinnevelly Riots*) என்று குறிப்பிடப்படுகின்றது . . . இதன் பொருளைச் சீர்தூக்கிப் பார்க்காத வரலாற்றாசிரியர்களும் இந்தச் சொல்லையே வழங்கிவருகின்றனர். தன்னியலாக ஏற்பட்டதெனினும் அரசியல் உணர்வுடன் ஏற்பட்ட நிகழ்வு என்பதால் விடுதலைப் போராட்டப் பின்னணியில் இதனை விளக்க எழுச்சி என்ற சொல்லே சரியானதும் பொருத்தமானதும் என்று கருதி இச்சொல்லையே இந்நூல் நெடுகவும் நான் கையாண்டுள்ளேன் (திருநெல்வேலி. 19–20)

சில சொற்களைச் சலபதி எடுத்தும் படைத்தும் ஆண்டுள்ளார்.

பண்பாட்டுப் பொருண்மைவாத நோக்கு, தந்தைமைச் சமூகக் கட்டுப்பாடு, சுற்றெண்ணிக்கை (நா.வா. 11, 27, 83)

புத்தகம் கூவுவிலைஞர் (book – hawkers) (முச். 55)

[ஆஷ் நினைவாக] *எண்முனை மண்டபம்*, திராவிட உறவுமுறையின் சிறப்பியல்பான *முறைமணம் (cross – cousin marriage), பேரரசப் புகைப்படக்கல்லூரி (Imperial College of Photography)*, படங்களை *அலகீடு செய்தல்* (ஆஷ். 36, 47, 187, 215)

'கீழையவியம்' (Orientalism) (சிவஞான. 18), *வழக்கிடை விண்ணப்பம் (interlocutory application), தாளோரக் குறிப்பு* (காப்புரிமை. 13, 49, 51)

உலக அளவிலோ இந்திய அளவிலோகூட இதற்கு (ஒருவர் படைப்புகளை அரசுடைமையாக்கி நாட்டுடைமையாக்கியதற்கு) *முன்னுதாரணங்களோ பின்னுதாரணங்களோ* இல்லை (காப்புரிமை. 31)

'முன்னுதாரண'த்தை முன்னுதாரணமாகக் கொண்டு பின்னுதாரணத்தைப் படைத்துக்கொள்கிறார் சலபதி.

மரபிழை

நவீனத்துக்கு முந்தைய – குறிப்பாக செவ்வியல் இலக்கிய – சொற்களையும் தொடர்களையும் நவீன வரலாற்றுச் செய்திகள், போக்குகள் சார்ந்து சலபதி மீள்பயன்பாட்டுக்குக் கொண்டு வருவார். இவை அவரது பழந்தமிழ்ப் புலமை காட்டுவன மட்டுமல்ல; இன்றும் துல்லியம் நோக்கி உயிர்ப்புடன் கையாளும் திறம் சான்றனவுமாகும்.

[இலக்கிய] வகைமை காலூன்றி நிலைபெறுவதும், அதற்குரிய . . . பெயரொன்று அமைவதும் ஏறத்தாழ உடனிகழ்வாகப் பெரிதும் அமையும் (நா.வா. 41)

அச்சு ஊடகம் தமிழ்ச் சமூகத்தில் காலூன்றிய பிறகும், நடுத்தர வர்க்கத்தின் கலை வடிவமாக நாவல் உருப்பெற்றதோடும்தான் மௌன வாசிப்பு முறை தோற்றம் பெற்றது என்பது இந்நூலின் துணிபு (நா.வா.49)

தம் காலத்தின் தன்னேரிலாத ஆசிரியரான அவர் [மகாவித்துவான் மீனாட்சிசுந்தரம்பிள்ளை] . . . (நா.வா. 54)

'மீனாட்சிசுந்தரம் பிள்ளை சரித்திரம்' நீங்கலாகப் பிற கட்டுரைகள் எல்லாவற்றின் நீர்மையும் அமைதியும் ஒன்றே என்பதும் வெள்ளிடைமலை (ஆஷ். 96)

இப்பெரும் வினைப்பாட்டில் மனம் வைத்துவிட்ட இராமானுஜாசாரியர் . . . (ஆஷ். 104)

விளம்பரத்தை விழையாததால் ஏ.கே. செட்டியாரின் புகைப்படம் கிடைப்பது கூட அரிதாக இருக்கிறது (ஆஷ். 182)

அவர் எழுதிய பயணக் கட்டுரைகளும் நூல்களும், அயல் நாடுகளையும் பண்பாடுகளையும் அறிமுகப்படுத்துவதை மட்டுமே நோக்கமாகக் கொள்ளாமல், உறழ்ந்து நோக்கும் பார்வையில் நம் நாட்டையும் பண்பாட்டையும் உணர்ந்தும் அறிந்தும் கொள்வதற்கான வழிமுறையாகவே அமைந்துள்ளன (ஆஷ். 189)

இந்தியாவில் முகிழ்த்துவந்த ஆவணப்பட இயக்கத்தில் . . . (ஆஷ். 197)

கலைக் களஞ்சியத்தின் ஈற்றயல் தொகுதி (கலைக்.31)

தி.சு. அவினாசிலிங்கம் செட்டியாரின் தொலைநோக்கும் வினைத்திட்பமும் . . . (கலைக்.74)

இந்தியப் பொதுவுடைமை இயக்கத்தினரிடம் துறவறத்தை இயல்பாகவோ இலக்காகவோ கொண்ட ஒரு மரபிழை உண்டு (சாதி. 22)

இருப்பினும் இது[பாரதி படைப்புகளின் நாட்டுடைமை யாக்கம்] நிதி சார்ந்த அழுத்தங்களை மீறி எல்லாக் கட்டங்களிலும் செயல்படவில்லை என்பது ஒருதலை (காப்புரிமை.68)

இங்கே ஒழிபியலாகப் பாரதி செய்த தாகூர் கதை மொழி பெயர்ப்புகளின் பதிப்புரிமை விவகாரத்தைப் பார்ப்போம் (காப்புரிமை.65)

அரசாங்கப் பதிப்புக்குழு செய்த வகைதொகை, மீண்டும் மீண்டும் பல பதிப்பகங்கள் செய்த பல லட்சக்கணக்கான மறுபதிப்புகளால் நிலைபேறடைந்துவிட்டது (காப்புரிமை.97)

நவீனத் தமிழ் இலக்கியத்தில் புதுமைப்பித்தன் நகைச்சுவையை ஒரு விழுமிய தளத்திற்கு நகர்த்திச் செல்கிறார் (எழுக.79)

சுப்பராம தீக்ஷிதர் இல்லாத இளசைக்கு ஏகினால் தன் மனம் என்ன பாடுபடும் என்று அலமந்தான் (எழுக.82)

சிறப்பு வழக்குரைஞர்களை அரசு அமர்த்தியதை விமர்சிக்கும் முகமாக ஒரு நிருபர் ‘உள்ளூர் பப்ளிக் பிராஸிகியூட்டர் எங்கே போனார்? கேஸ் ஏன் அவர் சார்ஜில் ஒப்படைக்கப்படவில்லை? மிஸ்டர் ரிச்மண்டும் மிஸ்டர் பவலும் ஏன் அமர்த்தப்பட்டார்கள்?’ என்ற கேள்வியை எழுப்பினார். இது அறிவினா என்பதைச் சொல்ல வேண்டியதில்லை. தண்டனையிலிருந்து எவரும் தப்பக் கூடாது என்பதில் அரசு காட்டிய சிறப்பு அக்கறையே தவிர வேறென்ன? (திருநெல்வேலி.75)

மொழி மனப்பாங்கும் தனித்தமிழும்

> மொழி என்பது (குறிப்பாக அரசியல்/சமூகச் சூழலில்) பெரும்பான்மையான மக்கள் தொகையின் அடையாளத்தோடு பிணைந்தது. இப்பின்னணியில், ஒரு பிரிவினர் – அதாவது, வடமொழிச் சார்புடையவர்கள் – தமிழ் மொழியின் அமைதி/ மரபு என்று கருதப்படும் அடிப்படையில் மாற்றங்களைச் செய்ய முயன்றபோது. அத்தகைய முயற்சிகளை மற்ற பிரிவினர் தம் அடையாளத்திற்கும் இருப்புக்கும் எதிரானவையாகக் கருதியது இயல்பே. மேலும், தம் அடையாளத்திற்கு எதிரான அறைகூவல்களின் பின்னனணியில் இருப்போர் யார், அவர்களுடைய கருத்தியல் சார்பு என்ன என்பனவற்றையும் கேவிக்குள்ளாக்கவே செய்வர் (எழுக. 144 – 145)

எனப் பாரதி – வ.உ.சி. இடையே நிகழ்ந்த விவாதத்தினூடாக மொழி மனப்பாங்கு பற்றிக் கூறும் சலபதி, இயக்கப் பிடிவாதமின்றித் தனித்தமிழோடு இணக்கம் கொண்டிருக்கிறார்.

[நாவலை நடுத்தர வர்க்கத்தினர் ஏற்கச்செய்ததில்] கல்கி ரா. கிருஷ்ணமூர்த்தி மற்றும் ஆனந்தவிகடனின் பங்கு *முகாமையானது.* அஞ்சல்வழி வணிகத்தையும் விளம்பர *முகவாண்மையையும்* நடத்திவந்த... எஸ்.எஸ்.வாசன் ... (நா.வா. 36)

கம்யூனிஸ்ட் கட்சி உறுப்பினராக இருந்ததும் இவரைச் சமகால எழுத்தாளர்களிடமிருந்து *அயன்மைப்படுத்தியது* (பு.பி.வ. 20)

அவரை [த.கோவேந்தனை]க் *கிழமைதோறும்* கண்டு உரையாடியபொழுது ... (முச்.15)

இதனை *இயல்வதாக்கியதோடு,* மிக்க பெருந்தன்மையோடு பலமுறை காலநீட்டிப்பு வழங்கிய ... (முச். 16)

விவேக சிந்தாமணியில் ... ஓர் *ஆசிரியவுரை* வெளிவந்தது (முச். 19)

கல்கியின் தியாகபூமி (1939) நாவலில் ... சம்பு சாஸ்திரிக்கு நீதிமன்றத்தின் *அழைப்பாணை* வருகிறது (முச். 45)

இடைப்பட்ட ஒன்றரைப் பதிற்றாண்டில் (ஆஷ். 11)

[ஆஷின் பேரன்] இராபர்ட்டின் வீடு ... *வளமனை* (ஆஷ். 17)

[வ.உ.சி. பற்றி, பாரதி எழுதிய] இக்கட்டுரை முழுமையாகக் கிடைக்கவில்லை என்பதைத் *தீயூழ்* என்றே சொல்லவேண்டும் (வ.உ.சியும் பாரதியும், 25)

களஞ்சிய அலுவலகம் சென்னைப் பல்கலைக்கழக வளாகத்திலேயே அமைந்திருந்தது *நல்வாய்ப்பாக* அமைந்து விட்டது (கலைக்.44)

1948இல் நடந்த இந்தி எதிர்ப்புப் போராட்டத்தின் பொழுது கல்வி அமைச்சராக இருந்தவர் அவினாசிலிங்கம். *கெடுவாய்ப்பாகக்* கலைக்களஞ்சியம் இவற்றோடு ஒருங்குவைத்து எண்ணப்பட்டது (கலைக்.66)

பத்திரிகையுலகில் ரா.அ.ப. நுழைந்த காலத்தில் பாரதி மகாகவி என்ற *அறிந்தேற்பைப்* பெற்றிருக்கவில்லை (ஆஷ். 209)

மெய்ப்புத் தாள்களில் என் திருத்தங்களை மேற்பார்த்து ... (ஆஷ். 216)

பிரிட்டிஷ் கம்யூனிஸ்டு தலைவர் ஹாரி பொலிட் இந்தியக் கம்யூனிஸ்டு தலைவர்களின் *புலன்மறுப்பைக்* கண்டு மலைத்துவிட்டாராம் (ஆஷ். 231)

... *அவளை வெளிநாட்டுச் செலவுக்கு அனுப்ப முற்பட்டனர் (ஆஷ். 233)*

அவர் அணியம் செய்த ‘சித்திரபாரதி’ நூலும் ... *(வ.உ.சி. யும் பாரதியும், 30)*

... *தூய்மைத் தொழிலாளர்* வேலைநிறுத்தத்தைத் தொடங்கி யிருந்தனர் *(திருநெல்வேலி.50)*

பாரதியின் படைப்புகள் நாட்டுடைமையாவதில் தொடர்ந்து *காலத்தாழ்வு* ஏற்படுவதையும் அதனால் தமிழ்ப் பண்பாட்டுலகின் பொறுமையின்மைக்கு ஆளாகியிருந்ததையும் உணர்ந்த அவினாசிலிங்கம் செட்டியார் ... (பதிப்புரிமை. *57)*

அவினாசிலிங்கனாரின் மேலாண்மைத்திறம் கலைக்களஞ்சியத் திட்டத்தின் ஆணிவேரானாலும், அவருக்கு இயையச் செயல்படுவதும் பெரும் *அறைகூவலேயாகும்* (கலைக். *63–64)*

தனித்தமிழ்ச் சொற்களுடன் ஆங்காங்கு ஒத்த வடசொற்களை யும் சிலவேளை ஆள்கிறார்.

பாரதி ... மேற்பார்வையில் வெளியான கருத்துப்படங்கள் அவனது கருத்தையே *பிரதிபலித்ததாகக்* கொள்ள வேண்டும் (எழுக.193) . பாரதியின் கருத்துப்படங்களும் இச் செயல்திட்டத்தை *எதிரொளிக்கின்றன* (ஷை 203)

தங்கள் காதலை வெளிப்படுத்த சங்கேத மொழியையும் ஆஷ் *தம்பதியினர்* கையாண்டிருக்கின்றனர்

ஆஷ் *இணையர்* கொடைக்கானல் பயணப்பட்டுக் கொண்டிருந்தனர் *(ஆஷ் . 21)*

அடுத்தடுத்த பத்திகளில் தொடர்ச்சியாக தம்பதியினர், இணையர் ஆகிய ஒரு பொருட் பன்மொழிகளைக் கையாண்டுள்ளார்.

ஊழ்வலிமீது ஆழ்ந்த நம்பிக்கையும், பொறுத்தருளும் பெருங்குணமும் ஒருங்கே பெற்ற சான்றோரான வ.உ.சி. *(ஆஷ். 34)*

[வெள்ளை சிசிலியப் பளிங்கு கப்பலில் வரும் வழியில் சிதைந்து, காப்பீட்டாளரிடம் வாதாடி மீண்டும் அதை வடிக்க வேண்டியதாயிற்று] இறந்தபின்னும் ஆஷிடம் *விதி* தன் விளையாட்டை நிறுத்தவில்லை *(ஆஷ்.35)*

ஊழ், விதி என்பன ஒரு பொருட் பன்மொழிகளாயினும் நடை நயம் (விதி, விளையாட்டு என்னும் மோனை) கருதி

வடசொல்லையும் ஆண்டுள்ளார். ஊழ், விதி என்னும் சொற்களிடையே நுட்பமான சாயல் வேறுபாடும் உண்டு.

வ.உ.சி. . . . தம் நெஞ்சுரத்தாலும் விடாமுயற்சியாலும் வினைத்திட்பத்தாலும் ஈகத்தாலும் ஒரு தேசிய *நாயகராக* ஒளிவிட்டார் (ஆஷ்.26)

நாயகர் – *Hero;* தலைவர் – *Leader* என்கிற வேறுபாடு நோக்கி இங்கு நாயகர் என்று ஆள்கிறார்.

அருஞ்சொல்லாட்சி

புதுமைப்பித்தன் வரலாறு *ஒச்சங்கள்* இல்லாத படைப்பு அல்ல (பு.பி.வ. 27)

டப்ளின் விமான முனைய *விராந்தைகள்* உலகக் கால்பந்து போட்டியின் பரபரப்பில் அலைவுற்றிருந்தன (ஆஷ். 15)

ச.சீ.கண்ணன் தமது கோப்புகளிலிருந்து இந்த ஆய்வேட்டின் *கரட்டு* வடிவத்தினுடைய தட்டச்சுப்படியின் கரித்தாள் பிரதியைக் கண்டெடுத்தார் (சாதி. 12)

கையெழுத்துப் படிகளை அன்பளிப்பாக ஒப்படைத்து விடுவது என்பது[சி. விஸ்வநாத ஐயர்] *கைப்பு நிலையில்* எடுத்த முடிவாகவே தோன்றுகிறது. (காப்புரிமை.63)

பாரதியின் மனைவியும் மக்களும் தம் உரிமைகளை முழுவதுமாக முன்னரே *ஈந்து*விட்ட நிலையில்... (காப்புரிமை. 63)

ஒரு சமரச உடன்படிக்கை... *கைச்சாத்தானது* (காப்புரிமை. 70)

வஞ்ச நவிற்சியாக [பாரதி ஆங்கிலேய ஆளுநருக்கு] தன் வேண்டுதலை முன்வைத்தான் (எழுக.37)

ஒரு பொருட் பன்மொழி

ஒரு மொழியின் சொற்களுள் முற்றான ஒரு பொருட் பன்மொழிகள் இருக்க வாய்ப்பில்லை. சற்றேனும் பொருட் சாயலில் வேறுபடும். காலப்போக்கில் சாயல் வேறுபாடிழந்து ஒரு பொருள் குறிக்கும் பல சொற்களாக வழங்குவதுண்டு.

நடுத்தர வர்க்க அறிவாளர்களும் நாவல் எழுதுவதில் தம் *கைவரிசையைக் காட்டவேண்டியவராயினர்* (நா.வா. 34)

ஆநந்த / அமிர்த குணபோதினி முற்றும் முழுதும் எஸ்.ஜி. இராமாநுஜலு நாயுடுவின் பத்திரிகையாகவே விளங்கியது . . . இரண்டொருவர் மட்டுமே இவரைத் தவிர

இதற்குப் பங்களித்தவர்கள். பிறவெல்லாம் இவருடைய கைவண்ணம் என்றே சொல்லலாம் (ஆஷ். 136)

கைவரிசை, கைவண்ணம் இரண்டும் திறமை பற்றியவை. முந்தையது நயங்குன்றியது; பிந்தையது நயஞ்சான்றது.

1994இல் பாரதியின் கருத்துப்படங்கள் நூலை வெளியிட்டேன். சென்னை பெசண்ட் நகர் வண்ணாந்துறைக்குக் குடிபெயர்ந்திருந்த ரா.அ.ப.வின் வீட்டுக்கு நேரில் சென்று நூற்படியைக் கொடுத்தேன். என்னை ஆரத்தழுவி, சித்திர பாரதி முதலில் வெளிவந்த பொழுது மண்டயம் ஸ்ரீநிவாஸாச்சாரியார் அவருக்கு அளித்த துவராடையை எனக்குப் போர்த்தினார். அழுக்காறில்லாத பேருள்ளம் ரா.அ.ப.வினுடையது (ஆஷ். 214)

தாகூரின் மீது பாரதி பொறாமை கொண்டிருந்தான் என்னும் அற்பர்கள் நரகத்தில் உழல்க ! (எழுக. 51)

அழுக்காறு, பொறாமை ஆகிய இரண்டும் தமிழேயாயினும் பொருட் சாயலில் நுட்ப வேறுபாடுடையன. அழுக்காறு என்னும் செவ்வியல் தமிழ்ச் சொல் அவர் விவரிக்கும் உணர்ச்சிமயமான சூழலுக்கு இயைபானது.

வெளிப்படையான சுயசரிதைத்தன்மை கொண்ட முற்றுப்பெறாத இந்நூலில்

['சின்னச் சங்கரன் கதையில்'] குமிழியிடும் நகைச்சுவையும் நுட்பமான கிண்டலும் குத்தலும் கேலியும் அங்கதமும் பகடியும் எட்டயபுர ஜமீன்தாரை முக்கிய இலக்காகக் கொண்டுள்ளன (எழுக.71)

> வ.உ.சி. பல சொற்பொழிவுகளை நிகழ்த்தினார். அரங்கக் கூட்டங்களில் ஆங்கிலத்தில் உரையாற்றுவதற்கு மாறாகப் பொதுக்கூட்டங்களில் தமிழில் சொற்பொழிவாற்றும் வழக்கம் இத்தருணத்தில்தான் தமிழகத்தில் முளைவிடலானது. மக்கள் சார்ந்த ஒரு வெகுசன அரசியல் இயக்கமாகச் சுதேசி இயக்கம் உருப்பெறலானதை இது கட்டியங்கூறியது (திருநெல்வேலி.25)

முளைவிட்டது, உருப்பெற்றது எனலும் இழுக்கில்லை எனினும் இறந்தகாலத்துத் தொடர்நிகழ் போக்கைக் குறிப்பிட, விடலானது, பெறலானது என்னும் வடிவங்கள் துல்லியமானவை.

தமிழகச் சாதிப் பட்டப்பெயர்களில் எடுப்பார் கைப்பிள்ளை போன்றதான 'பிள்ளை'... (தி.இ.வே.21) – எனச் சிறிய சொல் விளையாட்டை நிகழ்த்துகிறார் சலபதி.

நிறைவாக . . .

நான் நவின்று நயங்கண்ட இடங்களுள் மிகச்சிலவற்றை மட்டுமே இங்குத் தொடுத்துத் தந்திருக்கிறேன். இன்னும் பலவுண்டு. விரிப்பின் அகலும் தொகுப்பின் எஞ்சும். முற்றும் சொல்ல இயலா ஏக்கத்துடன் நிறைவு செய்கிறேன்.

❖❖❖

சான்றாதாரங்கள்

[பகர அடைப்பினுள் கட்டுரையில் பயன்படுத்தியுள்ள சுருக்கங்கள் தரப்பட்டுள்ளன]

ஆ.இரா. வேங்கடாசலபதி நூல்கள்:

'ஆஷ் அடிச்சுவட்டில்' (2016) [ஆஷ்.]

'எழுக, நீ புலவன்!' (2016) [எழுக,]

'தமிழ்க் கலைக்களஞ்சியத்தின் கதை' (2018) [கலைக்.]

'திராவிட இயக்கமும் வேளாளரும்' (2019) [தி.இ.வே.]

'திருநெல்வேலி எழுச்சியும் வ.உ.சி.யும் 1908' (2022) [திருநெல்வேலி.]

'நாவலும் வாசிப்பும் – ஒரு வரலாற்றுப் பார்வை' (2002) [நா.வா.]

'பாரதி: கவிஞனும் காப்புரிமையும்' (2015) [காப்புரிமை.]

'முச்சந்தி இலக்கியம்' (2004) [முச்.]

ஆ.இரா. வேங்கடாசலபதி பதிப்புகள்:

'சாதிக்குப் பாதிநாளா?' (2021) [சாதி]

'புதுமைப்பித்தன் வரலாறு' (2016) [பு.பி.வ.]

'வ.உ.சி.யின் சிவஞானபோத உரை' (2022) [சிவஞான.]

'வ.உ.சி.யும் பாரதியும்' (2022)

(யாவும் காலச்சுவடு வெளியீடுகள்)

❖

6

தேசிய உயர்வு மனப்பான்மையும் முச்சந்தி இலக்கியமும்

அ.கா. பெருமாள்

சுந்தர ராமசாமி தினமணியில் எழுதிய கட்டுரை ஒன்றில் சலபதியைப் பேராசிரியர் வையாபுரிப் பிள்ளையுடன் ஒப்பிட்டிருந்தார். நேரடிப் பேச்சில் பலரிடம் இதைப் பகர்ந்திருக்கிறார். அந்த ஒப்பீடு சரிதானா என்று புரியாமலேயே சு.ரா.விடம் தொலைபேசியில் பேசிய ஒருவருக்கு நிதானமாகவே சு.ரா. பதில் சொன்னது எனக்கு நினைவிருக்கிறது.

வையாபுரிப்பிள்ளையை நேரடியாக அறிந்தவர் சு.ரா. எஸ். வையாபுரிப் பிள்ளையின் தம்பி நடராஜ பிள்ளையின் வீட்டின் அருகே சு.ரா. குடியிருந்தார். எஸ்.வி. தம்பி வீட்டிற்கு வரும்போது சந்தித்திருக்கிறார். அந்த உரிமையில்தான் புதுமைப்பித்தன் மலருக்கு அவரிடம் கட்டுரை கேட்டார். எஸ்.வி.யின் எல்லாப் புத்தகங்களின் முதல் பதிப்பும் சு.ரா. நூல் நிலையத்தில் இருப்பதை இப்போதும் பார்க்க முடியும்.

வையாபுரிப் பிள்ளை ஒரு நூலைப் பதிப்பிக்க எடுத்துக்கொள்ளும் முயற்சி, அதற்கான தேடல், பதிப்பின் நேர்மை போன்றவற்றை சு.ரா., அவரின் ஆசிரியரும் எஸ்.வி.யின் நண்பரும் பேராசிரியருமான வீரபத்திர செட்டியாரிடமிருந்து அறிந்திருக்கிறார்.

சு.ரா.வுக்கு ஆரம்பகாலத்திலிருந்தே சலபதியின் மேல் மதிப்பும் அன்பும் மரியாதையும் வந்தது இதனால்தான்.

பாளையங்கோட்டை (திருநெல்வேலி மாவட்டம்) தூய சவேரியார் கல்லூரி நாட்டார் வழக்காற்றியல் ஆய்வு மையத்தில் நடந்த ஒரு ஆலோசனைக் கூட்டத்தில் சலபதியை முதலில் சந்தித்தேன். அப்போது அந்தத் துறையின் இயக்குநராக மானிடவியல் அறிஞரான அருள்பணி ஜெயபதி இருந்தார். துறைத்தலைவர் முனைவர் தெ. லூர்து, பிரம்மாண்டமான நூல் நிலையம், முழு வசதியுடன் கூடிய அருங்காட்சியகம் என்று செயல்பட்ட காலம் அது (1990).

அந்த ஆலோசனைக் கூட்டத்தில் அழைக்கப்பட்டிருந்தவர்கள் எல்லோருமே ஒருவகையில் நாட்டார் வழக்காற்றுத்துறையுடன் தொடர்புடையவர்கள்; சேகரிப்பாளர்கள்; எழுதியவர்கள். விதிவிலக்காகச் சிறப்பு அழைப்பாளராக சலபதி அழைக்கப்பட்டிருந்தார். திருநெல்வேலி சைவ சித்தாந்த அறிஞர் மணி அண்ணாச்சி, பேராசிரியர் தொ. பரமசிவன், பேரா. ஆ. சிவம் போன்றோர் ஜெயபதியிடம் சலபதியைப் பற்றி நிறையவே சொல்லியிருக்கிறார்கள்.

இயக்குநரின் சிறிய அறைக்கு நான் போனபோது சலபதி உட்கார்ந்திருந்தார். சலபதியை அறிமுகப்படுத்தும்போது "... மிகப்பெரிய ஆளாக வரப்போகிற வரலாற்று சமூகவியல் ஆய்வாளர், பதிப்பாளர்" என்று அவருக்கே உரிய பாணியில் சொல்லிக்கொண்டு போனார் ஜெயபதி. சலபதி "பாதர் உங்க முன்னால சாதாரண ஆளு" என்று சிரித்துக்கொண்டே சொன்னார்.

அந்தக் காலத்தில் திருநெல்வேலியில் மிகப் பிரபலமாக இருந்த அறிஞர் மணி அண்ணாச்சி, பாதர் ஜெயபதி, தொ. பரமசிவன், ஆ. சிவசுப்பிரமணியம் என்பவர்களெல்லாம் சலபதிக்குக் கொடுத்த மரியாதையும் பாராட்டும் மனோன்மணியம் சுந்தரனார் பல்கலைக்கழகத்தில் அவருக்கு எதிரான சூழ்நிலையை உருவாக்கிவிட்டதை அப்போதே பேராசிரியர்கள் பேசிக்கொண்டார்கள்.

அன்று நீண்டநேரம் நடந்த ஆலோசனைக் கூட்டத்தில் தமிழகத் தொன்மம் பற்றி விவாதிக்கப்பட்டது. பெரும்பாலும் புராணம், காவியம், வழக்காறுகள் தொடர்பான தொன்மங்கள் விவாதிக்கப்பட்டன. அவற்றின் நடைமுறைத் தேவை சாதாரண பேச்சுவழக்கில் அவை பயன்படுத்தப்பட்ட விதம் எனப் பேச்சு அசுவாரஸ்யமாய்த் தொடர்ந்தது.

சலபதி பேச ஆரம்பித்தார். கொஞ்ச நேரத்தில் எல்லோரும் உற்றுக் கவனிக்க ஆரம்பித்தார்கள். அவர் புராணம், இதிகாசம், வழக்காறு பற்றிப் பேசவில்லை. தனி இலக்கிய ஆளுமைகள் பற்றி தொன்மங்கள் உருவான விஷயத்தைச் சான்றுகளுடன் விளக்க ஆரம்பித்தார். சில தொன்மங்களின் கருத்தாக்கங்களை யும் சொன்னார்.

சலபதி சங்க மரபிலிருந்து ஆரம்பித்தார். "நம் நடுகல் மரபு வீரவழிபாட்டை மட்டும் உருவாக்கவில்லை; இலக்கிய ஆளுமைகளையும் படைப்பாளிகளையும் தொன்மங்களாக்கக் காரணமாய் இருந்தது" என்று சொல்லிவிட்டு ஒரு உதாரணமும் சொன்னார்.

நல்லுசாமிப்பிள்ளை என்ற தமிழறிஞர் இருந்தார். அவர் தான் நடத்திய *சித்தாந்த தீபிகை* என்ற இதழில் டாக்டர் ஜீ.யூ. போப் இறந்த நிகழ்ச்சியை எழுதியிருந்தார் (1903). அதில் போப்பை *"A Student of Tamil"* எனக் குறிப்பிட்டிருந்தார். இது சில வருஷங் களில் தொன்மமானது. போப் தன் கல்லறையில் எழுதியதாக நம்பப்பட்ட இந்த வாசகத்தை சோமலெ முதலில் மறுத்து எழுதிய பிறகும் இது தொடர்ந்தது.

இதைச் சொல்லிவிட்டுச் சலபதி "தொன்மம், ஐதீகம், சடங்கு என்பதன் எதிர்மறையான உண்மைகள் எப்போதும் செல்லுபடியாகாது" என்றார். பின்னர் சலபதி போப் தொடர்பான இந்தச் செய்தியை ஆதாரப்பூர்வமாக நேரடியாக பார்த்த அனுபவத்தைக் *காலச்சுவடில்* எழுதியிருக்கிறார். இத்தனைக்குப் பிறகும் அண்மையில் வெளிவந்த இலக்கிய வரலாறு ஒன்றில் போப்பின் கல்லறையில் எழுதப்பட்ட வாசகம் மிகைப்படுத்தலுடன் கூறப்பட்டுள்ளது.

சலபதி பண்பாடு விஷயமாய் ஆழமான சிந்தனைப் போக்குடன் எழுதிய கட்டுரைகளில் *அந்தக் காலத்தில் காப்பி இல்லை*, *முச்சந்தி இலக்கியம்* இரண்டும் முக்கியமானவை என்று நினைக்கிறேன்.

உண்பது நாழி உடுப்பது ரெண்டே, எத்தனை சொத்திருந்தும் சாப்பிடுவது வாய்வழியே என்பதைப் போன்ற கவித்துவ, வழக்காற்று வரிகள் வழி உணவு என்பது மனித சமூகத்திற்குப் பொதுவானது என்ற பிரமை கட்டமைக்கப்பட்டுள்ளது. சலபதி *அந்தக் காலத்தில் காப்பி இல்லை* என்னும் கட்டுரை மூலம் எளிதாக இதை உடைத்துவிட்டார். உணவின் தன்மை அவை வழி ஜாதி, இன, அந்தஸ்துகள் வேறுபடுமென்று கூறும் இந்தக் கட்டுரை தமிழ் ஆய்வுப் பரப்பில் முக்கியமானது.

பாளையங்கோட்டை தூய சவேரியார் கல்லூரி நாட்டார் வழக்காற்றியல் துறையில் நடந்த கருத்தரங்கு ஒன்றில் கே.ஏ. குணசேகரன் "உ.வே.சா. தமிழ் வழக்காற்றுக்கும், நாட்டார் கலைகளுக்கும் எதிரானவர்; டிங்கினானே என்ற கட்டுரையில் அவர் தெருக்கூத்தை பரிகசிக்கிறார்" என்றார். அப்போது அங்கிருந்தவர்களில் பலர் உ.வே.சா.வை அதிகம் படிக்காதவர்கள். சலபதியும் கூட்டத்தில் உண்டு. ஆனால் பேச முடியாத சூழ்நிலை, கூட்டம் முடிந்தபின் சலபதி உ.வே.சா.வைப் போல் வழக்காறுகளையும் சமகால நிகழ்வு களையும் பதிவு செய்த இன்னொருவர் இல்லை என்றார்.

அன்று சொன்ன விஷயங்களை ப. சரவணன் பதிப்பித்த என் சரித்திரம் நூல் முகவுரையில் சலபதி விரிவாகவே முன்வைத்திருக்கிறார். நாட்டார் வழக்காற்றியலின் 12 கோட்பாடுகளில் சூழலியல் கோட்பாடும் ஒன்று. எந்த ஆதாரத்தையும் சூழலில் பொருத்தி அதன் சொல்லாடலை இலக்கணத்திற்கு ஏற்ப பயன்படுத்தலாம். இதை உ.வே.சா. கட்டுரைகளுக்கும் பொருத்திப் பார்க்கலாம் என்பதை முதல் முதலாகச் சலபதி கூறுகிறார்.

நாட்டார் வழக்காற்றியல் ஆய்வாளர்கள் என் சரித்திரத்தை மீள் வாசிப்பு செய்யலாம். உ.வே.சா. இனவரைவியல், வழக்காற்றியல் விஷயங்களை ஆய்வாளனைப் போலவே பதிவு செய்திருக்கிறார். இச்செய்திகளை இப்படியான பார்வையில் சலபதி பார்த்திருக்கிறார்.

சலபதியின் நூற்களில் கடும் உழைப்புடன் புதிதாகச் சேகரிக்கப்பட்ட செய்திகளின் அடிப்படையில் எழுதப்பட்டது முச்சந்தி இலக்கியம். 'முச்சந்தி இலக்கியம்' என்பதே புதிதாக உருவாக்கப்பட்ட சொல். நாட்டார் வழக்காற்றியல் ஆய்வாளர்கள் பெரும்பாலும் தொடாத பகுதி வாய்மொழி மரபைப் பதிப்பித்த செயல்பாடு. சலபதி இதை ஆழமாகச் செய்துள்ளார்.

ஜவஹர்லால் ஹண்ட் என்ற ஆய்வாளர் தமிழகத்தில் நடந்த வழக்காற்றியல் ஆய்வை மிஷனரிகள் காலம், தேசிய காலம், கல்விப் புலக் காலம் எனப் பகுத்துக்கொள்கிறார். டாக்டர் லூர்து, ஆ. சிவம் எனப் பிற நாட்டார் வழக்காற்றியல் அறிஞர்கள் சேகரிப்புகாலம் (1871–1959), ஆய்வுத் தொடக்கம் (1960–70), ஆய்வின் வளர்ச்சி (1970 – 85), கொள்கைகளின் தாக்கம் (1985–2010) என்று பாகுபாடு செய்கின்றனர்.

ஆரம்பகாலத்து சேகரிப்பாளர்களில் சார்லஸ் கோவூர், பண்டித நடேச சாஸ்திரி, கி.வா.ஜ. போன்றோரும் இரண்டாவது

காலக்கட்டத்தில் சியாமளா பாலகிருஷ்ணன், ஹமீது, ஆறு அழகப்பன், பி.ஆ. சுப்பிரமணியம், நா. வானமாமலை போன்றோரும் அடங்குவர். அடுத்த நிலையில் பாளையங்கோட்டை தூய சேவியர் கல்லூரி ஆய்வு மையம் (FRRC) போன்ற சில மையங்களின் செயல்பாடுகள். நான்காம் காலகட்டத்தில் ஜெயபதி, லூர்து போன்றோரின் சோதனை முயற்சிகள். இந்த வரிசையில் சலபதி முக்கியமானவர்.

முன்குறித்த ஆய்வாளர்களில் சிலர் தமிழின் வழக்காறுகளும் வாய்மொழிப் பாடல்களும் கவனிக்கப்படாமல் புறக்கணிக்கப்பட்டதற்குத் தேசிய உணர்வு மனப்பான்மை என்னும் காரணத்தைக் கூறுகின்றனர். இந்தக் காரணம் சான்றுகளுடன் விரிவாக விளக்கப்பட்ட முதல் ஆய்வாக முச்சந்தி இலக்கியத்தை எடுத்துக்கொள்ளலாம்.

வழக்காறுகள், வாய்மொழிப் பாடல்கள், சிந்து, கதைப் பாடல்கள் போன்றவற்றைப் பதிப்பிக்கும் முயற்சி 19ஆம் நூற்றாண்டில் ஆரம்பித்துவிட்டது. என்றாலும் இப்பதிப்புகள் குஜிலி அல்லது வயானப் பாட்டுகள் என்பன போன்ற பல்வேறு பெயர்களால் குறிப்பிடப்பட்டு ஒதுக்கப்பட்டன. சலபதி ‘குஜிலி’ என்னும் சொல்லை விரிவாக ஆராய்கிறார். இச்சொல்லின் பின்னால் சாதி மதிப்பீட்டு அரசியல் உண்டு. இது வெறும் தரம் சார்ந்தது மட்டுமல்ல, படிப்பவரின் தரமும் கணக்கிடப்பட்டது. தமிழின் தேசிய உயர்வு மனப்பான்மையே குஜிலிப் பதிப்பு ஓரங்கட்டக் காரணமானது. தேசிய தாழ்வு மனப்பான்மை உள்ள மொழிகளின் நிலை வேறாக இருந்தது (பின்லாந்த் – கலேலியா).

வழக்காறுகளும் பாடல்களும் ஏன் ஒதுக்கப்பட்டன? இவற்றின் பதிப்பு குஜிலி எனக் கூறப்பட்டதன் காரணமென்ன? இதற்கு மீட்டுருவாக்கக் கோட்பாட்டின்படி விடைதருகிறார் சலபதி.

வழக்காறுகள், கதைப்பாடல்கள், சிந்துப்பாடல்கள் போன்ற வாய்மொழி, எழுத்து மரபின் பதிப்புகளை அன்றைய தமிழகத்தின் மிகப்பெரும் ஆளுமைகளாக இருந்த திரு.வி.க., சச்சிதானந்தம் பிள்ளை, டி.கே.சி., சொ. முருகப்பா, மு. அருணாசலம் போன்றோர் இழிவானதாகக் கருதினர். இந்தப் பட்டியலில் வேறு சிலரும் உண்டு. இவர்கள் குஜிலிப் பதிப்பை சுத்தப் பதிப்புக்கு எதிர்மறையான பதிப்பு, குஜிலிப் பதிப்பு என்றனர்.

குஜிலி என்னும் சொல்லை முதன் முதலாக சலபதி விரிவாக ஆராய்கிறார். வையாபுரிப்பிள்ளையின் தமிழ் லெக்சிகன் குஜிலி என்ற சொல்லுக்கு அந்திக்கடை, உருதுமொழிச் சொல்

என விளக்கம் தருகிறது. சலபதி இது குஜராத்திச் சொல், குச்சரர், குச்சிலியர் என்பதிலிருந்து வந்தது என்கிறார்.

சலபதி, குஜிலி பதிப்பிலுள்ள புத்தகங்களை உள்ளடக்கம் அடிப்படையில் கதை, அம்மானை, விலாசம் நாடகம் எனப் பலவற்றையும் கணக்கில் எடுத்துக் கொள்ளுகிறார். இவை ஆழ்ந்த சமூக வேர்கள் கொண்ட பண்பாட்டு வடிவம். இவை கருத்துப் பரவல் சாதனமல்ல என்ற கருத்தை முன்வைக்கிறார். மொத்தப் பதிப்புகளையும் ஒரு சேர வைத்து ஆராய்ந்திருக்கிறார்.

இந்த நூலின் பின்னிணைப்பில் 28 குஜிலிப் பாடல்களைக் கொடுத்திருக்கிறார். இந்த நூல் வெளியான காலத்தில் மிகக் கவனம் பெற்றது. ஆனால் தொடர்ந்து இது குறித்த ஆய்வு நடக்கவில்லை.

84 அ.கா. பெருமாள்

7

தேற்றம் என்பது உறுதி

ஆ. இரா. வேங்கடாசலபதியின் முன்னுரைகள்

ஜெ. சுடர்விழி

'முதல் கடிதம் வரப்பெற்ற போது ஒரு மடத்து வித்துவானாகக் காட்சிதரும் உ.வே.சா. இருபதாம் நூற்றாண்டு தொடங்கும் தருணத்தில் தமிழுலகம் மெச்சும் பேரறிஞராகத் திகழ்வதை இந்த முதல் தொகுப்பில் காண்கிறேன்.' உ.வே.சா. கடிதக் கருவூலம் நூலின் முன்னுரையில் சலபதி எழுதியிருக்கும் இப்பகுதியை இதே பாணியைப் பயன்படுத்தி அவருக்கும் சொல்வதானால் முதல் நூலை வெளியிட்டபோது இலக்கியக் கூட்டங்களில் கலந்து கொள்ளும் சாதாரண பதின்ம வயது மாணவனாகக் காட்சி தரும் சலபதி ஐம்பதாம் வயது தொடங்கும் தருணத்தில் தரணி மெச்சும் மாபெரும் வரலாற்று அறிஞராகத் திகழ்வதைக் காண முடிகிறது எனலாம்.

பதினேழாவது வயதில் வ.உ.சி.யின் கடிதங்களைத் தொகுத்துக் கொண்டு வந்து, தனக்கு முகம் தந்தவராகச் சலபதி தம் முன்னுரைகளில் தவறாமல் குறிப்பிடும் முகம் மாமணி அவர்களிடத்தில் கொடுத்தபோது

> 'வ.உ.சி.யின் நெஞ்சுருக்கும் கடிதங்களைப்
> பிஞ்சுக் கரம் ஒன்று பூ போலத் தொடுத்துள்ளது
> செல்வ நின் சீரிய முயற்சி சிறந்து ஓங்குக
> கீர்த்தி பெறுவாய் இத்தரையில் இது சத்தியம்'

என்ற அந்த மாமனிதரின் வாழ்த்தோடு தொடங்கிய சலபதியின் எழுத்துப் பயணம் தமிழிலும் ஆங்கிலத்திலுமாக ஏறக்குறைய 45 நூல்களையும்

நூற்றுக்கும் மேற்பட்ட ஆய்வுக் கட்டுரைகளையும் வழங்கி யிருக்கிறது. அவருடைய பேருழைப்பும் தொடர் தேடல்களும் இதுவரை யாரும் பயணித்திராத இருள் நிறைந்த வரலாற்றின் பாதைகளில் சுடரேற்றி வைத்துள்ளன என்பதை யாரும் மறுக்க இயலாது. அவர் நூல்களிலுள்ள கட்டுரைகளுக்கு இணையான செறிவும் மதிப்பும் கொண்டவை நூல்களில் இடம்பெறும் முன்னுரைகள்.

நூல்களுக்கு முன்னுரை எழுதுவது என்பது வழமையான மரபார்ந்த செயல்பாடாக இருப்பினும் சலபதி எழுதும் முன்னுரை களின் நடை, ஆவணத் தன்மை , அந்நூலின் பொருண்மை குறித்து வேறு எங்கும் சென்று செய்திகள் தேடவேண்டாதபடி அமைந்திருக்கும் வரலாற்றுத் தகவல்கள், அனுபவ விவரணைகள், விடுபடல் குறிப்புகள், மேலாய்வுக்கான வழிகாட்டல்கள் எனப் பன்முகத் தன்மையுடன் அமைந்து இம்முன்னுரைகள் மட்டுமே தனித்து நோக்கப்படவும் ஆய்வுக்குட்படுத்தப் படவும் வேண்டிய தேவையை உணர்த்துகின்றன. சி.வை.தா., உ.வே.சா.வின் முன்னுரைகளுக்கு இருக்கும் முக்கியத்துவம் போல் தற்காலத்தில் ஆகப்பெரும் முக்கியத்துவம் கொண்ட இம்முன்னுரைகள் பின்னாட்களில் தனிக் கட்டுரைகளாக நூல்களில் தொகுக்கப்பெறும் தகுதிப்பாட்டைக் கொண்டுள்ளன. இன்னும் சொல்லப்போனால் அவர் எழுதிய ஒரு நூலுக்கான முன்னுரை மட்டுமே தனி நூலாகவும் வெளிவந்த சிறப்பினையும் கொண்டிருக்கிறது (முல்லை ஓர் அறிமுகம்). தன் நூல்களுக்கு மட்டுமல்லாமல் மற்றவர்களின் நூல்களுக்கு அவர் எழுதும் முன்னுரைகளும் அந்நூல்களின் மதிப்புயர்வுக்கும் கவன ஈர்ப்புக்கும் அதிக விற்பனைக்கும் காரணமாக அமைந்து வருகின்றன. 'ஆ. இரா. வேங்கடாசலபதியின் முன்னுரையுடன் இந்நூல் வெளிவர இருக்கிறது' என்கிற விளம்பர வாசகங்களில் தரப்படும் அழுத்தம் அவர் முன்னுரைகளுக்கான மதிப்பையும் தனித்துவத்தையும் உணர்த்த வல்லன.

சலபதியின் முன்னுரைகள், அவற்றை வாசிக்காமல் யாரும் பிரதிக்குள் நுழைந்து விட முடியாதபடி தடுத்து நிறுத்தும் சக்தி கொண்டவை. முன்னுரையிலேயே வாசகனைக் கட்டிப் போடும் வித்தையை முன்னுரைகளுக்குக் கொடுக்கும் தலைப்பிலிருந்தே அவர் தொடங்கிவிடுகிறார். சென்றுபோன நாட்கள் நூல் முன்னுரையில் 'பாரதி பற்றிய சித்திரத்தை மேற்கோளாகவும் முழுக் கட்டுரையாகவும் படித்த நாளிலிருந்தே அவரைப் பற்றிய மோகம் என்னை ஆட்கொண்டுவிட்டது. சென்றுபோன நாட்கள் என்ற தலைப்பு காலத்தை மீறிய நவீனத் தன்மையோடு அமைந்திருந்ததும் இதற்கொரு காரணம் ஆகலாம்' என்று

குறிப்பிடும் சலபதி ஒரு பிரதி தன்னை ஆட்கொண்டதற்குத் தலைப்பும் ஒரு காரணமாக இருந்ததை உணர்ந்து இருந்ததனால் கட்டுரைகளுக்கு மட்டுமல்ல முன்னுரைகளுக்கு வைக்கும் தலைப்புகளிலும் மிகுந்த கவனமுடன் இருந்துள்ளார். சென்று போன நாட்கள் எஸ்.ஜி. இராமாநுஜலு நாயுடு நூல் முன்னுரைக்குக் 'கதை சொல்வதில் சமர்த்தர்' என்றும் புதுமைப்பித்தன் வரலாற்று நூலுக்கு 'அவனுக்கே பிச்சனானேன்' என்றும் எழுக நீ புலவன் நூலுக்கு 'நாள் மலர்களும் நாட்படுதேறலும்' என்றும் வைக்கப்பட்டுள்ள தலைப்புகள் நவீனத்தில் மரபைக் குழைத்துத் தருகின்றன. இலக்கிய நயத்துடன் அமைந்துள்ள இத்தலைப்புகள் உதிர்ந்த மலர்கள், நிலவில் மலர்ந்த முல்லை போன்ற உ.வே.சா.வின் கட்டுரைத் தலைப்புகளை நமக்கு நினைவூட்டுகின்றன. சலபதி என்கிற ஆளுமையை நான் அறிந்திராத காலத்தில் ஒரு புத்தகக் கண்காட்சியில் வைக்கப்பட்டிருந்த 'அந்தக் காலத்தில் காப்பி இல்லை' என்கிற நூலைத் தலைப்புக்காகவே வாங்கியதையும் இங்குப் பதிவிடுதல் பொருந்தும். இத்தகைய நயமிக்க தலைப்புகள் பொருத்தமாகவோ மனம்கொள்ளும் வகையிலோ வாய்க்காத போது நேரடித் தலைப்புகளையே வைத்துள்ளார்.

தலைப்பைத் தொடர்ந்து முன்னுரைகளுக்கான தொடக்கப் பகுதியை எப்படி அமைத்துக்கொள்ள வேண்டும் என்பதிலும் சலபதியின் வினைத்திட்பத்தையும் மெனக்கெடலையும் அறிய முடிகிறது. குறிப்பிட்ட ஆளுமையைப் பற்றி எழுதப்படும் நூலாகவோ அல்லது பதிப்பிக்கப்படும் நூலாகவோ இருப்பின் அந்த ஆளுமையின் எழுத்துக்களிலிருந்தே நூலுக்குத் தொடர் புடைய தொடர்களை உருவி எடுத்து வந்து முன்னுரையைத் தொடங்குவதை ஒரு முறையியலாகவே அமைத்துக்கொண்டு உள்ளதைக் காண முடிகிறது. இம்முறையுடன் வாசகரின் கவனத்தை ஈர்க்கக் கூடிய, ஆர்வத்தைத் தூண்டக் கூடிய பீடிகை யுடனும் ஆவண மதிப்புடனும் சில முன்னுரைகளின் தொடக்கப் பகுதிகள் அமைந்துள்ளன.

'புதுமைப்பித்தன் வரலாறு' பதிப்பு நூலை புதுமைப்பித்தனின் கல்யாணி கதையில் வரும் சுப்புவையரின் வீடு ஜன்னலுக்குப் பெயர் போனதல்ல என்பதுபோல தமிழ் இலக்கியமும் வாழ்க்கை வரலாறுகளுக்கு அதிலும் குறிப்பாக எழுத்தாளர்களின் வாழ்க்கை வரலாறுகளுக்குப் பெயர் போனதல்ல என்று தொடங்கியுள்ளார். 'பாரதி கவிஞனும் காப்புரிமையும்' என்ற நூல் பாரதியின் படைப்புகள் நாட்டுடைமை ஆன வரலாற்றைச் சொல்கிறது. ஓர் எழுத்தாளனின் பதிப்புரிமையை அரசாங்கமே வாங்கி அதை மக்களின் பொதுவுடைமை ஆக்கிய வரலாறு இதுவரை உலகம் கண்டிராத ஒன்று. இந்நிகழ்வை விளக்கும் நூலுக்கான

முன்னுரையைப் பாரதியின் வரிகளைக் கொண்டே 'வையகத்தீர் புதுமை காணீர்' என்று தொடங்குகிறார்

'அச்சில் வெளிவந்த பாரதியின் இரண்டாம் படைப்பு ஹிந்து நாளிதழில் (27 டிசம்பர் 1904) பிரசுரமான Mr.Sankaran Nair's Pronouncement என்ற கடிதமாகும். அப்பொழுது பாரதிக்கு வயது இருபத்திரண்டு' என்று பாரதி கருவூலம் முன்னுரையும், 'அச்சில் வெளிவந்த புதுமைப்பித்தனின் முதல் நூல் மொழிபெயர்ப்புக் கதைகள் அடங்கிய உலகத்துச் சிறுகதைகள்தான்' என்று புதுமைப்பித்தன் மொழிபெயர்ப்புகள் நூல் முன்னுரையும் ஆவணத்தன்மை கொண்ட செய்திகளுடன் தொடங்கப்பட்டுள்ளன.

'1855 இல் உ.வே. சாமிநாதையர் பிறந்தபொழுது தமிழகத்தில் ரயில் வண்டிகள் ஓடத் தொடங்கி இருக்கவில்லை. இருப்புப் பாதையிலேயே பெரிதும் பயணம் செய்து தமிழகமெங்கும் பழந் தமிழ் ஏடுகளைத் தேடிய உ.வே.சா. ஜப்பானிய விமான குண்டுத் தாக்குதலுக்கு அஞ்சி சென்னை நகரைப் பலரும் காலி செய்து சென்ற பொழுது திருக்கழுக்குன்றத்திற்குக் குடிபெயர்ந்து 1942இல் மறைந்தார்'. உ.வே.சா. கடிதக் கருவூலத்தின் இம்முன்னுரையின் தொடக்க வரிகளில் சலபதி ஒரு சமூக வரலாற்றையே நான்கு வரிகளுக்குள் சொல்லிச் செல்கிறார். ரயில் கண்டு பிடிப்பதற்கு முன்பாகப் பிறந்த உ.வே.சா., ரயில் கண்டுபிடிக்கப்பட்டு அது பொதுமக்கள் பயணம் செய்வதற்கான சாதாரண நடைமுறை ஆக்கப்பட்டு பின் விமானம் கண்டுபிடிக்கப்பட்டு போர் நடப்பது சாதாரண நிகழ்வாக மாறியவரை நீண்ட நெடுங்காலம் வாழ்ந்திருக்கிறார் என்பதனையும் இந்த நெடுங்காலத்தில் எத்தகைய சமூக மாற்றங்கள் நிகழ்ந்தன என்பதனையும் இதைவிடச் சுருக்கமாகவும் சுவைபடவும் சொல்ல இயலுமா என்பது ஐயமே.

பொதுவாக 10 முதல் 40 பக்கங்கள் வரை கூட நீளும் சலபதியின் முன்னுரைகள் பெரும்பாலும் ஆவணத் தகவல்களின் களஞ்சியமாக அமைவன. நூலைப் பற்றியும் தன் ஆய்வுப் பயணத்தின் அனுபவங்களைக் குறித்துப் பேசுவதற்கும் இந்த முன்னுரைப் பகுதியையே அவர் களமாகப் பயன்படுத்துகிறார். புதுமைப்பித்தன் வரலாறு நூலுக்கு தொ.மு. சி. ரகுநாதன் 2 பக்கங்களுக்கும் குறைவான முன்னுரை எழுதியிருக்க அதேநூலின் பதிப்புக்கு இவரோ 25 பக்கங்களுக்கு முன்னுரை எழுதியுள்ளார். சில முன்னுரைகள் சான்றுக் குறிப்புகள், பின்னிணைப்புகள் ஆகியன கொண்டு ஆய்வுக் கட்டுரைகளாகவே அமைந்துள்ளன. தொடக்கநிலை ஆய்வாளர்களுக்கு இம்முன்னுரைகளை மட்டுமே தொகுத்துக் கொடுத்தால் போதும், ஒரு ஆய்வை எப்படித்

தொடங்க வேண்டும், எப்படித் தொடர வேண்டும் என்பதற்கான கையேடாகவும் கைவிளக்காகவும் அமையும்.

ஒரு ஆய்வாளனுக்குத் தன் ஆய்வுக்கான தரவுகளை எங்கே தேடவேண்டும் என்பதில் தெளிவும் சரியான அவதானிப்பும் இருக்க வேண்டும் என்பதைத் தன் அனுபவத்திலிருந்தே சலபதி விளக்குகிறார். சலபதி ஆய்வின் சிறப்பே முதல்நிலை ஆதாரங்களை அடிப்படையாகக் கொண்டு உண்மையைக் கண்டறிவதுதான். அரசாங்கத்திற்கு எதிராக அரசியலில் ஈடுபட்ட பாரதியைப் பற்றிய தகவல்கள் கட்டாயம் அரசு ஆவணங்களில் இல்லாமல் போகாது என்ற நம்பிக்கையின் அடிப்படையில் தமிழ்நாடு ஆவணக் காப்பகம், தேசிய ஆவணக் காப்பகம், பிரிட்டிஷ் நூலகம் ஆகியவற்றில் தேடி, பல்வேறு தகவல்களைத் திரட்டிய செய்தியைக் குறித்து 'எழுக நீ புலவன்' முன்னுரை விவரிக்கிறது. பாரதி ஆசிரியராக விளங்கிய நாளேடான *விஜயா* பத்திரிகையைச் சலபதி தேடிக் கண்டுபிடிப்பதற்கு முன்பு வரை நிகழ்காலத் தமிழ்ச் சமூகம் அந்த இதழைப் பார்த்ததில்லை. பாரதியின் ஆய்வாளர்கள் தமிழ் நாட்டிற்குள்ளேயே தேடிக்கொண்டிருந்தபோது 'பஞ்சதந்திரக் கதையில் வரும் கிழவி போல் வெளிச்சமுள்ள இடத்திலேயே தமிழக ஆய்வாளர்கள் தேடி வருகிறார்களென்று சிலவேளை தோன்றும். பாரதியின் அரசியல் வாழ்க்கையை ஆராய்பவர் எப்படிக் காலனிய அரசாங்க ஆவணக் காப்பகத்தில் தேடுதல் நடத்தாமல் இருக்க முடியும்? பிரெஞ்சு இந்தியப் பகுதியாக இருந்த புதுச்சேரியில் இருந்து வெளியான விஜயாவை பாரீசிலல்லவா தேட வேண்டும்? பாரதி *இந்து* ஆங்கில நாளேட்டில் எழுதியதற்கான தடயங்கள் கிடைக்கும்பொழுது அதன் பழைய கோப்புகளை முழுவதுமாகப் பார்க்க வேண்டாமா?' என்று சலபதி கேள்வி எழுப்புவதுடன் இந்த அவதானிப்பின் பயனாக பாரிஸ் சென்று பிரான்ஸ் தேசிய நூலகத்தில் *விஜயா* இதழ் களைக் கண்டெடுத்து அவற்றிலிருந்து திரட்டிய கட்டுரைகளை 2004இல் நூலாக வெளியிட்டுள்ளார்.

ஆய்வாளர்கள் ஆய்வுத்துறையில் சாதிப்பதற்கு நினைவாற்ற லும் தொடர்ச்சியான தேடுதல் வேட்கையும் கண்டறிந்ததை முறையாக வெளிப்படுத்தும் திறனும் கொண்டவராக இருக்க வேண்டும் என்பதற்கு சலபதியே வாழும் சான்று எனலாம். 1998இல் புதுமைப்பித்தனின் தொகுக்கப்படாத அச்சிடப்படாத படைப்புகளை 'அன்னை இட்ட தீ 'என்கிற பெயரில் நூலாகக் கொண்டு வந்தார். அதன் முன்னுரையில் 'ஒரு பத்தாண்டுகளுக்கு முன்பு வ.உ.சி.யைப் பற்றிய என் ஆய்வுக்காக *காந்தி* இதழ்களை மறைமலையடிகள் நூல்நிலையத்தில் பார்த்துக்கொண்டிருந்த போது 'குலாப்ஜான் காதல்' கண்ணில் பட்டது. அதுதான் புதுமைப்பித்தனின் அச்சேறிய முதல் படைப்பு என்ற ரகுநாதனின்

'புதுமைப்பித்தன் வரலா'ற்றுக் குறிப்பு நினைவுக்கு வர அதனைப் படி எடுத்து வைத்தேன்' என்று குறிப்பிட்டுள்ளார். புதுமைப்பித்தன் எழுத்துகளனைத்தையும் செம்பதிப்பாக இத்தமிழ்ச் சமூகத்திற்கு வழங்க இருக்கிறோம் என்கிற சிந்தனையோ முன் எண்ணமோ எதுவும் இல்லாத 1980களிலேயே வேறொரு ஆய்வுக்காகத் தேடிக் கொண்டிருந்தபோதும் எப்போதோ படித்த செய்தியை நினைவில் வைத்துக்கொண்டு அதுவரை கிடைக்காதிருந்த அப்படைப்பைப் படி எடுத்து வைத்துள்ளார். எஸ்.ஜி. இராமாநுஜலு நாயுடு 'சென்று போன நாட்கள்' நூல் 2015 இல் வெளிவந்துள்ளது. 1987–90களில் இருந்தே தன் ஆய்வுத் தேட்டத்தினூடே இவரைப் பற்றிய குறிப்புகளை எடுத்து வந்துள்ளதாக சலபதி குறிப்பிடும் நிலையில் ஏறக்குறைய 30 ஆண்டுகாலத் தேடுதல் ஒரு முன்னுரையாக நம்முன் விரிந்து நிற்கிறது. 2018இல் வெளியிட்ட தமிழ்க் கலைக்களஞ்சியத்தின் கதை என்னும் நூலுக்கான விதை 1991இல் பிரெஞ்சு கலைக்களஞ்சியம் பற்றி ராபர்ட் தான்டன் எழுதிய நூலைப் படித்தபோது கிடைத்ததாகப் பதிவிட்டுள்ளார்.

'இந்நூலிலுள்ள சில ஆளுமைகள் பற்றிக் கலைக் களஞ்சியங் களில் தேடினால் ஒரு பத்தி கூடத் தேறாது. முற்றிலும் அறியப் படாமலும் அல்லது வெறும் பெயரளவில் மேலோட்டமாக மட்டும் அறியப்பட்டவர்களாகவும் இருந்த ஆளுமைகள் நம்பகமான தகவல்களுடன் இந்நூலில் உயிர்பெற்றுள்ளனர்' என்றும் 'நான் கிழித்த தீக்குச்சியின் வெளிச்சத்திலேயே இருளில் ஒடுங்கியிருந்த இப்பேராளுமைகளின் உருவம் ஒரு கணமேனும் துலங்கியுள்ளது' என்றும் சொல்வதில் பெரும் மனநிறைவு கொள்ளும் சலபதியின் பேருழைப்பை அவருடைய முன்னுரைகள் அறிவிக்கின்றன. 1988ஆம் ஆண்டின் பிற்பகுதியில் புது தில்லி நேரு நினைவு நூலகம் மற்றும் அருங்காட்சியகத்தில் சுதேசமித்திரன் நாளிதழின் நுண்படச்சுருள்களைப் பார்த்துக் கொண்டிருந்த போது ஒரு இதழின் முதல் பக்கத்தில் துப்பறிதலின் புதுச்சுவை ததும்பிய அற்புதமான இனிய தமிழ் நாவல் என்று பரிமளா என்கிற நாவலின் விளம்பரத்தைக் கண்டிருக்கிறார். அந்நாவலைக் காண வேண்டுமென்று பல ஆண்டுகள் பல்வேறு இடங்களில் தேடியும் கிடைக்காமல் இறுதியாக இலண்டனிலுள்ள பிரிட்டிஷ் நூலகத்தில் கண்டிருக்கிறார். இத்தமிழ் நாவல் எஸ்.ஜி. இராமாநுஜலு நாயுடுவால் பதிப்பிக்கப்பட்டுள்ள நூலாக இருந்த காரணத்தாலும் அதன் ஆசிரியத் தன்மை குறித்து ஐயம் எழுந்த காரணத்தாலும் பல்வேறு தரவுகளின் அடிப்படையில் அந்த விவாதங்களை ஒருங்கிணைத்து ஒரு துப்பறியும் கதை போல் 'சென்றுபோன நாட்கள்' நூல் முன்னுரையை அமைத்துள்ளார். மேலும் புதுமைப்பித்தனின் அச்சிடப்படாத படைப்புகளைக் கொண்ட தொகுப்பை வெளியிட புதுமைப்பித்தனின் மனைவி கமலா

விருத்தாசலம் அவர்களிடம் 1995இல் அனுமதி வாங்கியபோது சுமார் 100 பக்கங்களுக்கு வருமென்று எதிர்பார்த்திருந்த அத்தொகுப்பு 1998இல் வெளிவரும் போது 350 பக்கங்களுக்கு மேற்பட்ட நூலாக வடிவம் கொண்டது சலபதியின் கடும் உழைப்பையும் தேடலையும் உணர்த்துகிறது. இரவல் விசிறி – மடிப்பு என்ற பெயரில் புதுமைப்பித்தன் எழுதிய ஏ.எஸ்.ஏ. சாமி யின் பில்ஹணன் நாடகம் மதிப்புரை செவிவழி செய்தியாக மட்டுமே இருந்தது. கிடைக்கப் பெறவில்லை. ஏ.எஸ்.ஏ. சாமி அவர்களிடமே தொடர்பு கொண்டபோது அவரும் தொலைந்து விட்டதாகக் கையை விரித்து விட்டதாக ‘அன்னை இட்ட தீ’ முன்னுரையில் கூறியிருந்த சலபதி 2002இல் புதுமைப்பித்தன் கட்டுரைகள் நூலைப் பதிப்பிக்கின்ற போது அந்த இரவல் விசிறி – மடிப்பு என்கிற மதிப்புரையைக் கண்டறிந்து பதிப்பித்தார். ஐயத்திற்குரியதாக இருந்த ஒரு படைப்பு (சாளரம்) புதுமைப்பித்தனுடையதுதான் என நிறுவப்பட்டு புதுமைப்பித்தன் கட்டுரைகள் தொகுப்பில் சேர்க்கப் பட்டிருப்பதையும் அவர் முன்னுரைகள் வழி அறிகின்றபோது சலபதியின் தேடலும் மெனக்கெடலும் ஆய்வுநாட்டம் உள்ள ஒவ்வொருவருக்கும் உந்தாற்றல் தரக்கூடியதாக அமைந்துள்ளது. அவரே குறிப்பிடுவது போல அவர் கட்டுரைகள் எழுதி வெளியிட்ட பின்பும் அவற்றின் தொடர்பாகக் கிடைக்கும் தரவுகளைத் தொடர்ந்து தொகுத்து வந்திருக்கிறார்.

ஆய்வில் தான் கண்டறிந்த செய்திகளைத் தொகுத்துக் கூறுவதுடன் தன் தேடலின் போது அறிந்த ஆனால் தனக்குக் கிடைக்காத ஆவணங்களைப் பற்றிய விவரங்களையும், தன்னால் அவிழ்க்க இயலாத சில புதிர்களையும் தன் முன்னுரை களில் தவறாமல் பதிவு செய்வது சலபதியின் வழக்கம். எஸ்.ஜி.இராமாநுஜலு நாயுடு பெண்களைப் பற்றி கொண் டிருந்த கருத்துகள் விபரீதமானவை என்று புதுமைப்பித்தன் கூறியிருந்ததைக் குறிப்பிட்டு அதன் பொருளை இனிவரும் ஆய்வாளர்கள் கண்டறிவார்கள் என்றும் எதிர்பார்ப்பதாகப் பதிவிட்டுள்ளார். ‘அன்னை இட்ட தீ’ நூலின் முன்னுரையில் புதுமைப்பித்தன் எழுதியவற்றில் இன்னும் எவையெல்லாம் கிடைக்கவில்லை என்பதை அடுத்துத் தொடர வேண்டிய முயற்சிகளுக்கு இவை கைகாட்டி என்று குறிப்பிட்டே இரண்டு பக்க அளவில் எழுதியுள்ளார். இக்குறிப்புகளைக் கொண்டு வளர்ந்து வரும் இளம் ஆய்வாளர்கள் ஆய்வை அடுத்த கட்டத்திற்கு நகர்த்திச் செல்லவேண்டுமென்கிற உன்னத நோக்கமும் விழைவும் இவற்றில் புலப்படுகிறது.

நூலை வாசிக்கப் புகும் வாசகனுக்கு நூல் எதைப் பற்றியது, நூல் எழுதுவதற்கான காரணம், இந்நூல் எழுதுவதற்கான விதை

எப்போது ஊன்றப்பட்டது?, தேடல் எப்போது தொடங்கியது?, எந்தெந்த நூலகங்கள் ஆய்வுக்கு உதவின?, நூலாக்கத்திற்கு யார் யாரெல்லாம் எவ்வெவ் வகைகளில் உதவி செய்தார்கள்?, இதற்கு முன் இத்தலைப்பில் செய்யப்பட்ட ஆய்வு முயற்சிகள், அம்முயற்சிகளிலுள்ள விடுபடல்கள், அந்தக் குறைகளை இந்நூல் எப்படி நிவர்த்தி செய்கிறது, நூல் பொருண்மை தொடர்பான வரலாற்றுச் செய்திகள், பதிப்பு நூலாக இருந்தால் அதில் பின்பற்றப்பட்டிருக்கும் பதிப்பு நெறிமுறைகள், பதிப்பின் போது சந்தித்த சிக்கல்கள் போன்ற பொது அமைப்பில் அனுபவ விவரணையோடும் வாசிப்பை சுவாரசியமாக்கும் நடையுடனும் அமைவன அவரது முன்னுரைகள். சில முன்னுரைகள் மட்டுமே இத்தகைய பொது அமைப்பிலிருந்து விலகி நிற்பவை.

ஏகாரம் என்னும் இடைச்சொல் தேற்றப் பொருளைத் தரும் என்கிறது தொல்காப்பியம். தேற்றம் என்பது உறுதி. முப்பத்தைந்தாண்டுகளுக்கும் மேலாகத் தொடர்ந்து ஆய்வுலகில் பயணித்துக் கொண்டிருக்கும் சலபதியின் விரிந்த வாசிப்பு, உலக நூலகங்களிலிருந்து ஆவணங்களைப் பயன்கொள்ளல், அவருடைய மேதைமை ஆகியவை காரணமாகப் பல முன்னுரைகளில் ஏகாரத் தொனியைக் கேட்க இயலுகிறது. இந்தத் தொனியில் மிக உறுதியாக அவர் சொல்லிச் செல்லும் தகவல்கள் மலைப்பைத் தருகின்றன. ‘புதுமைப்பித்தனின் வாழ்நாளில் ஒரே ஒரு கட்டுரைத் தொகுப்புதான் வெளிவந்தது.’ ‘நவீன தமிழ் எழுத்தாளர் ஒருவரைப் பற்றிய இலக்கிய முறையிலான வாழ்க்கை வரலாறு ரகுநாதன் மூலம் புதுமைப்பித்தனுக்கே முதலில் அமைந்தது.’ ‘பத்திரிகையில் வெளியான பாரதியின் ஒரே பேட்டி இதுவெனலாம்.’ ‘பாரதி இறந்த நாலைந்து நாளுக்குள் இராமாநுஜலு நாயுடு சுதேசமித்திரன் நாளேட்டில் எழுதிய குறிப்புகளே பாரதியின் வாழ்க்கை வரலாற்றுச் செய்தி களை முதன்முதலில் பதிவு செய்த கட்டுரை.’ ‘பேராசிரியர் மனோன்மணீயம் சுந்தரம்பிள்ளை, வீ.கோ. சூரிய நாராயண சாஸ்திரி, சந்திரசேகர கவிராஜ பண்டிதர், தி.த. கனகசுந்தரம் பிள்ளை முதலானோரின் கையெழுத்துத் தானும் எப்படி இருக்கும் என்பதை அறிய இக்கருவூலத்தைத் தவிர வேறு எங்கும் சான்றில்லை’. இப்படி இன்னும் ஏராளமான உறுதிக் கூற்றுகள் ஆவணங்களாக அவரது முன்னுரையில் தொழிற்படுகின்றன.

தன்னுடைய தேடுதல் பணி, கண்டுபிடிப்புகள், ஆளுமை களைப் பற்றிய ஆய்வின் வழியாகச் சமூக வரலாற்றை இனங்காணும் தன் அரும்பணியைக் குறித்த ஒருவகை மனநிறைவையும் பெருமிதத்தையும் சலபதியின் எழுத்துகளில் காணலாம். ஒரு முறை சலபதியுடைய நண்பர் “இந்த முகம் மாமணி என்ன செய்து விட்டார். ஒன்றுமே செய்யவில்லையே” என்று குத்தலாகக்

கேட்க அதற்கு சலபதி "சலபதி என்ற ஒருவனை உருவாக்கி யுள்ளாரே அது போதாதா எனப் பதிலளித்திருக்கிறார். "தமிழ் மொழியைப் புகழில் ஏற்றும் கவியரசர் தமிழ்நாட்டுக்கு இல்லை எனும் வசை என்னால் கழிந்ததன்றே" என்ற பாரதியின் பெருமிதமாகத்தான் சலபதியின் கூற்றையும் காணமுடிகிறது.

இந்தப் பெருமித உணர்வு காரணமாகவும் பிறருடைய உழைப்பை எளிதில் மறந்து விடுகிற அல்லது கவர்ந்துகொள்கிற மேலும் ஆவணங்களைப் பேணத் தவறுகிற தமிழ்ச்சமூகத்தின் போக்கு காரணமாகவும் தன் ஆய்வுப் பணிகளையும் பயன்களையும் அவரே தம் முன்னுரைகளில் ஆவணப்படுத்தி உள்ளார். "ஆஷ் பற்றி முன்பின் தொடர்ச்சி இல்லாத ஒரு நூலை எழுதிய ஒருவர் நான் தேடி எடுத்த படங்களை அவரே கண்டுபிடித்தது போல் தம் நூலில் சேர்த்துக்கொண்டார். பாவம் அட்டைப்படத்தில் தவறான படத்தைப் போட்டுவிட்டார். எந்த வெள்ளைக்காரனாக இருந்தால்தான் என்ன ... நல்லாப்பிள்ளை பாரதத்தை மறு அச்சு செய்த ஒருவர் அதன் முன்னுரையில் ம.வீ. இராமானுஜாசாரியாரைப் பற்றி எழுதுங்கால் கவனமாக என் பெயரை மறந்தார்" என்று ஆதங்கப்படும் சலபதி நயத்தக்க நாகரிகத்துடன் இவற்றைச் சுட்டிக்காட்டியிருப்பதுடன் தன் ஆய்வுப்பணிகளையும் தொடர்புடைய இடங்களில் அழுத்தமாகப் பதிவு செய்கிறார். "இன்றைய தமிழ்ச் சூழலில் ஏ.கே. செட்டியார் பெயர் பரவலாக அடிபட ஆரம்பித்தது என் 'அண்ணல் அடிச்சுவட்டில்' பதிப்பு வெளிவந்த பிறகுதான்." "ம.வீ. இராமானுஜாசாரியாரின் மகாபாரதப் பதிப்பு பற்றிய முதல் விரிவான வரலாறு ஆஷ் அடிச்சுவட்டில் உள்ளதே." "பொதுவுடைமை கட்சியை நிறுவியவர்களில் ஒருவரான சி.எஸ். சுப்பிரமணியம் மறைந்த ஓராண்டுக்குப் பிறகு நான் எழுதிய கட்டுரையே அவரைப்பற்றிய இதுவரை வெளியான முதலும் முழுவதுமான சித்திரம்", "புதுமைப்பித்தனின் அச்சிடப்பட்ட முதல் படைப்பான குலாப்ஜான் காதலை நான்தான் தேடிக் கண்டெடுத்தேன்", "கடலூர் சிறைச்சாலையிலிருந்து விடுதலை பெற்ற பொழுது பாரதி எழுதிய கடிதத்தை முதலில் நான்தான் வெளியிட்டேன்", "மொத்தத்தில் இருநூறு பக்கங்களுக்கு மேற்பட்ட பாரதியின் அறியப்படாத எழுத்துக்களை நான் கண்டடெடுத்துள்ளேன்", "குஜிலி, தன்னானே, பெரிய எழுத்துப் புத்தகங்கள் என்று பல்வேறு பெயரில் அழைக்கப்பட்ட இலக்கியங்களைப் பற்றிய முதல் விரிவான ஆய்வு முச்சந்தி இலக்கியம்தான்" என இன்னும் அப்பட்டியல் நீள்கிறது.

புனைவெழுத்துகள் தரக்கூடிய வாசிப்புக் போதையை சலபதியின் கட்டுரைகளில் மட்டுமல்ல முன்னுரைகளிலும் பெறமுடியும்."இலக்கிய வாசிப்பினூடாகவரலாற்று ஆராய்ச்சிக்குள்

நுழைந்தவன் நான்" என்று 'அந்தக் காலத்தில் காப்பி இல்லை' நூல் முன்னுரையில் அவரே பதிவு செய்திருப்பதற்கேற்ப உவமைகள், பழமொழிகள், இலக்கியத் தொடர்கள் ஆகியன பொதிந்த முன்னுரைகளைக் கதையாடல் தன்மையுடன் தகவல்களைத் தர்க்க ஒழுங்கின்படி அடுக்கிச் சொல்லும் வித்தையைச் சலபதி கைவரப் பெற்றிருக்கிறார். நூலின் நுழைவுவாயிலாக அமைந்திருக்கும் முன்னுரைகள் நூலைப் பற்றிய அறிமுகச் செய்திகள் என்கிற எல்லையைக் கடந்து சமூக வரலாறு, இலக்கிய வரலாறு, அரசியல் வரலாறு, இதழியல் வரலாறு, ஆளுமைகளின் வாழ்க்கை வரலாறு, அச்சு ஊடக வரலாறு என்று பிரதியின் அம்சங்கள் அனைத்தின் மீதும் வெளிச்சம் பாய்ச்சக் கூடியவைகளாக உள்ளன.

ஆய்வு என்பது ஒரு தனிமனிதனின் முயற்சியினாலும் தேடலினாலும் மட்டும் நிகழ்ந்து விடுவதல்ல; அது கூட்டு முயற்சியினாலேயே சாத்தியமாகும் செயல்பாடு என்பதை அவர் முன்னுரைகள் தெற்றென தெளிவுபடுத்துகின்றன. ஒவ்வொரு முன்னுரையிலும் அந்த ஆய்வுக்குத் துணை நின்ற அந்நூலாக்கத்திற்கு உதவி செய்த ஒவ்வொருவருக்கும் அவர்தம் பணிகளைக் குறிப்பிட்டுக் காட்டி நன்றி சொல்கிறார். அன்னை இட்ட தீ முன்னுரையில் தன்னுடைய ஆய்வுக்கு உதவியதாக அறுபதுக்கும் மேற்பட்டோருக்கு நன்றி தெரிவித்திருக்கிறார். பிறர் எழுதும் முன்னுரைகளிலும் இந்நன்றி நவிலல் வழக்கம்தான் என்றாலும் ஒரு ஆய்வாளனின் வினைப்பாடு வெற்றியடைய பின்புலத்தில் இப்படி உதவக்கூடிய தகவல்களைத் தேடித் தரக்கூடிய பலருடைய ஒத்துழைப்பு தேவை என்பதையே இப்பகுதி உணர்த்துகிறது.

பொன்விழா காணும் வயதிற்குள்ளாகவே தன் நூல்களுக்கும் பிறர் நூல்களுக்குமாக சலபதி இதுவரை எழுதியுள்ள முன்னுரைகளே எண்ணூறு பக்கங்களுக்கு மேலாக உள்ளது. உ.வே.சா.வின் முன்னுரைகள் அனைத்தும் தொகுக்கப்பட்டு சாமிநாதம் என்கிற பெயரில் காலச்சுவடு வெளியிட்டுள்ள ஆயிரம் பக்க அளவிலான நூலைப் போலவே சலபதி எழுதிய முன்னுரைகளைத் தொகுத்து நூலாக வெளியிட முன்வந்தால் சலபதியம் முதல் தொகுதி, சலபதியம் இரண்டாம் தொகுதி என்று எண்ணிக்கை விரியும். முன்னுரைகள் எப்படி எழுதப்பட வேண்டும் என்பதற்கு முன்மாதிரியாகத் திகழும் சலபதியின் முன்னுரைகள் பல்வேறு ஆய்வுகளுக்குத் திறப்பாக அமைந்துள்ளன. இவற்றை ஆய்வுலகம் முறையாகப் பயன்கொள்ளும்போது வரலாற்றின் இருளடர்ந்த பகுதிகளில் ஒளிபாய்ச்ச முடியும்.

✤

ஜெ. சுடர்விழி

8

சலபதியின் பன்முக ஆளுமை: வெளிப்படும் கூறுகளும் வெளிப்படாத கூறுகளும்

அரவிந்தன்

ஆய்வுகள் எழுத்துப் பணியில் தொடர்ந்து பல்லாண்டுகளாக ஈடுபட்டு வருவதாலேயே ஒருவர் பன்முகப் பரிமாணங்கள் கொண்டிருப்பார் எனச் சொல்வதற்கில்லை. ஆனால் ஆ. இரா. வேங்கடாசலபதி கொண்டிருக்கிறார். எனினும் அவரைப் பல ஆண்டுகளாக நெருக்கமாக அறிந்தவன் என்பதால் எனக்கு இது வியப்பளிக்கவில்லை. அவருடைய முக்கியமான பரிமாணங்கள் சில எழுத்தில் ஏன் வெளிப்படவில்லை என்பதுதான் என் வியப்பு. பண்பாட்டு வரலாறு, இதழியல் தடங்கள், ஆளுமைச் சித்திரங்கள், அச்சு நூல்களின் வளர்ச்சிப் போக்கு, அரசியல், இலக்கியம் முதலான தளங்களில் செயல்பட்டுவரும் ஆ. இரா. வேங்கடாசலபதியிடம் எழுத்தில் வெளிப்படாத பரிமாணங்கள் பல உள்ளன. அப்படி வெளிப்படாத சில பரிமாணங்களையும் வெளிப்பட்டவற்றில் அதிகம் கவனம் பெறாத ஓரிரு அம்சங்களையும் பற்றிப் பேச விரும்புகிறேன்.

சலபதியின் எழுத்தில் நகைச்சுவை இருக்கிறது என்று யாரேனும் சொன்னால் எனக்கு அவர் மீது கடும் கோபம் அல்லது அபரிமிதமான பரிதாபம் ஏற்படும். காரணம், சலபதி என்னும் ஆளுமையிடம்

காணப்படும் நகைச்சுவையில் நூற்றிலொரு பங்குகூட அவர் எழுத்தில் வெளிப்படுவதில்லை.

சலபதி தன் நகைச்சுவையை எழுத்தில் அவ்வளவாக வெளிப்படுத்துவதில்லை என்பது எனக்கு அவர் மீது இருக்கும் பெரிய புகார்களில் ஒன்று. அவர் எழுத்தைப் படிப்பவர்கள் சில சமயம் அவருக்குச் சிரிக்கவே தெரியாதோ என்று நினைக்குமளவுக்கு அது இஸ்திரி மடிப்புக் கலையாத சீருடைபோல இருக்கும். ஆனால், உண்மையில் அவர் நன்றாகச் சிரிப்பார், மிக நன்றாகச் சிரிக்கவைப்பார். மனித இயல்புகளிலும் எழுத்துப் பிரதிகளிலும் திரைப்படம் முதலான ஊடகங்களிலும் பிறர் கண்களுக்குப் படாத பல அங்கத அம்சங்களை அவர் ரசிப்பார், நண்பர்களிடம் சிரிக்கச் சிரிக்கப் பகிர்ந்துகொள்வார்.

1994ஆம் ஆண்டு என நினைக்கிறேன். பாம்பன்விளையில் சுந்தர ராமசாமி ஒழுங்குசெய்திருந்த சந்திப்பில் சலபதி, யுவன் சந்திரசேகர், ஜெயமோகன், கண்ணன், சுரேஷ்குமார இந்திரஜித், மனுஷ்யபுத்திரன், தண்டபாணி முதலான பலரும் கலந்துகொண்டிருந்தோம். வழக்கம்போலவே அமர்வுகளுக்கு இடையிலான உரையாடல்கள் கலகலப்பாகவும் காரசாரமாகவும் போய்க்கொண்டிருந்தன. உணவு மேசையில் சலபதியும் ஜெயமோகனும் பேசிக்கொண்டிருந்தார்கள். அப்போது சலபதி சொன்னார்: “இப்ப நீங்க இங்க உக்காந்து பேசிக்கிட்டிருக்கீங்க. உங்க வீட்டுல உங்க டூப் உக்காந்து ஏதாவது எழுதிக்கிட்டிருப்பாரு இல்லயா?” இதுபோலப் பல தெறிப்புகள் அவரிடமிருந்து வெளிப்பட்டவாறே இருக்கும். கூர்மையான அவதானிப்பு, அபாரமான சித்திரிப்புத் திறனுடன் வெளிப்படும் கலை என்று சலபதியின் நகைச்சுவையை வரையறுக்கலாம். அவருடைய அங்கதங்கள் சில சமயம் ஒரு வாக்கியம் அல்லது ஓரிரு சொற்களில் வெளிப்படும். சில சமயம் அது சற்றே விரிவான சித்திரமாக உருப்பெறும். கிட்டத்தட்ட ஒரு குட்டிக் கதைக்கு இணையாக இருக்கும். ஒரு நிகழ்வைத் தன் பாணிமொழிவழியே காட்சிப்படுத்துவார். கதை முடியும்போதுதான் அவர் சொல்லவரும் விஷயமே வேறு என்பது புரியும். கச்சிதமான சிறுகதைக்கு ஒப்பான இறுதி வரிகளை அவரது அங்கதப் பேச்சுக்களில் காண முடியும். இத்தகைய அங்கதங்கள் பெரும்பாலும் பிரபல புள்ளிகள் சார்ந்தவை என்பதால் உதாரணங்கள் கொடுக்கவிடாமல் சபை நாகரிகம் என்னைத் தடுக்கிறது. அவரோடு பழகியவர்கள் ஒவ்வொருவருக்கும் இவ்விஷயத்தில் அவரவர் அனுபவங்கள் இன்னேரம் நினைவுக்கு வந்திருக்கும் என்று நம்புகிறேன்.

அதிகம் கவனிக்கப்படாத நகைச்சுவையை அடையாளம் காண்பதிலும் சலபதியிடம் நுட்பமான பார்வை உள்ளது. காதலிக்க நேரமில்லை படத்தை எத்தனையோ முறை பார்த்து

ரசித்துச் சிரித்திருப்போம். தான் அதுகாறும் அலட்சியமாக நினைத்திருந்த முத்துராமன், பெரிய பணக்கார வீட்டுப் பிள்ளை என்பது தெரிந்ததும் அதிர்ந்துபோகும் தங்கவேலு, "அசோக்கு உங்க மகரா?" என்று கேட்பார். நண்பர்களிடையிலான உரையாடலின்போது சலபதி இதைச் சொல்லி ரசித்தபோது, அங்கிருந்த பலர் இதைக் கவனித்திருக்கவில்லை என்பதை உணர முடிந்தது. சலபதியின் புலனுணர்வு தகவல்களுக்காக மட்டுமல்ல, இதுபோன்ற நுட்பமான நகைச்சுவைக்காகவும் எப்போதும் விழித்திருக்கும்.

சுந்தர ராமசாமியின் 'ஜே.ஜே.: சில குறிப்புகள்' நாவலில் மேற்கோள்களைக் குறிப்பிடுவதில் விசித்திரமான வகையில் சுதந்திரம் எடுத்துக்கொள்ளும் ஒரு பேச்சாளரைப் பற்றிய குறிப்பு ஒன்று வரும். சில சமயம் குறிப்பிட்ட ஓர் ஆளுமை சொல்லாததையும் அவர் சொன்னதாக மேற்கோள்காட்டிப் பேசிவிடுவார். "சொல்லாவிட்டால் என்ன, சொல்லியிருக்கக்கூடியவர்தானே அவர்" என நாவலில் அதுபற்றி எழுதப்பட்டிருக்கும். இதிலுள்ள அங்கதத்தையும் அதற்குப் பின்னால் இருக்கும் உளவியலையும் சலபதி மிகவும் ரசித்துப் பேசியதைக் கேட்டிருக்கிறேன். உரையாடல்களினூடே இந்த வாக்கியத்தைப் பொருத்தமான விதத்தில் எடுத்தாள்வதையும் கவனித்திருக்கிறேன்.

சலபதியின் நகைச்சுவை உணர்ச்சியில் சிறு பகுதியேனும் அவர் எழுத்திலும் மேடை உரைகளிலும் இடம்பெறாதா என்ற ஏக்கம் எனக்கு ஏற்படுவதுண்டு.

❍

எழுத்தில் அதிகம் வெளிப்படாத இன்னொரு பரிமாணம் பழமொழிகளுடன் அவருக்கு இருக்கும் அலாதியான உறவு. பழமொழிகளைப் பற்றிக் காத்திரமானதொரு நூல் எழுதுமளவுக்கு அவர் நடமாடும் பழமொழிக் களஞ்சியம். அதிகம் பிரபலமாகாத பழமொழிகளும் அவர் பேச்சில் மிகவும் பொருத்தமான இடத்தில் அனாயாசமாக வந்து விழும். "சந்தையில் அடித்ததற்கு சாட்சி எதற்கு?" என்பது அப்படிப்பட்ட பழமொழிகளில் ஒன்று. "அரைக்காசுக்கு அழிந்த கற்பு ஆயிரம் பொன் கொடுத்தாலும் வராது" என்பதும் அப்படித்தான்.

"'அசிங்கம் காலில் ஒட்டிக்கொண்டிருக்கிறது என்று சொன்னால் அதைத் தோசைக்கும் தொட்டுக்கொள்வேன்' என்று பிடிவாதம் பிடிப்பவர்களிடம் என்ன பேச முடியும்?" என்று சலபதி ஓரிடத்தில் எழுதினார். ஒரு குறை சுட்டிக் காட்டப்படும்போது அதைத் திறந்த மனதுடன் அணுக மனமில்லாதவர்கள் பதற்றத்திலும் வெட்டி வீறாப்பிலும் அந்தக்

குறை அதிகமாக வெளிப்படும்படி நடந்துகொள்வதுண்டு. பண்டைய இலக்கியம் சார்ந்த சொதப்பலான ஒரு நூலை எழுதியவர் அதற்கான விமர்சனங்களை எதிர்கொண்ட விதத்தைச் சொல்லும்போது இந்தப் பழமொழியைப் பயன்படுத்தினார் சலபதி. அந்த மனிதர் தோசைக்கு மட்டுமின்றி ரொட்டிக்கும் அதைத் தொட்டுக்கொண்டார் என்பது வேறு கதை.

சந்தர்ப்பத்துக்குப் பொருத்தமாகச் சரளமாக வந்து விழும் இந்தப் பழமொழிகள் உரையாடலுக்குச் செழுமை சேர்ப்பதுடன் தம்மளவிலும் ரசனைக்குரியதாக இருக்கும். அரங்கத்தில் பகிர்ந்துகொள்ள முடியாத அட்டகாசமான பழமொழிகளும் தக்க தருணத்தில் இயல்பாக வெளிப்படும். நினைத்து நினைத்து ரசிக்கவும் வாய் விட்டுச் சிரிக்கவும் வைக்கும் பழமொழிகளை அவரிடமிருந்து கேட்கும் வாய்ப்பு எனக்குக் கிடைத்திருக்கிறது.

○

படைப்பிலக்கியம், திரைப்படம், கிரிக்கெட் ஆகியவற்றில் அவருக்கு இருக்கும் ஆழ்ந்த அறிவும் ரசனையும் தனித்துவமான பார்வைகளும் அவரது எழுத்தில் அதிகம் வெளிப்பட்டதில்லை. இவை மூன்றையும் குறித்து நூல்கள் எழுத அவருக்கு நேரம் கிடைக்காமல் போனாலும் ஒரு சில கட்டுரைகளையேனும் அவர் எழுதுவது வாசக நோக்கில் முக்கியமான பணியாக இருக்கும்.

குறிப்பாகப் படைப்பிலக்கியத்தில் சலபதியின் ஆழ்ந்த ஈடுபாடு குறித்துப் பலருக்கும் தெரியாது. புதுமைப்பித்தனின் ஆக்கங்களைத் தேடித் தொகுத்ததற்குப் பின்னால் இருப்பது ஆய்வாளருக்கே உரிய தீவிரமும் உழைப்பும் நேர்மையும் என்பது வெளிப்படை. ஆனால், புதுமைப்பித்தனின் படைப்புகள் மீது அவருக்கு இருக்கும் கட்டற்ற காதல்தான் இந்தத் தேடலுக்கு அடிப்படை. சுந்தர ராமசாமியுடன் தொடக்கத்தில் அவருக்கு ஏற்பட்ட நெருக்கத்துக்குக் காரணமே சுந்தர ராமசாமி புதுமைப்பித்தனின் ஆராதகர் என்பதுதான். இது பலருக்கும் தெரியாத தகவலாக இருக்கக்கூடும்.

படைப்பிலக்கியம் குறித்து அவர் கட்டாயம் எழுத வேண்டும் என்னும் கோரிக்கையை இந்தத் தருணத்தில் முன்வைக்கிறேன். விமர்சனமாகவோ அலசலாகவோ அல்லாமல் தன் வாசிப்பு அனுபவத்தை அவர் பகிர்ந்துகொண்டாலே அது இளம் வாசகர்களுக்குப் பெரிதும் பயனுள்ளதாக இருக்கும். மிகவும் குறிப்பாகச் சொல்லப்போனால், ஆங்கிலத்தில் அவர் வாசித்த முக்கியமான இலக்கியப் படைப்புகளைப் பற்றிப் பத்துக் கட்டுரைகளையேனும் அவர் எழுத வேண்டும். அந்தப் பதிவுகள் அந்தப் படைப்புகள் பற்றித் தமிழ்ச் சூழலில் புழங்கிவரும் சில

கற்பனைகளையேனும் சிதற அடிக்கக்கூடும். சலபதி படித்துவிட்டு எழுதக்கூடியவர் என்பதும் மிகவும் ஆழமாகப் படித்துவிட்டு எழுதக்கூடியவர் என்பதும்தான் அதற்குக் காரணங்கள்.

○

அதிகம் வெளிப்படாத பரிமாணங்கள் இவ்வாறு இருக்க, வெளிப்பட்டு, அதிகம் கவனம்பெறாத பரிமாணங்களைப் பார்ப்போம்.

விஸ்தாரமான விருந்து என்பது பிரதான உணவு என்று சொல்லப்படும் பண்டங்களைத் தாண்டியும் பல சுவையான சிறு சிறு அம்சங்களை உள்ளடக்கியது. சலபதியின் ஆய்வுக் கட்டுரைகள் அத்தகைய விருந்தைப் போன்றவை. ஒரு பொருள் குறித்து விரிவான ஆய்வின் அடிப்படையில் பெரியதொரு கட்டுரையை எழுதிக்கொண்டு போகும்போது இடையிடையே உபரித் தகவல்களைத் தூவிக்கொண்டே செல்லுவார். அந்தத் தகவல்கள் முன்வைக்கப்படும் விதம், கையில் கிடைத்ததைக் கிடைத்த இடத்தில் போட்டுவிட்டுச் செல்லும் போக்காக இருக்காது. கட்டுரையின் மையச் சரடுக்கு நேரடியாகத் தொடர்பற்றதாக தோற்றமளித்தாலும், கட்டுரைப் பொருள் மேலும் துல்லியமாகத் துலங்க இந்தச் சிறு கூறுகள் உதவும்.

இந்தக் கூறுகள் பலதரப்பட்டவை. கூடுதல் தகவல்கள், கூர்மையான விமர்சனங்கள், நுட்பமான அங்கதங்கள், சொல்லாமல் சொல்லும் செய்திகள், சிக்கனமான ஆளுமைச் சித்திரங்கள், சூழல் வர்ணிப்புகள், உள்ளார்ந்த உணர்ச்சிகள், அரிதான சில சொற்கள், ரசமான சொலவடைகள் எனப் பொடிகளும் சுவையான பல பண்டங்களும் கொண்ட கட்டுரைகளை அவர் எழுதுகிறார். கட்டுரையின் கருப்பொருளைப் போலவே, அதில் வெளிப்படும் அரிய தகவல்களைப் போலவே இவை ஒவ்வொன்றும் முக்கியமானவை. தம்மளவில் தனித்த அடையாளம் கொண்ட இந்தக் கூறுகள் கட்டுரையின் ஒட்டுமொத்த அனுபவத்துக்குக் கூடுதல் பரிமாணங்களையும் வலிமையையும் சேர்க்கின்றன. கட்டுரைகளைப் படைப்பிலக்கியத்துக்கு நிகராக ஆக்குபவை இந்தக் கூறுகள் என்று சொன்னால் அதில் மிகை இருக்காது.

சில உதாரணங்களைப் பார்ப்போம்.

எல்லீசன் என்றொரு அறிஞன் என்னும் கட்டுரையில் எல்லீசனைப் பற்றி எழுதிய தாமஸ் டிரவுட்மேனைப் பற்றிச் சலபதி குறிப்பிடுகிறார். இந்த இடத்தில் தாமஸ் டிரவுட்மேன் பற்றிய சில அரிய தகவல்களைத் தரும் சலபதி, அவரது ஆளுமைச் சித்திரத்தையும் சுருக்கமாக வரைந்துகாட்டுகிறார். அறிவுலகில் எதுவும் தனித்து நிற்பதல்ல. ஒரு பொருளையோ

கோட்பாட்டையோ, ஆளுமையையோ அறிய முற்படும்போது அதனோடு தொடர்புகொண்ட பல்வேறு கூறுகளும் சேர்ந்துதான் அது குறித்த விரிவான சித்திரத்தையும் தெளிவையும் அளிக்க இயலும். இருந்துவிட்டுப் போகட்டுமே என்ற போக்கில் எந்தத் தகவலையும் சலபதியிடம் காண முடியாது. டிரவுட்மேனைப் புரிந்துகொள்வதென்பது எல்லீசனையும் அவர் வாழ்ந்த காலத்தையும் புரிந்துகொள்வதற்கு இன்றியமையாதது என்பதா லேயே அவரைப் பற்றிய தகவல்கள் இடம்பெறுகின்றன. அதே சமயம் டிரவுட்மேன் காந்தியின் மூலம் இந்தியாவைப் பற்றிய அறிமுகத்தைப் பெற்றது, இந்தியாவைப் பற்றி அவர் வாசித்த *The Wonder That Was India* என்னும் நூல், அந்நூலை வியத்தகு இந்தியா என்னும் பெயரில் இலங்கை அரசு தமிழில் வெளியிட்டது போன்ற தகவல்கள் எல்லீசனைத் தாண்டியும் முக்கியத்துவம் பெறுகின்றன.

சலபதி தரும் தகவல்கள் வெறும் தகவல்கள் அல்ல. அவை ஒருபுறம் மையப் பொருளை வலுப்படுத்துவதோடு, வேறு தளங்களுக்கு விரிந்து செல்லக்கூடிய தன்மையைப் பெற்று, வரலாறு குறித்த நமது பார்வையை விரிவுபடுத்தக் கூடியவை. டிரவுட்மேன் பற்றிய தகவல்கள் மட்டுமல்ல. எல்லீஸ் இறந்த பின் பல மாதங்களுக்கு அவருடைய அரிய நூல் தொகுப்புகள் 'அடுப்பெரிக்கவும் கோழி வறுக்கவும்' பயன்பட்டதையும் சலபதி பதிவுசெய்கிறார். தமிழ்ச் சூழலில் ஒருபுறம் வளமான அறிவுத் தேடல் இருந்தாலும் அறிவுசார் அலட்சியமே அதன் பொதுப் பண்பாக இருந்துவரும் அவலத்தையும் இதன் மூலம் பதிவுசெய்கிறார்.

○

வரலாற்றுப் பதிவுகளினூடே பொருத்தமான விதத்தில் இடம்பெறும் விமர்சன வீச்சு என்பது சலபதியின் எழுத்தில் இன்னொரு முக்கியக் கூறு. ஜி.யூ.போப் குறித்த கட்டுரையில், போப்பின் கல்லறையில் 'நான் ஒரு தமிழ் மாணவன்' என்னும் வாசகம் பொறிக்கப்பட்டிருப்பதாகத் தமிழுலகில் நிலவிவரும் நம்பிக்கையைப் பற்றிப் பேசும் சலபதி, உண்மை என்ன என்பதைத் தெளிவாக நிறுவுகிறார். ஆனால், இந்த உண்மை ஐம்பது ஆண்டுகளுக்கு முன்பே பதிவான நிலையிலும் இன்றளவிலும் மேற்படி கற்பனை தமிழுலகின் நம்பிக்கையாகப் பதிந்துபோயிருப்பதையும் சுட்டிக்காட்டுகிறார். இதை அவர் முன்வைக்கும் விதத்தில் பெருமிதம் சார்ந்த கற்பனைகளில் தமிழ் மனம் சாய்வுகொள்ளும் பழக்கத்தை நாசூக்காக இடித்துரைக் கிறார். கவனமாகத் தேர்ந்தெடுக்கப்பட்ட சிக்கனமான சொற்களில் இதை உணர்த்திவிட்டு மேலே செல்கிறார். "உண்மைகளால்

ஐதீகங்களை வெல்ல முடியாது போலும்” என்னும் முத்தாய்ப்பு இந்தக் குறிப்பிட்ட பிரச்சினையைத் தாண்டியும் தன் விமர்சன வீச்சைச் செலுத்துவதைக் காணலாம்.

போப்பின் கல்லறைப் பராமரிப்பு பற்றி மீ.ப. சோமுவின் எழுத்தைக் குறிப்பிட்டுவிட்டு, யதார்த்த நிலவரத்தையும் சொல்லும் சலபதி, இக்கல்லறை பற்றிய தமிழ் மனங்களின் கற்பனையை ஒரே வாக்கியத்தில் சிதற அடிக்கிறார். “மிகைப்படுத்தி நாடகப் பாங்காக எழுதினால்தானே தமிழ் எழுத்தாளன்” என்று போகிறபோக்கில் இடிக்கவும் அவர் தவறவில்லை. போப்பைப் பற்றிய கட்டுரையில் போப்பைப் பற்றி மட்டுமின்றித் தமிழ் உளவியலின் நோய்க்கூறுகள் சிலவற்றையும் ஆதாரப்பூர்வ மாக அம்பலப்படுத்துகிறார். இத்தகைய அம்சங்கள் கட்டுரையின் மதிப்பைப் பெரிதும் கூட்டுகின்றன.

இராமானுஜாச்சாரியர் என்பவர் மகாபாரதத்தைத் தமிழுக்குக் கொண்டுவருவது என்னும் மாபெரும் பிரயத்தனத்தைத் தொடங்கிப் பெரு முயற்சிக்குப் பிறகு அதில் ஒரு சில எட்டுக்களை எடுத்து வைத்திருந்த நிலையில் சிலர் அவருக்குப் போட்டியாக அதே செயலில் இறங்க முனைகிறார்கள். துப்பறியும் கதைக்கொப்பான விறுவிறுப்புடன் இராமானுஜாச்சாரியரின் பகீரதப் பிரயத்தனத்தின் வரலாற்றைச் சொல்லும் சலபதி, இடையிடையே தனது ‘பொடி’களைத் தூவத் தவறவில்லை. “தமிழுலகம் அல்லவா? இதற்கிடையில் போட்டியும் தொடங்கி விட்டது” என்று எழுதுகிறார். இராமானுஜாச்சாரியரின் அசாத்திய மான முயற்சியையும் அதற்குக் கிடைத்த எதிர்வினைகளையும் விளைவுகளையும் அன்றைய சூழலின் பின்னணியில் வைத்துப் பார்க்கும்போது இந்த வாக்கியத்தின் பொருள் நன்கு விளங்கும். இந்த வாக்கியம் இல்லாமலேயே “போட்டி தொடங்கிவிட்டது” என எழுதுவதுடன் நிறுத்திக்கொண்டிருக்கலாம். ஆனால், தமிழுலகம் அல்லவா என அழுத்துகிறார். அதுதான் சலபதி.

அண்மையில் வெளியான ‘தமிழ்க் கலைக்களஞ்சியத்தின் கதை’ என்னும் நூலில் ஓரிடத்தில் திமுகவின் பொதுச் செயலாளர் க. அன்பழகனைப் பற்றிக் குறிப்பிடும்போது பேராசிரியர் என்னும் சொல்லை ஒற்றை மேற்கோள் குறிகளுக்குள் தருகிறார். ஒற்றை மேற்கோள் குறி ஒரு பிரதியில் எதற்காகப் பயன்படு கிறது என்பது அனைவருக்கும் தெரியும். தலைப்பு, வேற்று மொழிச் சொல், அடைமொழி, பரிகாசம் எனப் பல்வேறு பொருள்களைக் குறிப்புணர்த்தும் ஒற்றை மேற்கோள் குறிக்குள் இடம்பெறும் எந்தச் சொல்லையும் அதன் நேரடிப் பொருளில் எடுத்துக்கொள்ள முடியாது என்பது இந்த நிறுத்தற் குறியின் பயனை அறிந்தவர்களுக்குத் தெரியும். சில சமயம் இரட்டை

மேற்கோள் குறிக்குப் பதிலீடாக ஒற்றை மேற்கோள் குறி பயன்படுத்தப்பட்டாலும் பேராசிரியர், தலைவர், கவிஞர் முதலான பட்டம், பதவி, புகழுரைகளுக்கு ஒற்றை மேற்கோள் தரும்போது அது மேற்கோள் காட்டப்படும் பயன்பாட்டில் அடங்காது.

அபிதான சிந்தாமணி என்னும் நூலைப் பற்றிக் கூறுகையில் 'நம் நாட்டு மக்களோ அறிவுத் துறையில் ஈடுபாடின்றி, புராணத் துறையிலேயே புகுந்து கிடந்ததால் களஞ்சியத்தின் அவசியத்தைக்கூட உணர்ந்தபாடில்லை' எனக் கூறியிருக்கிறார் அன்பழகன்.

இதைச் சொல்லும் சலபதி, அடுத்த வரியிலேயே, அண்ணா ஆர்வத்துடன் படித்த நூல் இது என்பதையும் தெ.பொ. மீனாட்சிசுந்தரனாரின் அறிவுப் பசியை இந்த நூலே கிளறி விட்டது என்பதையும் குறிப்பிடுகிறார். இவை எல்லாவற்றையும் சேர்த்துப் படிக்கும்போது அந்த ஒற்றை மேற்கோளின் பொருட்செறிவு அதிகரித்துவிடுவதை உணரலாம்.

வரலாறு என்பது தட்டையான ஆவணம் அல்ல, விமர்சன பூர்வமான படைப்பு என்பதைக் காட்டும் இடையீடுகள் இவை. உணவுப் பண்டங்களில் முந்திரிப் பருப்பு, மிளகு, கறிவேப்பிலை ஆகியவைபோலத் தனியாகத் தெரியாமல் உப்பையும் சர்க்கரையையும்போலப் பண்டத்தினுள் கரைந்து விடுவதே இந்த இடையீடுகளின் இயல்பும் அழகும்.

○

தமிழில் எழுதப்படும் வரலாற்று நூல்களைப் பொதுவாக இரு வகைகளாகப் பிரிக்கலாம். ஒன்று தகவல்களை விசுவாசமாகவும் இயந்திர கதியிலும் அடுக்கித் தருவது. கூடுதல் தகவல்களோ, பின்புல விவரிப்புகளோ, விமர்சனப் பார்வையோ அற்ற தட்டையான இத்தகைய பதிவுகள் வரலாற்று நூல்களை அலுப்பூட்டும் அனுபவங்களாக்கிவிடுவதுடன் ஒற்றைப் பரிமாணத் தன்மையுடையதாகவும் சுருக்கிவிடுகின்றன.

இன்னொரு விதம் வரலாற்றைச் சுவாரஸ்யமாகச் சொல்கிறேன் பேர்வழி என்று கதைபோலச் சொல்ல முற்பட்டுக் கதையாகவே சொல்லிவிடுவது. தன்னுடைய முன்முடிவுகளையும் பார்வைகளையும் விவஸ்தையில்லாமல் திணிப்பது. மசாலா திரைப்படங்களுக்கொப்பான கதையாடலாக வரலாற்றை மாற்றும் இத்தகைய பதிவுகள் நம்பகத்தன்மை அற்றவை என்பதோடு வரலாற்றைப் பற்றிய மிகத் தவறான புரிந்துணர்வுக்கு இட்டுச் செல்லக் கூடியவை.

சலபதியின் வரலாற்று ஆய்வு முறையும் ஆய்வு முடிவுகளைத் தொகுக்கும் முறையும் சர்வதேசத் தரத்திலானவை. இவர் வரலாற்றை எழுதும் முறை அதன் பன்முகப் பரிமாணங்களை வெளிக்கொணர்வதோடு, படைப்பூக்கமும் கொண்டது. படைப்பூக்கம் என்பது வரலாற்றைச் சாக்காக வைத்துத் தன் விருப்பு வெறுப்புகளை முதன்மைப்படுத்திச் சரடுவிடும் கலை அல்ல என்பதை இங்கே நினைவுபடுத்திக்கொள்ள வேண்டும். படைப்பூக்கத்தின் சுவாரஸ்யம் வெகுஜனப் புனைவுக் கதையாடல்களின் மலினமான சுவாரஸ்யம் அல்ல. நுட்பங்களையும் மேம்பட்ட ரசனையையும் மறைபொருள்களையும் கொண்டிருப்பது.

ஸி.எஸ். சுப்பிரமணியம் பற்றிய கட்டுரையில் அவரது உருவத்தைக் கச்சிதமாக வர்ணிக்கும் சலபதி அதோடு நிற்கவில்லை. "இப்படி ஒரு அடையாளத்தை வைத்துக்கொண்டு தலைமறைவு வாழ்க்கையில் போலீஸ் பிடியிலிருந்து எப்படித்தான் அவர் தப்பினாரோ" என்ற வியப்பையும் வெளிப்படுத்துகிறார். ஆளுமையின் சித்திரம் என்பது தோற்றம், நம்பிக்கைகள், பழக்க வழக்கங்கள், இயல்பாய் அமைந்த சுபாவம் எனப் பலவற்றையும் உள்ளடக்கியதுதான். வரலாற்றைச் சொல்லும்போது கூடுதல் தகவல்கள், சூழல் குறித்த அவதானிப்புகள், சித்திரிப்பினூடே வெளிப்படும் விமர்சனங்கள், பாராட்டுரைகள் ஆகியவை இல்லாவிட்டால் திரட்டித் தரும் தகவல்கள் தட்டையான பதிவுகளாகிவிடும். சலபதியின் படைப்பூக்கம் மிகுந்த கதையாடல் இந்த விபத்தினின்றும் வரலாற்றைக் காப்பாற்றிவிடுகிறது.

ஸி.எஸ். உடனான சந்திப்புகளைப் பற்றிக் குறிப்பிடும் சலபதி, அவர் கண்களில் ஒரே ஒரு முறை தான் கண்ட நெகிழ்ச்சியையும் மறக்காமல் பதிவுசெய்கிறார். நெகிழ்ச்சியைக் கண்டது அந்த ஒரு தருணத்தில்தான் என்பது வெறும் தகவல் அல்ல. ஸி.எஸ்.ஸைப் புரிந்துகொள்வதற்கு உதவும் முக்கியமான ஒரு தூண்டுதல்.

இராமானுஜாசாரியரின் பகீரதப் பிரயத்தனம் பற்றியும் பாரதி காப்புரிமைப் பிரச்சினை பற்றியும் சலபதி எழுதியதைப் படிப்பவர்களால் வரலாற்றுப் பதிவுகளில் படைப்பூக்கம் என்றால் என்னவென்று புரிந்துகொள்ள முடியும். இராமானுஜாசாரியரைப் பற்றிப் படித்து முடிக்கையில் அந்த மனிதர் மாமனிதராக நம்முள் வளர்ந்து நிற்கிறார். மிகையான வர்ணிப்புகளோ அடைமொழிகளோ இல்லாமல் சலபதியால் இத்தகைய தாக்கத்தை ஏற்படுத்த முடிகிறது.

பாரதியின் காப்புரிமை குறித்த நூலில் அவரது படைப்புகளுக்கான காப்புரிமை குறித்துப் பொதுவெளியில்

நிலவிவரும் பல கற்பனைகளை ஆதாரப்பூர்வமாக உடைக்கும் சலபதி, பாரதி படைப்புகள் பொதுவுடைமை ஆக்கப்பட்ட வரலாற்றை ஆதியோடந்தமாக ஒரு கதைபோலச் சொல்கிறார். அந்தக் கதையாடலில் வரலாற்றுப் போக்குகளும் ஆளுமைகளும் சமூகக் கண்ணோட்டங்களும் இலக்கிய மதிப்பீடுகளும் அரசியல் சலனங்களும் பதிவாகின்றன. பாரதியின் படைப்புகளுக்கான உரிமை விஷயத்தில் வில்லன்போலச் சித்திரிக்கப்பட்டுவந்த பாரதியின் தம்பி விஸ்வநாத அய்யரின் ஆளுமையையும் நமக்குப் புரியவைக்கிறார். சலபதி தரும் ஆதாரப்பூர்வமான பல்வேறு தகவல்களினூடே துலக்கம் பெறும் விஸ்வநாத அய்யரின் சித்திரம் அவர் மீது மரியாதையை ஏற்படுத்துகிறது. ஒருவரது ஆளுமை, அவருடைய ஒட்டுமொத்தப் பங்களிப்பு, அவர் வாழ்ந்த சூழல் ஆகியவற்றின் பின்புலத்தில் பார்க்கும்போது அவரது செயல்கள் குறித்த நமது மதிப்பீடு மாறும். இப்படிப் பார்க்கப்படும் வாய்ப்பு சலபதியின் மூலமாக விஸ்வநாத அய்யருக்குக் கிடைத்திருக்கிறது. தகவல்களைத் திரட்டி அவற்றைச் சமூக வரலாற்றுப் போக்குகளின் பின்னணியில் முறையாகப் பொருத்திக்காட்டிய படைப்பூக்கமே இதைச் சாத்தியப்படுத்தியிருக்கிறது. இந்தப் படைப்பூக்கம் சலபதியின் எழுத்துக்களின் மிக முக்கியமானதொரு கூறு.

வரலாற்றாய்வாளர் எரிக் ஹாப்ஸ்பாமின் படைப்புகள் பற்றிச் சலபதி இவ்வாறு எழுதுகிறார்.

“ஒரு வாண வேடிக்கைக்காரனைப் போல் வெடித்துக் காட்டும் தேர்ந்த தகவல்களின் தெறிப்பு, அதன் மூலம் திரளும் கருதுகோள், கடந்தகாலமும் நிகழ்காலமும் இணையும் விந்தை, தனிமனித வரலாற்றை ஊடறுத்துச் செல்லும் பாரிய சமூக வரலாற்றுப் போக்குகளின் அசைவியக்கம் ஆகிய அனைத்தும் இணைந்து ஆர்வமுள்ள வாசகனைக் கொக்கி போட்டு ஈர்க்கும் ஒரு மொழிநடை”

இது கிட்டத்தட்ட சலபதியின் படைப்புகளுக்கும் பொருந்தும்.

முத்தாய்ப்புக்கான இந்த வரியை எழுதியதும் இதற்கொப்பான வேறொரு வரி நினைவுக்கு வருகிறது. இடப் பொருத்தம் கருதி அந்த வரியைச் சொல்லி இந்தக் கட்டுரையை முடிக்க விரும்புகிறேன்.

“சுந்தர ராமசாமி எனக்கு அஞ்சலிக் கட்டுரை எழுதுவார் என்றால் நான் இப்போதே சாகத் தயார்” என்று தமிழின் முக்கிய மான எழுத்தாளர் ஒருவர் ஒருமுறை என்னிடம் நேர்ப் பேச்சில் குறிப்பிட்டார். சலபதியின் ஆளுமைச் சித்திரங்களைப் படிக்கை யில் இந்த வாக்கியம் என் மனத்தில் அடிக்கடி வந்துபோகும்.

❖

9

நெறியாளர்–ஆய்வாளர்–ஆய்வு

ஜெ. பாலசுப்பிரமணியம்

நான் இளங்கலை படிக்கும்போதே (1998–2001) காலச்சுவடு வாசிக்கும் பழக்கம் இருந்ததால் அதன் வழியாகவே ஆ.இரா.வேங்கடாசலபதி எழுதிய, பதிப்பித்த நூல்கள் எனக்கு அறிமுகமாகியிருந்தன. வாசிப்பின் வரிசைப்படி சொல்ல வேண்டு மென்றால்; புதுமைப்பித்தனின் 'அன்னை இட்ட தீ', 'புதுமைப்பித்தன் கதைகள்', 'அண்ணல் அடிச்சுவட்டில்', 'அந்தக் காலத்தில் காப்பி இல்லை', 'முச்சந்தி இலக்கியம்' ஆகிய நூல்களின் வழியே அவரை அறிந்திருந்தேன். நான் மனோன்மணியம் சுந்தரனார் பல்கலைக் கழகத்தில் தொடர்பியல் துறையில் 2001ஆம் ஆண்டு முதுகலை படிப்பதற்காகச் சேர்ந்தேன். ம.சு.பல்கலையில் 1995 முதல் 2000 வரை ஆ. இரா. வே. பணியாற்றியிருந்தார்; அங்கிருந்து சென்னைப் பல்கலைக் கழகத்திற்கும், பின்பு சென்னை வளர்ச்சி ஆராய்ச்சி நிறுவனத்திற்கும் நகர்ந்திருந்தார். முதுகலைக்குப் பின்பு முனைவர் பட்ட ஆராய்ச்சியில் சேர நினைத்தபோது ஆ.இரா.வே.தான் எனது நினைவுக்கு வந்தார். தொலைபேசியில் அவரைத் தொடர்பு கொண்டு நேரம் வாங்கிக்கொண்டு ஒரு மதியப்பொழுதில் சென்று சந்தித்தேன். நான் ஆய்வு செய்ய விரும்பும் பகுதி, எனது வாசிப்புகள் குறித்துக் கேட்டறிந்தார். ஆங்கிலப் புலமை குறித்துக் கேட்டார். அதற்கு நான் "ஆங்கிலத்தில் எழுதும் அளவுக்குப் புலமை

இல்லை, ஆனால் ஆங்கிலத்தில் வாசித்தால் புரிந்துகொள்வேன்" என்றேன். "ஆய்வு செய்வதற்கு அது போதும்" என்றார். "பட்டம் பெறுவது மட்டுமே நோக்கம் என்றால் அதற்கான இடம் இது கிடையாது. இங்கே முழுமையான ஆராய்ச்சிக்குத்தான் முனைவர் பட்டம் பெறமுடியும், மேலும் பிற பல்கலைக் கழகங்களைப் போல மூன்று வருடங்களில் பி.எச்.டி முடிக்க முடியாது. ஆறு அல்லது ஏழு வருடங்கள் கூட ஆகலாம்" என்றார். விண்ணப்பத்துடன் சமர்ப்பிப்பதற்கான ஆய்வுத் திட்டம் எழுதுவதற்குத் தேவையான நூல்களைப் பரிந்துரைத்தார். அன்றிலிருந்தே நிறுவனத்தின் நூலகத்தைப் பயன்படுத்தச் சொன்னார். ஆய்வு மாணவர்களைத் தேர்ந்தெடுப்பதில் மிகுந்த கவனமுடன் செயல்படுவார் என்பதைப் பின்னாட்களில் தெரிந்துகொண்டேன்.

2004 நவம்பரில் சென்னை வளர்ச்சி ஆராய்ச்சி நிறுவனத்தில் ஆய்வு மாணவராகச் சேர்ந்தேன். ஆய்வு இதழ்களிலுள்ள முக்கியமான கட்டுரைகளைப் பட்டியலிடச் சொன்னார். முதலில் சமூகவியல் ஆய்விதழான Contributions to Indian Sociologyஇன் முதல் இதழிலிருந்து அனைத்து இதழ்களிலுமிருந்த முக்கியமான கட்டுரைகளை வாசிக்க ஆரம்பித்தேன். இதைத் தொடர்ந்து The Indian Economic and Social History Review இதழையும் அதன் முதல் இதழிலிருந்து (1964 முதல் 2004 வரை) அப்போதைய இதழ் வரை முக்கியமான கட்டுரைகளை வாசித்தேன். அவற்றை யெல்லாம் குறிப்பெடுக்கும் பழக்கத்தையும் ஆரம்பம் முதலே பின்பற்றி வந்தேன். ஒவ்வொரு கட்டுரையை வாசித்ததும் ஆசிரியருடன் அதை விவாதிப்பது பயிற்சியில் ஒன்றாக இருந்தது. வழக்கமாக வாரத்தில் ஒரு நாளாகவும் அது புதன் கிழமை மதியம் மூன்று மணியாகவும் இருக்கும். சில மாதங்கள் ஓடின, இரண்டு இதழ்களிலும் பட்டியலிடப்பட்ட அனைத்துக் கட்டுரைகளையும் வாசித்த பின்பு நடந்த ஒரு விவாதத்தில், நான் வாசித்த கட்டுரைகளிலுள்ள தகவல்கள், அவற்றின் பார்வைகள், விவரிப்புகள் போன்றவற்றைப் பற்றிச் சொல்லி முடித்த போது இறுதியாக "இந்த இரண்டு இதழ்களையும் முழுமையாகப் பார்த்துவிட்டாய். அதன்மூலம் என்ன முடிவுக்கு வரமுடிகிறது" என்று கேட்டார். நான் மீண்டும் கட்டுரைகள் பேசும் விசயங்களைக் கூறினேன், ஆனால் அவர் சொன்னார் "சாதி குறித்து வரலாற்று ஆய்வாளர்களைவிட சமூகவியலாளர்களே அதிகம் எழுதியுள்ளனர் என்பதை இதிலிருந்து புரிந்துகொள்ள வேண்டும். அதாவது வரலாற்று நோக்கில் சாதிகுறித்து எழுதப்படவில்லை" என்றார். வரலாற்று ஆய்வின் மிக முக்கிய விதிகளுள் ஒன்றாக அவர் அடிக்கடி நினைவுறுத்துவது என்னவென்றால், ஒன்றை இருக்கிறது என்று சொல்வதற்கு ஒரு ஆதாரத்தைப் பார்த்தால் போதும், ஆனால் இல்லை

என்று சொல்வதற்கு அனைத்து ஆதாரங்களையும் சோதிக்க வேண்டுமென்பார்.

வாசிப்புக்கான புத்தகங்களைப் பரிந்துரைப்பதில் அவரது பரந்துபட்ட வாசிப்பு வெளிப்படும். வாசிப்பதற்கான நூல்களைப் பரிந்துரைப்பதில் ஒரு முறையைப் பின்பற்றினார். எந்த நூலின் வாசிப்புக்குப் பின்னால் எந்த நூலை வாசிக்க வேண்டுமென்பதில் கவனம் கொண்டிருந்தார். உதாரணமாக வாசிப்பைத் தொடங்கும்போது நேரடியாக ஆய்வுத் தலைப்பிற்குள் செல்லாமல், அது சார்ந்த பரந்துபட்ட வாசிப்பில் தொடங்கி இறுதியாக ஆய்வின் எல்லைக்குள் வரும்படி செய்தார். போதிய வாசிப்பு இல்லாமல் தரவுகளைத் திரட்ட அவர் சம்மதித்தது கிடையாது. நிறுவனத்தில் சேர்ந்த ஆறு மாதத்திற்குள் தங்களது ஆய்வுத் திட்டத்தை எல்லோர் முன்னிலையிலும் சமர்ப்பிக்க வேண்டும். எப்படி ஆங்கிலத்தில் எழுதுவது என்ற தயக்கம் இருந்தது. ஆசிரியரிடம் கேட்டபோது "நீ என்ன வாசித்தாயோ அதிலிருந்து உனக்குத் தெரிந்ததைத் தமிழில் எழுது" என்றார். என்னோடு சேர்ந்த ஆய்வாளர்கள் எல்லாம் ஆங்கிலத்தில் வாசித்தார்கள் நான் மட்டும் தமிழில் வாசித்தேன். அப்போது அங்கிருந்த பேராசிரியர் ஒருவர் ஆய்வுத் திட்டத்தை எப்படித் தமிழில் வாசிக்கலாம் என்று கேள்வி எழுப்பினார். அதற்கு மற்றொரு பேராசிரியர் "தான் எது குறித்து ஆய்வு செய்யப் போகிறேன் என்பதைத் தெளிவாகக் கூறியிருக்கிறார்; விசயம் தெளிவாக இருக்கும்போது எந்த மொழியாக இருந்தால் என்ன" என்றார். இதுகுறித்து நானும் என் ஆசிரியரும் எதுவும் பேச வில்லை. ஆனால் ஆய்வறிக்கையை எழுதுவதற்குள் நான் ஆங்கிலத்தில் எழுதக் கற்றுக்கொண்டேன். அதற்கான வாய்ப்பை சென்னை வளர்ச்சி ஆராய்ச்சி நிறுவனம் வழங்கியது.

நான் ஆய்வாளனாக இருந்த காலங்களில் கருத்தரங்குகளில் ஆய்வுக் கட்டுரைகளை வாசிக்க அவர் ஒருபோதும் சம்மதித்தது கிடையாது. அதற்கு அவர், ஒரு விசயத்தில் ஆழக்கால் பதித்த பின்பே அது குறித்து கட்டுரைகள் எழுத வேண்டும் என்பார். அப்படியில்லாமல் எண்ணிக்கைக்காகக் கருத்தரங்குகளில் கட்டுரை வாசிக்கும் பழக்கத்தைக் கொண்டிருக்கக் கூடாது என்பார். மேலும் ஆய்வாளர்கள் அடிக்கடி கூட்டங்களில் மேடையேறி முழங்குவதை விரும்பாதவராகவும் இருந்தார். ஆய்வாளன் என்பவன் அதிக ஒளிபடாமல் தனது வேலையைச் செய்து கொண்டே இருக்க வேண்டும் என்பதில் நம்பிக்கை கொண்டவர். ஏனென்றால் ஆய்வாளனுக்கு ஒரு நீண்ட காலத் திட்டம் இருக்கிறது. இது போன்ற சிறு நிகழ்வுகள், கூட்டங்கள் அதைத் தடைபடுத்தக்கூடாது என்பார். ஆனாலும் 2007இல் நான்

எனது கிராமத்தை மையமாகக் கொண்டு "புதைந்த பாதை: ஒரு கிராமத்தின் நினைவும் வரலாறும்" என்ற நூலை எழுதினேன். அந்த நூலை என் ஆசிரியரிடம் காட்டியதே கிடையாது. இரண்டு வருடங்களுக்கு முன்புதான் அந்தநூல் குறித்த தகவலை முகநூலில் பார்த்து அவராகவே கேட்டார்.

ஆ. இரா. வே. மிகவும் கறாரான வரலாற்று ஆய்வாளர். ஆவணத்திரட்டலில் அதிக அனுபவம் கொண்டவர். எனது ஆய்வுக்கான ஆவணத்திரட்டலில் அவரின் வழிகாட்டல் முக்கியமானது. ஒரு விசயத்தை ஆதாரத்தின் அடிப்படையில் நிறுவுவதையே வலியுறுத்துவார். மேலும் வரலாற்று ஆதாரங் களின் உண்மைத் தன்மையை உறுதிசெய்த பின்பே பயன்படுத்த வேண்டும் என்பதிலும் கவனமாக இருப்பார். கிடைக்கும் காலனிய ஆவணங்களையெல்லாம் எந்தக் கேள்வியும் இல்லாமல் வரலாற்று ஆதாரமாகப் பயன்படுத்தக்கூடாது என்பதையும் வலியுறுத்துவார்.

பல்கலைக் கழகங்களில் முனைவர் பட்ட ஆய்வு செய்வதற்கு முறையியல் பின்பற்றப்படுகிறது. ஆனால் ஆய்வு மாணவர்களுக்கு வழிகாட்டுவதற்கான முறையியல் இல்லை. அந்த வகையில் ஆ. இரா. வே. அவர்களின் நெறியாள்கையை வைத்து ஒரு தகுதி யான முறையியலை உருவாக்க இயலும்.

அறம் பிறழாமல் வாழ்வதற்கு அவர் அடிக்கடி சொல்லும் அறிவுரை இதுதான்: "கால் ரூவாக்குப் போன கற்பு கோடி கொடுத்தாலும் திரும்பக் கிடைக்காது." தமிழன் இதழில் தி.சி. நாராயணசாமி பிள்ளை (18 மார்ச் 1908) "பௌத்தர் நீதி" எனும் தலைப்பில் எழுதிய கட்டுரையில், மாணாக்கருக்குக் குருமார்கள் செய்யவேண்டிய கடமைகளாக கூறுவது என்ன வென்றால், "மாணாக்கர்களைச் சத்விஷயங்கள் யாவற்றிலும் பழக்கிவரக் கடவர், மாணாக்கர்களை உண்மெய்யைக் கடைப்பிடிக்கும்படி கற்பிக்கக் கடவர்." ஆமாம் சத்விஷயங்கள் யாவற்றிலும் பழக்கினார், அதைவிட அதிகமாக உண்மையைக் கடைப்பிடிக்கக் கற்பித்தார் என் ஆசிரியர்.

❖

10

உனக்குப் பாதி, எனக்குப் பாதி

ஆனந்த் செல்லையா

சில மாதங்களுக்கு முன் பெ. தூரன் பற்றிப் படித்தேன். தமிழின் முதல் கலைக்களஞ்சியம், குழந்தைகள் கலைக்களஞ்சியம் ஆகியவற்றின் உருவாக்கத்திலிருக்கும் அவரது அர்ப்பணிப்பு என்னை மலைக்கச் செய்தது. ஆகவே அந்தக் கலைக்களஞ்சிய நூல்களைப் பார்க்கும் ஆர்வமும் ஏற்பட்டது. இப்போது அவற்றின் நிலை என்ன வென்று சலபதியைக் கேட்டால், உடனே பதில் கிடைத்துவிடும். அவரை நேரில் சந்திக்கும்போது கேட்க வேண்டுமென நினைத்திருந்தேன். அண்மை யில் முகநூலில் 'தமிழ்க் கலைக் களஞ்சியத்தின் கதை' என்ற நூல் அறிவிப்பு தென்பட்டது. நான் எதிர்பார்த்ததுபோல, கூடவே 'ஆ. இரா. வேங்கடாசலபதி' என்னும் பெயரும் இருந்தது. அவர் மிகத் தீவிரமாகச் செயல்பட்டுக்கொண்டிருக்கும் ஆய்வுக்களத்தில் ஒரு மாணவன் என்ற நிலையில் கூட நான் இல்லை. என்னுடைய எதிர்பார்ப்பைக் கூட அவர் எங்கோ இருந்துகொண்டு நிறைவேற்று கிறார் எனில், அதே துறையைச் சேர்ந்தவர்களின் உள்ளுணர்வுக்குச் சலபதி எந்தளவுக்கு இன்ப அதிர்ச்சிகளைக் கொடுத்திருப்பார் என்பதை என்னால் புரிந்துகொள்ள முடிகிறது.

1997–99இல் மனோன்மணியம் சுந்தரனார் பல்கலைக்கழகத்தில் வரலாறு பயின்றபோது, சலபதியிடம் படிக்கும் வாய்ப்பு எனக்குக் கிடைத்தது.

உண்மையில் பல்கலைக்கழகத்தில் சேரும் முன்பே அவர் எனக்கு அறிமுகமாகிவிட்டார். என்னுடைய நண்பன் சிவசுப்பிரமணியன் வழியாக அது நடந்தது. இளங்கலைப் படிப்பில் கடைசிப் பருவத் தேர்வில் நான் தேர்ச்சி பெறவில்லை. எனக்கு முன்பாகவே நண்பன் பல்கலைக்கழகத்தில் சேர்ந்துவிட்டான். சலபதியிடம் விருப்பப் பாடம் பயிலும் வாய்ப்பும் அவனுக்கு அமைந்தது. பல்கலைக்கழகம் சென்று வரும் அவனுக்காக நான் ஊரில் காத்திருப்பேன். வகுப்பறையில் நடந்தவற்றைக் கதைபோல அவன் விவரிப்பான். "இன்றைக்கு அடர்த்தியான தாடியுடன், சற்று குள்ளமான ஒருவர் வந்தார். பெயர் வேங்கடாசலபதி என்று சொன்னார்கள். அவர் பாடத்துடன் தொடர்புடைய நிகழ்காலச் செய்திகளையும் கலந்து நடத்தியது சுவாரஸ்யமாக இருந்தது." என்று அவன் ஒருநாள் உற்சாகமாகச் சொன்னான். "சலபதி சார் மாணவர்களை மரியாதையுடன் நடத்துகிறார். அதே சமயம் பையன்கள் பொறுப்பின்றி நடந்துகொண்டால், முணுக்கென்று அவருக்குக் கோபம் வந்துவிடுகிறது" என்று இன்னொரு நாள் சொல்லுவான். சலபதி குறித்த ஏதேனும் செய்தி இன்றி அவனுடைய பல்கலைக்கழகக் கதைகள் நிறைவடைவதில்லை. சலபதி குறித்த சித்திரம் எனக்குள் வேகமாக உருப்பெற்றது. போகப்போக அவனை விட எனக்கு அவர் மேல் அதிக ஈர்ப்பு உண்டாகிவிட்டது. எனக்கு வரலாறு படிக்க வேண்டுமென்ற ஆர்வம் மட்டுமே அதுவரை இருந்தது. இப்போது சலபதியிடம் படிக்க வேண்டுமென்ற கூடுதல் விருப்பத்துடன் பல்கலைக் கழகத்தில் சேர்ந்தேன்.

மாணவர்களுடனான அறிமுக வகுப்புக்குச் சலபதி வந்தபோது நன்கு அறிமுகமான ஒருவரைப் பார்ப்பதுபோன்ற உணர்வுதான் எனக்கு இருந்தது. பல்கலைக்கழகத்தில் சேர்வதற் கான நுழைவுத்தேர்வை எல்லோருமே எழுதியிருந்தோம். நான் மட்டுமே இரு முறை எழுதியவனாக இருந்தேன். இருமுறை நுழைவுத்தேர்வு எழுதியிருந்ததாலும், சற்று நம்பிக்கையூட்டும் விதத்தில் எழுதியிருந்ததாலும் என் பெயரைச் சலபதி நினைவில் வைத்திருந்தார். என் பெயரைச் சொல்லி விசாரித்தபோது பெருமிதமாக இருந்தது. அதற்குப் பிறகு ஒருநாள் பல்கலைக்கழக உணவகத்துக்கு அழைத்துச் சென்று தேநீர் வாங்கிக்கொடுத்தார். இதெல்லாம் அதுவரை நான் பெற்றிராத அங்கீகாரம். பள்ளிப் படிப்புக்கு இரு ஆண்டுகளும் கல்லூரிப் படிப்புக்கு மூன்று ஆண்டுகளுமாக எனக்குப் பிடிக்காத கணிதத்தில் சிக்கி, ஒருவித குளிர்கால உறக்க மனநிலையுடனேயே காலத்தைக் கழித்திருந்தேன். ஆசிரியர்களுடன் எந்த ஓர் அறிமுகமும் இல்லாமல், வகுப்பறையில் ஒரு பாறை போல இறுகிக்கிடந்திருந்த எனக்கு

இந்த அக்கறை மிகவும் புதிது. சலபதி வாங்கித் தந்த தேநீர் பிற மாணவர்களுக்கு என் மீது பொறாமையை ஏற்படுத்தியது என்றே சொல்லலாம். என் ஊர், குடும்பப் பின்னணி, புத்தகம் படிப்பதில் எனது தேர்வு போன்றவற்றையெல்லாம் சலபதி கேட்டறிந்தார். எனது பேச்சில் வெளிப்பட்ட பெருமிதம், அறியாமை எதைக் குறித்தும் தனது கருத்தை அவர் வெளிப்படுத்தவில்லை. என்னை முழுவதுமாகப் பேச அனுமதித்தார். எங்களது துறையில் மிக விரைவில் 'சலபதி ஆள்' என்ற பெயரைப் பெற்றுவிட்டேன். பாளையங்கோட்டை வாய்க்கால் பாலம் அருகே இருந்த அவரது வீடு நான் உரிமையோடு சென்றுவரும் இடமாக ஆனது. அங்கிருந்த குளிர்பதனப்பெட்டி என்னைப் போன்ற மாணவர் களுக்கும் சேர்த்தே பலகாரங்களையும் பழங்களையும் சுமந்து நிற்கும். வீட்டுக்கு வரும் நண்பர்களோ, சக ஆசிரியத் தோழர்களோ, என்னைப் போன்ற மாணவர்களோ அவர்களுடன் உணவைப் பகிர்ந்துகொள்வதை ஒரு வழக்கமாகவே சலபதி கொண்டிருந்தார். ஒருமுறை அவரும் நானும் சாப்பிட்டுக்கொண்டிருந்த போது, 'எனக்குப் பாதி, உனக்குப் பாதி. சரியா?' என்று ஓர் உடன்பிறப்பிடம் பேசுவதுபோல அவர் கேட்டது நினைவிருக்கிறது.

நாங்கள் ஒவ்வொருவரும் குறிப்பிட்ட தலைப்பில் ஒரு கட்டுரை எழுதிக்கொண்டுவந்து, அதை வகுப்பில் பாடமாக நடத்தும்படி சலபதி ஒருமுறை அறிவுறுத்தியிருந்தார். ஒரு மாணவி தனது கட்டுரையைச் சமர்ப்பிக்க ஆயத்தமாகும்போது, பதற்றத்தில் மயங்கி விழுந்துவிட்டார். இதைத் தன்னிடம் மாணவர்கள் கொண்டிருந்த அச்சத்தின் வெளிப்பாடாகவே அணுகினார். சலபதி அந்த மாணவியை ஆற்றுப்படுத்திவிட்டு, சிறிது நேரம் அமைதியாகவே இருந்தார். 'என் மேல் உங்களுக்கு அப்படி என்னப்பா பயம்?" என்று உடைந்த குரலில் கேட்டார். சலபதி கண் கலங்கியதை அப்போதுதான் பார்த்தேன். அவர் கற்பித்தலில் தேவையானபோது காட்டும் கண்டிப்பு, பெரும்பா லான மாணவர்களிடையே நிரந்தரமான அச்சமாகத் தங்கி விடுவது அவருக்குச் சுமையாக இருந்தது.

வரலாற்றுத்துறையில் சலபதி அப்போது தனிமைப் படுத்தப்பட்ட நிலையில்தான் இருந்தார் என எண்ணுகிறேன். சில ஆசிரியர்கள் அவருக்கு அநீதி இழைக்கும் வகையில் நடந்து கொள்வதை என்னைப் போன்ற சில மாணவர்கள் மௌன சாட்சிகளாக அவ்வப்போது பார்க்க நேரிடும். இதையெல்லாம் சலபதியிடம் சொன்னால், அவர் பொருட்படுத்தவே மாட்டார். 'இதெல்லாம் உங்களுக்குத் தேவையில்லாதவை' என்பதுதான் எங்களுக்கு அவர் சொல்லும் செய்தியாக இருக்கும். அதே சமயம் தன்னைச் சுற்றி என்ன நடக்கிறதென்பதை நன்கு

அறிந்தவராகவே சலபதி இருந்தார். அதிகாரத்திடம் தனது உரிமைகளை விட்டுக்கொடுக்காத உறுதி அவரிடம் இருந்தது. கே.என். பணிக்கர் போன்ற வரலாற்றறிஞர்களும் சி.சு. மணி, தொ.மு.சி., தியடோர் பாஸ்கரன் போன்ற பிற துறை அறிஞர்களும் சலபதியின் நண்பர்கள் என்ற முறையில் பல்கலைக்கழகத்துக்கு வந்து, சிறப்பு உரை நிகழ்த்தினர்.

என்னுடைய ஆய்வு வழிகாட்டி, "ஏதேனும் தலைப்பை முடிவு செய்திருக்கிறாயா?" எனக் கேட்டார். நான் இல்லையெனத் தலையாட்டினேன். "யாராவது யோசனை சொல்லியிருப்பார்களே" என்று என் முகத்தை உற்றுநோக்கினார், நான் மீண்டும் மறுத்தேன். சலபதி இதுபோன்ற விவகாரங்களிலிருந்து எவ்வளவு முடியுமோ அவ்வளவு தள்ளி நின்றுகொள்பவர். துறையிலுள்ள நிலவரத்தைப் புரிந்துகொண்டு அவரிடம் ஆலோசனை கேட்பதை நானும் தவிர்த்திருந்தேன். என் பதிலில் திருப்தி அடைந்த ஆய்வு வழிகாட்டி நா. வானமாமலையின் ஆய்வுத்திறன் குறித்து ஆய்வு செய்யும்படி சொன்னார். ஆய்வுத்தலைப்பு இன்னதென்று அறிந்த சலபதி 'அருமையான தலைப்பு' என்று கூறியது எனக்கு உற்சாகத்தைத் தந்தது. சலபதியிடம் நெருங்கிப்பழகும் மாணவர்கள் என்பதால் அவர்களும் சலபதியைப் போலவே நடத்தப்பட்ட ஒரு சந்தர்ப்பமாகவே இதை என்னால் இப்போது புரிந்துகொள்ள முடிகிறது. அவரிடமிருந்து விலகி நிற்பவர்கள்கூட அப்படி ஒரு மரியாதையை அவருக்கு அளித்துவிட்டுத்தான் நகர முடியும்.

நான் படித்து முடித்ததும் முதல் வேலை சலபதியின் வழியாகவே கிடைத்தது. புதுமைப்பித்தன் சிறுகதைகளுக்கான செம்பதிப்பை வெளியிடும் பணியில் அவர் இருந்தபோது, அவருக்கான ஓர் உதவியாளராகப் பணிபுரியும் வாய்ப்பையும் எனக்கு அளித்தார். இதற்குப் பிறகும் வேலைக்காகப் பெரிய மெனக்கெடல் எதுவும் இல்லாமல் ஊரில் திரிந்துகொண் டிருந்தேன். சலபதி கடிதங்கள் மூலம் அறிவுறுத்தி, என்னைச் சென்னைக்கு வரவழைத்து, வேலையில் அமரச் செய்தார். மாநகரத்தில் ஓரளவுக்காவது செலவுகளைச் சமாளிக்கத் தேவையான சம்பளத்தை நான் பெறுவதற்காக அவர் செய்த ஏற்பாடுகள் என்றைக்கும் மறக்க முடியாதவை. அவர் மூலம் கிடைக்கும் வேலைவாய்ப்புகளில் எனது சம்பளத்திற்காகப் பிறரிடம் அவர் மிகுந்த கண்டிப்புடன் நடந்துகொள்வார். தன்னைச் சுற்றியுள்ளவர்களுக்கு, குறிப்பாக இளையோருக்கு அக்கறையுடன் வாய்ப்புகள் கிடைக்கச் செய்வது சலபதியின் பண்பாகவே இருக்கிறது.

எல்லாவற்றுக்கும் மேலாக, சலபதி மூலம் எனக்குக் கிடைத்த கொடையாக நான் கருதுவது, தமிழ் மொழி குறித்த அவரது வழிகாட்டலைத்தான். அவரைச் சந்திப்பதற்கு முன்பு வரை, சுவாரஸ்யமாக ஏதேனும் எழுதுவது என்ற அளவில்தான் என்னுடைய போக்கும் விருப்பும் இருந்தது. அவர் அறிமுகமாவதற்கு முன்பும் தமிழ் இலக்கணம் எனக்குப் பிடித்த ஒன்றுதான். ஆனால் மொழியை எவ்வளவு நுட்பத்துடன் அணுக வேண்டும் என்பதை அவருடன் இருந்த காலங்களே எனக்கு உணர்த்தின.

குடிமையியல் தேர்வுகளில் வெற்றி பெற வேண்டும் என்ற நோக்கத்துடன் முதுகலைப்படிப்பு படிக்கச் சென்றேன். படிப்பை முடிக்கும்போது திரைப்படத்துறையில் ஈடுபட வேண்டுமென்ற கனவுடன் வெளியே வந்தேன். கயத்தாறுக்கும் அபிஷேகப்பட்டிக்குமாகத் தினமும் அலைந்ததில் இறுதியாக என்னதான் கிடைத்ததென்று சிந்தித்தால், சலபதியுடனான உறவு என்பதுதான் விடையாகக் கிடைக்கிறது. ஓர் ஆசிரியரை வாழ்நாள் உறவாகத் தந்தருளிய இறைவனுக்கு நன்றி.

✦

11

என் கண்களுக்குள் பார்த்தார்

சு. ரவிச்சந்திரன்

"நல்லதோர் தலைப்பும் நல்லதோர் ஆய்வு நெறியாளரும் கிடைக்கப் பெற்றுவிட்டால் உங்கள் ஆய்வுப் பணியில் ஐம்பது விழுக்காடு பணிகள் நிறைவு பெற்றுவிட்டதாகப் பொருள்" என ஆய்வுலகத்தில் கூறப்பெறுவதுண்டு. அப்பெரும்பேற்றைப் பெற்ற ஒருசில பாக்கியவான்களில் நானும் ஒருவன். எனது முனைவர் பட்ட ஆய்வில் எனக்குக் கிடைத்த நெறியாளர் சலபதி அவர்கள்.

சென்னைப் பல்கலைக் கழக வரலாற்றுத் துறைப் பேராசிரியரும் என் ஆசிரியருமான முனைவர் எஸ்.கதிர்வேல் அவர்களின் அறுபதாமாண்டு நிறைவு விழா நெல்லையில் நடைபெற்ற போது சலபதி அவர்களை முதன் முறையாகச் சந்தித்தேன். சில மணி நேரங்களில், பல நாட்கள் பழகியது போன்ற நட்புணர்வுக்கு என் மனம் ஆட்பட்டது.

சலபதி என்னைக் காட்டிலும் பதின்மூன்று வயது இளையவர். அவரிடம் ஆய்வு மாணவராகச் சேர வேண்டுமென்ற எனது விருப்பத்தைக் கூறிய போது நமக்குள் சீனியர் ஜூனியர் பிரச்சனை மட்டும் வந்து விடக் கூடாது. மற்றபடி எனக்கு மிக்க மகிழ்ச்சியே எனக் கூறினார். ஆய்வுக்கான தலைப்பைத் தேர்வு செய்தவுடன் பதினைந்து புத்தகங்களின் பெயர்களை மளமளவென எழுதிய அவர் இவையனைத்தும் உங்கள் தலைப்போடு தொடர்புடைய நூல்கள். இரண்டுமாத கால அவகாசத்துக்குள் அனைத்தையும் படித்துவிட்டு ஆறு

பக்கத்தில் ஆய்வுச் சுருக்கம் எழுதி வாருங்கள் எனச் சொன்னவர் தன்னிடம் இருந்த ஐந்தாறு நூல்களையும் கொடுத்தார். அவர் கூறியவாறு ஆய்வுச் சுருக்கத்தை எழுதிக் கொண்டு, நெல்லை பாளையங்கோட்டை வாய்க்கால்பாலம் பேருந்து நிறுத்தமருகே இருந்த அவர் இல்லத்திற்குச் சென்றேன்.

ஆய்வாளர்களும் இலக்கியவாதிகளும் அடிக்கடி வந்து செல்லும் இல்லமது. ஆ. சிவசுப்பிரமணியன், தொ.ப., தமிழ்ச்செல்வன் என யாராவது சிலர் மாலை நேரங்களில் வருவர். சாதாரண உரையாடலாகத் துவங்கி, பல செய்திகள் பேசப்பட்டு, விவாதமாக மாறி, ஆய்வரங்கமாக நிறைவு பெறும்.

நான் எழுதிச் சென்றதை ஆழ்ந்த அமைதியுடன் வாசித்தார். பக்கவாட்டில் குறிப்புகள் எழுதத் துவங்கினார். முப்பது நிமிடங்களுக்குப் பின்னர் என்னிடம் கொடுத்தபோது நான் எழுதிச் சென்றதைக் காட்டிலும் அவர் எழுதிய குறிப்புகளே அதிகமாக இருந்தது.

சலபதியை ஆய்வு மாணவர்கள் அணுகுவது எளிது. முகம் மலர நட்புணர்வுடன் வரவேற்பார். அதிகாரத்தின் வாசனையற்ற மென்மையான ஆழமான உரையாடலுக்குச் சொந்தக்காரர் அவர். திடீரென ஒரு நாள் ரவி இனிமேல் சார் என அழைக்காதீர்கள். சலபதி எனப் பெயர் சொல்லியே அழையுங்கள் எனக் கூறினார். ஆய்வு நெறியாளர்கள் பலருக்குக் கைகூடிவராத பண்புக் கூறது.

ஆய்வுப் பணியில் நாம் செலுத்தும் உழைப்புக்கு நிகரானது அவர் நமக்காக மேற்கொள்ளும் உழைப்பு. ஆய்வேட்டின் முதல் இயலை அனுப்பிவைத்தபோது பல திருத்தங்களைச் செய்த பின் “நிறைய எதிர்பார்த்தேன்” என எழுதியிருந்தார். அதன்பின்னர் என்னை இயக்கியதே இவ்வார்த்தைகள்தான்.

ஒவ்வொரு இயலைப் பதிவேற்றம் செய்து அனுப்பும்போதும் ஒவ்வொரு பக்கத்தையும் வாசித்துப் பக்கவாட்டுப் பகுதியில் திருத்தங்களை எழுதி கேள்விகளும் கேட்டு இரண்டு நாட்களில் எனக்கு அனுப்பிவிடுவார். தர்க்க நெறியின் பாதையிலே நம்மை வழிநடத்திச் செல்வார். அவ்வளவு எளிதாக எந்தக் கருத்தையும் ஏற்றுக்கொள்ளமாட்டார். நாம் முன்வைக்கும் கருத்து தொடர்பாக மற்றவர்களின் கருத்துகள் என்ன எனப் பேசத் துவங்குபவர் தேசிய அளவிலும் பன்னாட்டளவிலுமான ஆய்வறிஞர்களின் கருத்துக்களையும் பற்றி நீரோட்டமாகச் சொல்லி முடிப்பார். சிகாகோ பல்கலைக் கழக நூலகத்தில் எனது தலைப்போடு தொடர்புடைய ஆய்வுக் கட்டுரையைக் கண்ட அவர் அதைப் படியெடுத்து ஒரு கடிதத்துடன் எனக்கு அனுப்பி வைத்தார். எனது முனைவர் பட்ட ஆய்வேட்டை நான் ஏழு முறை

மீண்டும் மீண்டும் எழுதியுள்ளேன். ஏழாவதாக எழுதப்பட்டதே சலபதியால் ஏற்றுக்கொள்ளப்பட்டது.

வாய்மொழித் தேர்வுக்கான நாளும் வந்தது. இதற்கிடையில் மனோன்மணியம் சுந்தரனார் பல்கலைக் கழகத்திலிருந்து சென்னைப் பல்கலைக் கழகத்திற்குச் சென்ற சலபதி, பின்னர் சென்னை வளர்ச்சி ஆராய்ச்சி நிறுவனத்தில் இணைந்திருந்தார். சென்னையிலிருந்து நெல்லை வந்தார். ஆய்வு நெறியாளருக்காக ஆய்வு மாணவர்கள் அதிகம் செலவழிக்க நேரும் என்பது எழுதப்படாத பொதுவிதி. சலபதியைப் பொறுத்தமட்டில் மாணவர்களுக்காக அவர் செலவழிப்பதே அதிகம். பல்கலைக் கழகம் வழங்குகின்ற பயணப்படி இதரப்படிகள் என்பன வற்றை மீறி ஆய்வு நெறியாளருக்குச் செலவுகள் அதிகம் ஏற்பட வாய்ப்புகளிருப்பதால் அதை ஏற்றுக்கொள்வது ஆய்வு மாணாக்கர்களின் கடமை என்பது என் எண்ணம். அவ்வாறான எண்ணத்தில் நானும் கணக்கிட்டு ஒரு கவரில் பணம் வைத்து அவரிடம் நீட்டினேன். என் கண்களுக்குள் பார்த்தவர் "எல்லாத் தவறுகளும் இங்கிருந்துதான் ஆரம்பிக்கிறது ரவி" என்றார்.

பட்டமளிப்பு விழா அரங்கில் அருகில் அமர்ந்திருந்த பெண்மணியொருவர் "உங்களை நான் பல்கலைக் கழகத்தில் பார்த்ததே இல்லையே, யாரிடம் ஆய்வு செய்தீர்கள்?" என்றார். நான் சலபதி அவர்களின் முழுப் பெயரைச் சொன்னவுடன் "*Great*" என்று ஒரு பெரிய வார்த்தையைச் சொன்னார். ஒருமுறை திருச்சி பாரதிதாசன் பல்கலைக் கழகத்தில் நடைபெற்ற ஆய்வரங்கத்தில் ஆய்வுக் கட்டுரையை வாசித்து முடித்தேன். உணவு இடைவேளையில் எனதருகே வந்து மாணவர்கள் "சார் நீங்கள்தான் ரவிச்சந்திரனா... நாங்கள் ஹைதராபாத் மத்தியப் பல்கலைக் கழக வரலாற்றுத் துறை மாணவர்கள். எங்களது பேராசிரியர் அவர்கள்தான் உங்கள் ஆய்வேட்டை மதிப்பீடு செய்தவர். உங்கள் ஆய்வேட்டை எங்களிடம் காண்பித்து சமீப காலங்களில் நான் பார்த்த ஆய்வேடுகளில் சிறந்தது இதுதான் எனக் கூறினார்" என்று என்னிடம் கூறினார்கள். மகிழ்ச்சியை முழு மனத்தோடு நுகர முடிந்தது.

எனது ஆய்வேட்டின் முடிவுரைப் பகுதியின் இறுதியில் மேற்கோள் ஒன்றைச் சுட்டி எனது கருத்தையும் எழுதியிருந்தேன். அதன் பக்கவாட்டில் ஒரு கோடிட்டு "*Very Good*" எனச் சலபதி எழுதியிருந்தார். மனம் நிறைவுற்றது. அப்படியான மனநிறைவுக்கு ஏற்றவனாக என்னை ஆக்கிய மாநில, தேசிய பன்னாட்டளவில், போற்றப்படும் வரலாற்று ஆசிரியர், ஆய்வுநெறியாளர் சலபதி அவர்களுக்கு எனது நன்றிகள்.

❖

12

ஆசான் அடிச்சுவட்டில்...

ஆ. குருசாமி

திருநெல்வேலி மனோன்மணியம் சுந்தரனார் பல்கலைக்கழகத்தில் 1998ஆம் ஆண்டு வரலாற்றுத் துறையில் நான் மாணவனாகச் சேர்ந்தேன். முதல் நாள் இரண்டாவது வகுப்பிற்கு ஆ.இரா. வேங்கடா சலபதி பாடம் எடுக்க வந்தார். வெளிநாட்டுக்காரர் போல் தெரிகிறது, புரியாத ஆங்கிலத்தில்தான் பேசுவார் என நான் உட்பட அனைவரும் பயந்து கொண்டோம். ஆனால் அவர் பேசத்தொடங்கியதும் எனக்குள் மகிழ்ச்சி. முதலில் நாம் நம்மைப் பற்றிப் பேசித் தெரிந்துகொள்வோம் என்றார். மேலும் தன்னைப் பற்றியும் அறிமுகம் செய்துகொண்டார். அதைத் தொடர்ந்து தங்களுக்குப் பிடித்தவை பற்றியும் தங்களுடைய சொந்த ஊர் பற்றியும் சிறு கட்டுரை ஒன்று எழுதிக் கொடுக்கக் கேட்டுக்கொண்டார். நானும் என்னைப் பற்றியும் எங்கள் ஊர் பற்றியும் ஒரு கட்டுரை எழுதிக் கொடுத்தேன்.

மறுநாள் சலபதி சார் வகுப்பை எதிர்பார்த்திருந் தோம். நேற்று எழுதச் சொன்னதற்குக் காரணம் உங்களைப் பற்றியும் உங்களுடைய குடும்பச் சூழல் பற்றியும் தான் அறிந்து கொள்வதற்காக எனக் கூறினார். அவர் பாடம் நடத்தும்போது கேட்க கேட்க எனக்கு உற்சாகமாக இருக்கும். கடினமான பாடப் பகுதிகளை மிக எளிமையாகவும் புதுமையாகவும் எங்களின் மனதை ஈர்க்கும்படியாகவும் அவர் பாடம் எடுக்கும் முறை அமைந்திருந்தது.

நான் எழுதிய கட்டுரையில் என்னுடைய ஊர் பந்தப்புளி பற்றி எழுதியதைப் படித்து மறுநாள் வகுப்பிற்கு வந்தவுடன் குருசாமி "இராஜபாளையம் உன் ஊருக்குப் பக்கமா அங்கு காந்தி கலை மன்றம் இருக்கு. அங்கு ஒரு நூலகம் இருக்கு, உனக்குத் தெரியுமா" எனக் கேட்டார். நான் 'இராஜபாளையம் தெரியும் நூலகம் தெரியாது' என்றேன். சரி முடிந்தால் நீ உன் ஊருக்குச் செல்லும்போது இராஜபாளையம் சென்று காந்தி கலை மன்றம் நூலகத்தைக் கண்டுபிடித்து அங்கு இரண்டாவது ரேக்கில் இந்தப் புத்தகம் (புத்தகத்தின் பெயர் ஞாபகம் இல்லை) உள்ளது. அதில் 87–89, 90, 95 ஆகிய பக்கங்களை நகல் எடுத்துவா எனக் கூறினார். அங்கு சென்று நான் நூலகரிடம் கூறியதும் வியந்துபோனார். எப்படி உங்கள் சாருக்குத் தெரியும், எப்ப இங்க வந்தார் எனக் கேட்டார். நூலகத்தை எப்படிப் பயன்படுத்துவது என்பதைக் கற்றுக்கொடுத்தவர் என் ஆசிரியர்.

என் ஆசிரியர் பாடம் நடத்தும்போது விரைவாக நேரம் கடந்துவிடுகிறது என எண்ணுவது உண்டு. வரலாற்றுப் பாடத்தை மட்டும், அதிலுள்ள வெறும் கருத்துகளை மட்டும் கூறுவதில்லை. அனுபவத்தின் மூலம் பல வேறுபட்ட கருத்துக்களைக் கூறும் கலைக்களஞ்சியம், ஒரு நூலகம் என் ஆசிரியர் சலபதி சார். ஏற்றத்தாழ்வற்ற சமூகச் சிந்தனையைக் கொண்டவர்களாக எங்களை உருவாக்கிய ஆசிரியர்களில் ஆ.இரா.வேங்கடாசலபதி சார், கா.அ.மணிக்குமார் சார் ஆகியோரை வாழ்நாள் முழுவதும் என் இதயத்தில் வைத்திருப்பேன். எங்களை மாணவர்களாக மட்டும் கருதவில்லை, அவர்களின் சொந்தப் பிள்ளைகளாகவே பார்த்தவர்கள் அவர்கள்.

பல்துறை அறிவு பெற்றவர். சமூகவியல்துறையில் நடை பெறும் கருத்தரங்குகளில் நடுவராகச் செயல்பட்டு அத்துறை பேராசிரியர்களே வியக்கும் வண்ணம் புதிய புதிய கருத்துகளை, புதிய கோணத்தில் கூறுபவர். ஆங்கில இலக்கியத்திலும் புலமை பெற்றவர். வரலாற்றில் ஓர் ஆண்டு ஒரு நிகழ்வு என முடிவு இல்லாமல் அந்த ஓர் ஆண்டு உலக வரலாற்றில் நிகழ்ந்த மாற்றங்களைப் பரந்த பார்வையில் விளக்கியவர். வ.உ.சி., பாரதி ஆகியோரிடம் பேரன்பு கொண்டவர். அதற்கு அவர் நூல்களே சாட்சி. உலக நாடுகளில் தடம் பதித்தாலும் விஜய் டி.வி. நீயா நானா நிகழ்ச்சியில் சிறப்பு விருந்தினரானாலும் சன் டி.வி. சிறப்பு விருந்தினரானாலும் மனித நேயச் சிந்தனையாளராக விளங்குபவர். மிகச் சிறந்த திரைப்பட விமர்சகர். அவரது ஆய்வுக் கோணம் என்பது 'என் வழி தனி வழி' போன்றது. தமிழ்நாட்டுப் பாடநூல் நிறுவனம் வெளியிட்ட இன்றைய வரலாற்றை எடுத்துக்கொண்டால் ஒன்பது, பதினோராம் வகுப்பிற்கும் எழுதிய

பாடங்களைச் செம்மைப் படுத்தி உண்மையான கருத்துக்களைக் கொண்டுவந்தவர் எம் ஆசிரியர். தமிழின்பமே பேரின்பமாக வாழ்ந்து கொண்டிருப்பவர். தமிழ்ச் சமூக வரலாறு தொடர்பாகப் பல ஆய்வுகளைச் செய்து கொண்டிருப்பவர்.

அவரது ஒவ்வொரு நூலும் ஆய்வுகளை நோக்கி கல்வியாளர்களையும் வாசகர்களையும் ஈர்ப்பன. நான் முதன் முதலில் திருநெல்வேலி பாளையங்கோட்டை வ.உ.சி. மைதானத்தில் என் ஆசிரியர் நூல் வெளியீட்டு விழா 'வ.உ.சி.யின் சிவஞான போதவுரை' (1999) நிகழ்ச்சியில் கலந்துகொண்டேன். மனோன்மணியம் சுந்தரனார் பல்கலைக்கழகம் தமிழ்த்துறை எட்டையபுரத்தில் அமைந்துள்ள பாரதி ஆவணக் காப்பகத்தில் நடைபெற்ற கருத்தரங்கில் தராசு என்ற தலைப்பில் நிகழ்த்திய உரை அனைவரையும் ஈர்த்தது. திருநெல்வேலி தூய சவேரியார் கல்லூரி நாட்டார் வழக்காற்றுத் துறையில் நடைபெற்ற தேசியக் கருத்தரங்கில் கலந்துகொண்டு பல்வேறு கோணங்களில் பேசிய இனவரைவியல் பற்றிய கருத்துக்கள் அனைவரும் வியக்கும் வண்ணம் இருந்தது.

ஒரு நாள் எங்கள் வகுப்பிற்கு அப்போதைய துணைவேந்தர் முனைவர் வே. வசந்திதேவி அவர்கள் வந்து எங்களிடம் கேள்விகள் கேட்கும் போது துணைவேந்தர் அவர்களுக்கும் மாணவர்களுக்கும் உரிய மொழியில் எம் ஆசிரியர் பேசியது இன்றும் என் நினைவில் இருக்கிறது. என் ஆசிரியர் பாடம் நடத்தும் முறை தொலைநோக்குப் பார்வை கொண்டதாக இருக்கும். எம் ஆசிரியர் எடுக்கும் ஒவ்வொரு பாடத்திற்கும் பதில்களைத் தேடும்போது எண்ணற்ற அரிய நூல்களைப் பார்க்கும் வாய்ப்புகள் கிடைத்தன. பல்வேறு நூல் ஆசிரியர்களின் நூல்களைப் பற்றித் தெரிந்துகொள்வதற்கான அரிய வாய்ப்புகள் கிடைத்தன.

வரலாறு படை என்பதற்கிணங்க, வரலாற்றைப் படித்தும் படைத்தும் கொண்டிருக்கும் இவர் போன்ற தமிழறிஞர்களால் தாம் இன்னும் தமிழ் வாழ்ந்துகொண்டிருக்கிறது.

❖

13

'நட்பாங்கிழமை'

கே.எம். வேணுகோபால்

ஆ. இரா. வேங்கடாசலபதி எழுத்துலகில் பன்முகப் பரிமாணம் கொண்டவராக இன்றைக்குப் பேருரு கொண்டிருக்கிறார்.

சலபதியின் ஆய்வுகள், மொழி ஆளுமை, வரலாற்றுப் பங்களிப்பு, பதிப்புப் பணிகள், மொழிபெயர்ப்புகள் போன்றவை குறித்துக் கல்வியாளர்கள், வரலாற்றறிஞர்கள், இசைவாணர்கள், கவிஞர்கள், ஊடகவியலாளர்கள், திறனாய்வாளர்கள் எனப் பல்திறப்பட்டோர் இங்கு ஒன்றுகூடிக் கருத்துரைப்பதிலிருந்தே அவருடைய ஆளுமையின் விரிவையும் ஆழத்தையும் நாம் தெற்றெனத் தெரிந்து கொள்ளலாம்.

இக்கருத்தரங்கில் 'நட்பும் மதிப்பும்' என்ற அமர்வில் கலந்துகொள்ள என்னை அமைப்பாளர்கள் அழைத்தபொழுது சலபதியுடனான நட்பையும் உரிமையையும் வெளிப்படுத்தும் 'நட்பாங்கிழமை' என்ற வள்ளுவனின் சொல்லாட்சியே என் நெஞ்சில் நிழலாடியது. இந்த அமர்வை என் நீண்ட கால நண்பர்களான இந்திரன், தமிழ்ச்செல்வன், களந்தை பீர்முகம்மது ஆகியோருடன் பகிர்ந்துகொள்வதில் எனக்கு இரட்டிப்பு மகிழ்ச்சி.

சலபதியை அவரது பள்ளிப் பருவத்திலிருந்தே நான் அறிவேன். முப்பத்தைந்தாண்டுகளாக நீடித்து

நிலைபெற்றிருக்கும் கேண்மை அது. அவர் என்னிலும் பதினைந்து அகவை இளையவர். நட்பிலும் குஞ்சென்றும் மூப்பென்றும் இல்லைதானே! நாங்கள் ஒரே தலைமுறையினர்தாம். எங்களைப் பிணைத்திருக்கும் சங்கிலியின் முன்பின் கண்ணிகள் நாங்கள், அவ்வளவே! முதல் சந்திப்பிலிருந்து இன்றுவரை அவர் என்னைப் பெயரிட்டே அழைத்து வருகிறார். நானறிந்தவரை அவர் தன் நண்பர்களைப் பெரிதும் அப்படியே விளிக்கிறார். 'பெரியோரை வியத்தலும் இலமே, சிறியோரை இகழ்தல் அதனினும் இலமே' என்னும் பண்பின் அடியாகப் பிறந்த சமத்துவம் அது. நட்புரிமை யுடன் கூடிய அவரின் 'வேணு' என்னும் விளி என் நெஞ்சுக்கு நெருக்கமானது.

டாக்டர் மே.து. ராசுக்குமார் ஆற்றுப்படுத்தியதன் பேரில், சலபதி அவரது பதின்பருவத்தில் ஒருநாள் நான் நடத்திவந்த தங்கம் அச்சகத்திற்கு என்னைச் சந்திக்க வந்தார். என்னுடைய 'மணிக்கொடியும் இலக்கியத் திருப்பங்களும்' ஆய்வு குறித்துக் கேட்டறிந்தார். என் தனித்தமிழ்ப் பேராசிரியர் நிலவழகனார் 'புதுமைப்பித்தன் கொச்சைத் தமிழ் எழுத்தாளன்' என்று சொன்னதால் வெகுண்டு பச்சையப்பன் கல்லூரிப் பக்கமே போகாமல் என் ஆய்வுப்பணி தடைப்பட்டிருந்த கதையைச் சலபதியிடம் சொன்னேன். சலபதி தான் தொகுத்துவந்த வ.உ.சி. கடிதங்கள் பற்றிச் சொல்லிச் சென்றார். பின்னர் அவர் ஆங்கிலத்தில் எழுதிய 'பிலவ்ட்' (Beloved) என்ற கன்னிக் கவிதைத் தொகுப்பைக் கொடுத்தார். ஏனோ தெரியவில்லை, ஒரு கவிஞராக முளைவிடத் துடித்த அந்த முயற்சியைச் சலபதி தொடரவேயில்லை. பின்னர் பாப்லோ நெரூதாவைத் தமிழுக்குத் தந்தது, சேரனை ஆங்கிலத்திற்குக் கொண்டு சென்றது என அவரது கவிதை ஆர்வம் மடைமாற்றம் கண்டது.

பல்கலைக்கழகத் தமிழ்ப் பேராசிரியர் ஒருவரிடம் சேரன் கவிதைகளைச் சலபதி தமிழாக்கம் செய்கிறார் என்னும் தகவலை நான் தெரிவித்தபோது அந்தப் பேராசிரியர் 'சேரனா யார் அது?' என்று என்னிடம் கேட்டார் என்பது தனிக்கதை. அவராவது மொழியியல், கணினித் தமிழ் என்று மூழ்கிக்கிடந்தவர் என்பதால் அதனைப் பொருட்படுத்தாமல் விட்டுவிடலாம். ஆனால் நவீனத் தமிழ் இலக்கியத்தைத் தன் விரல்நுனியில் வைத்திருப்பதாகக் காட்டிக்கொள்ளும் இன்னொரு தமிழ்ப் பேராசிரியரோ நுஃமானின் 'மழைநாட்கள் வரும்' என்னும் கவிதைத் தலைப்பை 'மழை வரும் நாட்கள்' என்று பஞ்சாங்கக் குறிப்பைப்போல் திரும்பத்திரும்பச் சொன்னதை என்னென்பது? நான் அவரது தவறைச் சுட்டிக்காட்டியதை ஏற்க மறுத்தது அகந்தை.

இவற்றையெல்லாம் நான் சொல்ல நேர்ந்ததற்குக் காரணம் சலபதி அப்படிப்பட்டவரல்லர், வணிகவியலையும் வரலாற்றை யும் ஆங்கில வாயிலாகப் படித்த அவருடைய தமிழ்மொழி ஆளுமை நம்மை அண்ணாந்து பார்க்கவைப்பது என்பதைச் சுட்டிக்காட்டத்தான். பெரும்பாலும் தமிழ்ப் பேராசிரியர்களே தமிழ் ஆய்வுகளை மேற்கொண்டுவரும் நிலையில் அவர்களுக்கு எவ்விதத்திலும் சளைக்காமல், இன்னும் சொல்லப்போனால் அவர்களை விஞ்சிநிற்கிற உரைநடை அவருடையது. முன்னைப் பழைமைக்கும் பழைமையாய், பின்னைப் புதுமைக்கும் புதுமையாய் அவருக்குக் கைவரப்பெற்றது. சிடுக்குகள் அற்ற, எளிய நடை அது. அந்நடை அவர் முயன்று பெற்றது. அழகிய, வழுக்கிச்செல்லும் ஒலிஇயைபு கொண்ட நடை. கவிதைக்கு மட்டுமல்ல, உரைநடைக்கும் ஒலிஒழுங்கு வேண்டுமென்று என்னைப் போலவே நினைப்பவர் அவர்.

'அறிதொறும் அறியாமை கண்டற்றால் ...' என்பதை உணர்ந்தவராதலால், தன் சொற்களஞ்சியத்தை நாளும் பெருக்கிக்கொள்பவர் சலபதி. அதனால் புதிய சொற்றொடர்களை, அன்றலர்ந்த கலைச்சொற்களை அவர் கட்டுரைகளில் நாம் கண்டு இன்புறலாம்.

சலபதி ஒருசில ஆய்வாளர்கள்போல் அல்லாமல் பழந்தமிழ் இலக்கியத்திலும் நவீன இலக்கியத்திலும் ஒருங்கே நாட்டம் கொண்டவர். வரலாற்று நோக்கிலான ஆய்வில் காட்டும் அதே அக்கறையை இலக்கியத்தின்பாலும் செலுத்துபவர். இலக்கியம்போல் இலக்கணமும் அவருக்கு உவப்பானதே. வினை, துணைவினை, அண்மைச்சுட்டு, சேய்மைச்சுட்டு என என்னிடமும் எது குறித்தாவது விளக்கம் கேட்டுத் தன்னைப் புதுப்பித்துக்கொள்வார். எங்கள் சந்திப்புகளின்போது பேசுபொருளாகப் பெரிதும் இலக்கியம் – அதிலும் குறிப்பாகக் கவிதை, அரசியல் ஆகியவையே இடம்பெறும்.

இரசனையும் நகைச்சுவையும் எங்கள் இருவருக்குமான பொதுவான இழைகள். பகடி செய்வதில் வல்லவர் அவர். ஒருமுறை வைகறையின் 'நதி' என்னும் கவிதைத் தொகுப்புக்கு நான் எழுதிய முன்னுரையைப் படித்த சலபதி சொன்னார்: "வேணு, உங்கள் முன்னுரையைப் படித்தேன். நன்றாக இருந்தது. அதைத் தமிழில் எழுதியிருந்தால் இன்னும் நன்றாக இருந்திருக்கும்." அதாவது நான் வடமொழிச் சொற்களைப் பெரிதும் பயன்படுத்தி மணிப்பிரவாளமாக எழுதியிருந்ததைத்தான் அவ்வாறு கிண்டல் செய்தார். அதற்குப் பிறகு என் எழுத்துநடையை மாற்றிக்கொண்டு இயன்றவரையில் இனிய தமிழில் எழுதலானேன். அவரைப்போல

அடுத்தவருக்கு ஊறு விளைவிக்காத பகடியை வழங்கிட எத்தனை பேரால் இயலும்?

அதைப்போல ஒருமுறை என் வீட்டுக்கு வந்தவர் 'ஏன் உங்கள் பெயரைப் பெயர்ப்பலகையில் ஆங்கிலத்தில் எழுதிவைத்திருக்கிறீர்கள்?' என்று கேட்டு என்னைக் 'கடிதோச்சி மெல்ல எறிந்தார்'. இத்தனைக்கும் என் வீட்டின் கீழ்த்தளத்தில் தமிழ்ப் பேராசிரியர் ஒருவர் குடியிருந்தார். அவர் ஒருமுறை கூட அதனைச் சுட்டிக்காட்டியதில்லை. என்னைக் காண வரும் தமிழார்வலர்கள், இதழாளர்கள் ஒருவர் கண்ணிலும் அது படவில்லை. சலபதிக்குக் கழுகுக்கண். இன்னொருமுறை என் கையொப்பத்தை ஆங்கிலத்தில் இட்டபோதும் உரிமையுடன் கடிந்துகொண்டார். 'எங்கும் தமிழ், எதிலும் தமிழ்' என்ற நிலையைத் தமிழார்வம் என்று மட்டும் பார்க்காதீர்கள், அதனால் தமிழ் மட்டுமே தெரிந்த பலருக்கு நேரடியான, மறைமுகமான வேலைவாய்ப்புகளை ஏற்படுத்தித்தரலாம் அல்லவா? என்று அதற்கான சமூக–பொருளியல் விளக்கத்தை யும் கொடுத்ததை எப்படி நினைவில்கொள்ளாமல் இருக்க முடியும்? 'நகுதற் பொருட்டன்று நட்டல் மிகுதிக்கண் / மேற்சென்று இடித்தற் பொருட்டு . . .' என்பதை இவ்வாறு நண்பர் சலபதி எனக்கு உணர்த்தினார், உணர்த்திவருகிறார். தாய்மொழி ஆர்வம் அவரது இரத்தத்தில் ஊறியது. 'எனக்கும் தமிழ்தான் மூச்சு' என்று வலிந்து அவர் காட்டிக்கொண்டதேயில்லை.

தான் கற்றதையும் பெற்றதையும் பிறரிடம் பகிர்ந்து கொள்வதில் அவர் அலாதி இன்பம் காண்பார். பேசிக்கொண் டிருக்கும்போதே அவரது புத்தக அடுக்கிலிருந்து தொடர்பான நூல்களைச் சட்டென்று எடுத்துத் தருவார். ஒருமுறை அவ்வாறு நான் முப்பது ஆண்டுகளுக்கு முன் பதிப்பித்த 'சோசலிசக் கருத்துகளும் பாரதியாரும்' என்னும் கோ. கேசவனின் புத்தகத்தை நொடியில் எடுத்து என்னிடம் கொடுத்தார். அதுபோல் பல நிகழ்வுகள். கொண்டதும் கொடுத்ததுமான எங்கள் நட்பில் நான் கொடுத்ததை விட கொண்டது அதிகம்.

முகத்திற்கு நேராகப் பாராட்டுவதைச் சலபதி எப்போதும் ஏற்பதில்லை. புகழ்ச்சிக்கு நாணும் இயல்புடையவர் அவர். இந்த உரையை நிமித்தமாகக் கொண்டு அவர் முன்னிலையில் அவரைப் புகழ்வது இயல்வதாயிற்று. தன்னைப் பறைசாற்றிக் கொள்வதை இயன்றமட்டும் தவிர்த்துவிடுவார். அதேநேரத்தில் தக்கவர் என அவர் இனங்கண்டு கொண்டவர்களைப் பாராட்டு வதில், ஊக்குவிப்பதில் அவர் நிகரற்ற வள்ளன்மை கொண்டவர்.

சலபதியின் இயல்புகளில் தலையாயது என நான் கருதுவது அவர் தொட்டாற்சுருங்கியாக இல்லை என்பதைத்தான். அவரது ஆக்கங்கள் தொடர்பான விமர்சனங்களை எதிர்கொள்ளும் நேர்மைத்திறம் மிக்கவர் அவர். அவரது படைப்புகள் வெளி யானதும் அவை குறித்த எதிர்வினைகளுக்காகக் காத்திருப்பார். தேவைப்பட்டால் தனது கருத்துகளைக் கூட மீளாய்வுக்கு உட்படுத்துவார். அதற்கு நிறைய எடுத்துக்காட்டுக்களைக் கூறலாம். ஓர் எழுத்தாளனுக்கு இருக்கவேண்டிய அடிப்படைப் பண்பு அல்லவா அது?

சலபதி என்னும் ஆளுமையின் மிக முக்கியமான அம்சம் அவருடைய நினைவாற்றல். அப்பண்பு அவருடைய ஆய்வுக்கும் உறுதுணையாக இருக்கிறது. நாற்பது ஆண்டுகளுக்கு முன் நானும் என் நண்பர் தேவிப்ரியாவும் பூடகக் கவிதைகளைப் பகடி செய்யும் நோக்கில் பொருள் விளங்காத வகையில் அந்தாதி பாணியில் கவிதை ஒன்றை எழுதி 'ஓர் இலக்கிய அந்தஸ்து மிக்க இதழுக்கு' அனுப்பிவைத்தோம். அவர்களும் அதைத் 'தீவிரமாகப் பரிசீலித்து' ஒருவாறு பிரசுரித்தும்விட்டார்கள். தொடர்புடைய நாங்களே அதை ஒரு விடலை விளையாட்டாகக் கருதி மறந்துவிட்டோம். ஆனால் அந்நிகழ்வை 'அந்தக் காலத்தில் காப்பி இல்லை' நூலில் பகடி இலக்கியம் என்னும் இயலில் சலபதி பதிவு செய்திருப்பார். சாகித்ய அகாதெமி பரிசெல்லாம் பெற்ற எழுத்தாளர்சு. சமுத்திரம் அந்தக் கவிதையை ஏதோ அமர இலக்கியம் என்று கருதித் தான் எழுதியதாக *வாசுகி* என்னும் இதழில் எழுதினார் என்பது சலபதியே இதுகாறும் அறியாத உச்சக்கட்டப் பகடி. புத்தகத்தின் அடுத்த பதிப்பில் சலபதி இதனையும் சேர்த்தே எழுதலாம். அந்த இலக்கிய இதழின் ஆசிரியரைக் கருத்தரங்கு ஒன்றில் நான் சந்தித்து விஷயத்தைப் போட்டு உடைத்தபோது அவர் ஆற்றிய எதிர்வினையையும் சேர்த்துக்கொண்டால் பகடி களைகட்டும்.

அதுபோல் என் சம்பந்தப்பட்ட பல செய்திகளைச் சலபதியின் நூல்களில் படித்து வியந்திருக்கிறேன். இவ்வாறு பொதுப்பார்வையில் உறைக்காத பல சின்னச் சின்னத் துக்கடாக் களைக் கூடத் துல்லியமாக நினைவில் தேக்கிவைத்திருந்து பாதாளக்கரண்டி இல்லாமலேயே வெளிக்கொணர்ந்து தக்க சமயத்தில் எழுத்திலும் உரையாடலிலும் அவர் பயன்படுத்துவார்.

சலபதி மிகச் சுவாரசியமான உரையாடல்காரர். நாங்கள் இருவரும் சந்தித்துவிட்டால் நேரம் போவது தெரியாமல் பேசிக்கொண்டிருப்போம். சலபதிக்குப் பழமொழிகளில் ஈடுபாடு அதிகம். உரையாடும்போது சீட்டாட்டத்தில்

தக்கச் சீட்டு வந்துவிழுவதுபோல் பழமொழிகள் வந்து விழுந்துகொண்டேயிருக்கும். இப்போதுதான் என்றில்லை, பதின்பருவத்திலிருந்தே அவர் அப்படித்தான். மறைமலையடிகள் நூலகத்தின் வேலைநேரம் முடிந்து நாங்கள் மண்ணடித் தெரு வழியாகப் பேசிக்கொண்டு வருகையில் 'குந்தித் தின்றால் குன்றும் மாளும்' என்ற முதுமொழியை அவர் சொன்னது என் நினைவில் பதிந்துவிட்டது. போனவாரத்தில் ஒருநாள் 'கரடியை எங்கே பிடிச்சாலும் மயிருதான்' என்று போகிறபோக்கில் ஒரு பழமொழியை வீசி எறிந்தார். பல பழமொழிகள் நான் முதன்முறையாகச் செவிமடுப்பதாக இருக்கும். எங்கிருந்துதான் இவற்றைப் பிடிக்கிறாரோ என எண்ணிச் சமயத்தில் வியப்பாகவும் இருக்கும்,

கடந்த முப்பத்தைந்து ஆண்டுகளில் நாங்கள் இடையறாது எங்கள் நட்பை இழையறாது பேணிக் காத்துவருகிறோம். அவர் மறைமலையடிகள் நூலகப் பணியில் இருந்தபோது அவரைக் காண நான் அங்கு சென்றுவருவேன்; அதுபோல் என்னைப் பார்க்க நான் வேலை பார்த்துவந்த கதிரவன் நாளிதழ் அலுவலகத்திற்கு அவர் வந்துள்ளார். 'எப்படியோ நாம் தொடர்ந்த தொடர்பில் இருந்துவந்திருக்கிறோம் அல்லவா!' என்று அவரேகூட அண்மையில் அதனைக் குறிப்பிட்டு வியந்தார். முப்பதாண்டுகளுக்கு முன் நிகழ்ந்த என் திருமணத்தில் இங்கு பட்டியல் போடமுடியாத அளவுக்குத் தமிழகத்தின் முக்கியமான கலை இலக்கிய ஆளுமைகள், இதழாளர்கள், கல்வியாளர்கள், பல்வேறுபட்ட அரசியல் இயக்கத்தினர் கலந்துகொண்டு சிறப்பித்தனர். அவர்களுள் ஒருவராக என் இனிய நண்பர் சலபதியும் வருகைதந்து வாழ்த்தினார். மூன்று ஆண்டுகளுக்கு முன்னர் நிகழ்ந்த என் மகள் அஞ்சிதாவின் திருமணத்திற்கு அவர்களில் பலரும் வந்திருந்தனர். சலபதியை வடித்தெடுத்த சிற்பியான இதழாளர் 'முகம்' மாமணி தலைமையில் திருமணம். மாமணி மணமகனின் பாட்டனார் என அமைந்தது இயற்கையின் திருவிளையாடல். அவருக்குத் துணைநின்று சலபதி தன் அருமை மகள் கன்னலுடன் மணமேடை ஏறிவந்து என் மகளின் திருமணத்தை நடத்திவைத்தது காலம் கனிந்து வழங்கிய நற்பேறு. இப்படிக் குடும்ப உறவாகவும் கிளைவிட்டிருக்கிறது எங்கள் நட்பு. இதைக் குறிப்பிடாமல் 'நட்பாங்கிழமை' எங்ஙனே முற்றுப் பெறும்?

நான் இப்போதும் திருவல்லிக்கேணியிலுள்ள குஜிலித் தெருவைக் கடக்கும்போதெல்லாம் சலபதியின் முச்சந்தி இலக்கியம் நினைவுக்கு வருகிறது. பாரதி வாழ்ந்த இல்லத்தைக் கடந்துசென்றால் சலபதியின் பாரதி ஆய்வுகளும் கருத்துப் படங்கள் உள்ளிட்ட பாரதியின் இதழியல் கொடைகளும்

நெஞ்சில் நிறைகின்றன. அதுபோல் புதுமைப்பித்தனைப் பதிப்பித்த அரும்பெரும் பணி மூலம் எனக்கு அவர் அறிவூட்டியது அதிகம்.

'வ.உ.சி.யும் திருநெல்வேலி எழுச்சியும்' தொடக்கம் 'தமிழ்க் கலைக்களஞ்சியத்தின் கதை' ஈறாக அவரது ஆய்வு நூல்கள் அத்தனையையும் வாசித்தவன் என்கிற முறையில் அவை தொடர்பான என் வாசிப்பு அனுபவங்களை ஒரு சிமிழுக்குள் அடக்கிவிட முடியாது.

எந்த உச்சத்தைத் தொட்டாலும் அவருக்குள் இருக்கும் குழந்தைமையை அவர் இழக்கவில்லை என்பதுதான் அவருடைய சிறப்பு. அன்று கண்ட மேனிக்கு அழிவில்லாத அவருடைய இளமை இரகசியம் அதுதான்.

நண்பர் ஆ.இரா.வேங்கடாசலபதி சாதனைகள் பல படைத்து இன்று போல் என்றும் புகழ் சூடி வாழ்க என வாழ்த்துகிறேன்.

❖

கே.எம். வேணுகோபால்

14

நட்பும் மதிப்பும்

கிருஷ்ண பிரபு

பாரதி: கவிஞனும் காப்புரிமையும் நூலின் முன்னுரையில் "பாரதி நூற்றாண்டில் (1981–1982) இலக்கிய உலகிற்குள் நுழைந்தவன் நான்" எனக் கூறியிருக்கிறார் ஆ. இரா. வேங்கடாசலபதி (இனி நட்பை முன்னிட்டு சலபதி என உரிமையோடு குறிப்பிட விரும்புகிறேன்). அவர் இலக்கிய உலகிற்குள் நுழைந்த ஆண்டு நான் பிறந்த வருடமும் கூட. என்றாலும் அது பாரதிக்கும் சலபதிக்கும் பெருமை தருவதா என்பது வேறு விஷயம்!

பதினைந்து வயது கூட நிரம்பியிராத, பள்ளி மாணவரான சலபதிக்கு பாரதி நூற்றாண்டும், அதையொட்டி அமைந்த தொடர்புகளுமே பின்னாளில் அவருடைய வாழ்வின் போக்கைத் தீர்மானிக்கும் வகையில் அமைந்திருக்கின்றன. அதுவே தமிழில் அச்சு, பதிப்புத்துறையின் வரலாறு களை ஆராய்ந்து முனைவர் பட்டம் பெறுவதற்கான உந்துதலையும் அவருக்கு வழங்கியிருக்கிறது. 1980களில் சலபதியின் பொழுதுகளையும் எண்ணங்களையும் வ.உ.சியும் பாரதியுமே ஆக்கிரமித்துக்கொண்டு இருந்திருக்கிறார்கள் எனத் தெரிகிறது. அவர் கல்லூரிப் படிப்பை முடித்து மறைமலையடிகள் நூலகத்தில் பணியாற்றியதும் அதற்குத்தானோ என்று கூடத் தோன்றுகிறது. முதுகலை வரலாற்றைக் கூட அஞ்சல் வழியில்தான் படித்தார் என்று நினைக்கி றேன். அவருடைய முதிர்ச்சியான திட்டமிடலை

இதிலிருந்தெல்லாம் பார்க்க முடிகிறது. காய்கறிக் கடைக்கோ, உணவகத்திற்கோ சென்றால் கூட இந்த ஒழுங்கும் திட்டமிடலும் சலபதியிடம் நிறையவே இருக்கும்.

'வ.உ.சி. கடிதங்களை'ப் பதிப்பித்தபோது (1984) அவருக்குப் பதினேழு வயதுகூடக் காணாது. இருபாலர் பள்ளியில் படித்துக்கொண்டிருந்த என்னுடைய பதின்பருவத்தின் பிந்திய வயதுகளில் நானும் என் சமகாலத்தவர்களும் கொக்கோ விளையாடிக்கொண்டு இருந்தோம். இந்த ஒப்பீட்டைக்கூடச் சலபதிக்கும் எனக்குமான பாரிய இடைவெளியைச் சுட்டிக் காட்டவே பகிர்கிறேன். ஏறக்குறைய என் வயதுக்கு நிகரான அனுபவத்தை ஆய்வுப் புலத்தில் சலபதி கொண்டிருக்கிறார் என்பதை மனத்தில் இருத்திப் பார்க்கும்போது வியப்பாக இருக்கிறது.

'சலபதி 50: விரிவும் ஆழமும்' என்கிற இரண்டு நாள் கருத்தரங்கை ஓய்வுபெற்ற இந்தியக் குடிமைப் பணியாளரும், மேனாள் ஆளுநருமான கோபாலகிருஷ்ண காந்தியுடன், இசைக் கலைஞர் டி.எம். கிருஷ்ணா, மேனாள் துணைவேந்தர் வசந்தி தேவி, எழுத்தாளர் ராமச்சந்திர குஹா போன்றோர் பங்கேற்றுத் தொடங்கி வைத்தார்கள். தமிழ் அறிவுச் சூழலில் காத்திரமாகப் பங்காற்றிய ஆளுமைகள் கலந்துகொண்டு சலபதியின் எழுத்து மற்றும் பதிப்புப் பணிகளைப் பற்றிய பார்வைகளை முன்வைத்தார்கள். சலபதியிடம் ஆய்வு செய்த மாணவர்கள் அவருடைய ஆசிரியத்துவம் குறித்துப் பேசுகிறார்கள். காலச்சுவடு இதழில் பங்காற்றிய அரவிந்தன், களந்தை பீர் முகமது ஆகியோருக்கும் கூடச் சொல்ல நிறையவே இருக்கும். பழ. அதியமானுக்கும் சரவணனுக்கும் அவருடனான நட்பின் ஆழம் குறித்து எல்லோரும் அறிந்ததே. இவர்களுக்கு மத்தியில் 'நட்பும் மதிப்பும்' என்ற அமர்வில் பேச ஒருவராக என்னையும் அழைத்திருக்கிறார்கள். நண்பர்களான காலச்சுவடு கண்ணனுக்கும், கடவு இலக்கிய அமைப்பின் நிறுவனர் தேவேந்திர பூபதிக்கும் நெஞ்சுரம் அதிகம்தான்.

இயல்பான தமிழ் வாழ்வு என்பதன் எல்லைகளை, அத்தகையதொரு வாழ்வின் சாத்தியப்பாடுகளை விரிவுபடுத்தும் வகைமையிலான துல்லியமான,துலக்கமான ஆய்வுகளைத் தமிழ்ச் சமூக வரலாறு சார்ந்து கண்டடைவது கடினம். அதுபோன்ற முயற்சிக்குச் சமகாலத்தில் வித்திட்டவர்களின் ஆரம்ப வரிசையில் சலபதிக்குப் பிரதான இடமுண்டு. குழப்பங்களும் மயக்கங்களும் போலித்தனங்களும் நிறைந்த தமிழ்ச் சமூக வரலாற்றை நவீன உலகப் போக்குடனும் ஆழ்ந்த அக்கறையுடனும் அணுகியவர்களில் சலபதி குறிப்பிடத்தக்கவர். தமிழ்ச் சமூகப்

போக்கில் உடைவை ஏற்படுத்திய எல்லாக் காரணிகளின் மீதும் அவருடைய கவனம் குவிந்திருக்கிறது என்பதில் யாருக்கும் மாற்றுக் கருத்து இருக்க முடியாது.

நாவல் என்ற இலக்கிய வகைமை நம் சமூகத்தில் செலுத்திய தாக்கத்தின் தோற்ற வளர்ச்சியைக் குறுக்குவெட்டாக ஆராயும் சலபதிதான், கவனமற்றுப் போன முச்சந்தி இலக்கியம் சார்ந்த தகவல்களையும் ஆவணப்படுத்தி இருக்கிறார். வ.உ.சியும் பாரதியும் பெரியாரும் அவரது நேரத்தை எடுத்துக் கொண்டதைப் போலவேதான் எஸ்.ஜி. இராமாநுஜலு நாயுடுவும் எடுத்துக்கொண்டிருக்கிறார். காப்பியும் புகையிலையும் தமிழ்ச் சமூகத்தில் செலுத்திய தாக்கத்தை ஆய்வின் மூலம் பதிவு செய்த அவரேதான் 'தமிழ்க் கலைக்களஞ்சியத்தின் கதை' என்ற நூலையும் எழுதியிருக்கிறார். தான் எடுத்துக்கொள்ளும் விஷயத்தை நம்பகமான தரவுகளுடன் அணுகும் தன்மைதான் அவரது கட்டுரைகளையும் ஆய்வுகளையும் பதிப்புகளையும் விரிந்த உலகப் பரப்பில் வைத்துப் பார்க்கும் நம்பிக்கையை நமக்குக் கொடுக்கின்றன. இதற்கான உதாரணங்களாக 'அந்தக் காலத்தில் காப்பி இல்லை முதலான ஆய்வுக் கட்டுரைகள்', 'ஆஷ் அடிச்சுவட்டில்: அறிஞர்கள் ஆளுமைகள்' தொகுப்பிலுள்ள கட்டுரைகளைச் சொல்லலாம்.

அவரது ஒவ்வொரு கட்டுரைக்குப் பின்னும் பரந்துபட்ட தகவல் சேகரிப்பு, நுணுக்கமான வாசிப்பு, பல்லாண்டுக்காலக் கடின உழைப்பு, பயண மெனக்கெடல் ஆகியவை இருப்பதை வாசகர் உணரலாம். இதழில் வெளியான கட்டுரைகளைத் தொகுத்து நூலாக்கும் போதும், அவ்வாறான தொகுப்பு நூலினை மறு அச்சில் கொண்டுவரும்போதும் வரலாற்றினைத் துல்லிய மான தெளிவை நோக்கித் தொடர்ந்து நகர்த்துகிறார் சலபதி. வரலாற்று ஆய்வாளர்களிடம் இத்தகைய பண்பை அபூர்வமாகவே பார்க்க முடிகிறது.

தேய்வழக்குகளாகிவிட்ட தமிழர்–தமிழ் சார்ந்த வெற்றுப் பெருமிதங்களையும் வார்த்தை ஜாலங்களையும் உதறிவிட்டு, நவீனத் தமிழ்ச் சமூக உருவாக்கத்தின் பின்புலத்தில் தமிழ்ச் சமூகத்தின் பண்பாட்டு மாற்றங்களைப் பகுத்து ஆராயும் 'அந்தக் காலத்தில் காப்பி இல்லை முதலான ஆய்வுக் கட்டுரைகள்' என்ற தொகுப்பு நூலின் வழியாகவே ஆ. இரா. வேங்கடாசலபதி எனக்கு அறிமுகமானார். அவருடைய அறிஞர்கள் ஆளுமைகள் பற்றிய கட்டுரைகளும் எனக்குள் வெளிச்சத்தைப் பாய்ச்சியவை. என்றாலுமே புதுமைப்பித்தன் சிறுகதைகள் முழுத்தொகுப்புதான் அவருடன் நெருங்கிப் பழகும் வாய்ப்பை எனக்கு அளித்தது.

2015ஆம் ஆண்டு நிகழ்ந்த புத்தகச் சந்தையில் சலபதி தொகுத்துப் பதிப்பித்த 'புதுமைப்பித்தன் கதைகள்' முழுத்தொகுப்பை எழுத்தாளர் பத்தினாதன் எனக்கு அன்புடன் வாங்கிப் பரிசளித்தார். 2000இல் வெளியாகி இடைப்பட்ட பதினைந்து ஆண்டுகளில் எட்டு பதிப்புகளைக் கண்ட மேம்படுத்தப்பட்ட செம்பதிப்பான இதை நவீன தமிழ்ப் பதிப்பு வரலாற்றின் மைல்கல் என்று கூடச் சொல்லலாம். ஒற்றுகள் சார்ந்தும் சில வார்த்தைகள் சார்ந்தும் அதில் எனக்கு ஐயங்கள் இருந்தன. பிப்ரவரி 2015இல் துடுக்குடன் அவற்றைச் சார்ந்து ஒரு மின்னஞ்சலையும் சலபதிக்கு அனுப்பியிருந்தேன். சுவரில் அடித்த பந்தைப்போல அவரிடமிருந்து பதிலும் வந்தது. அதைத் தொடர்ந்த அடுத்தடுத்த உரையாடல்கள் புதுமைப்பித்தனையும் பதிப்பு நெறிகளையும் மேலும் நுட்பமாக அறிந்துகொள்ளும் வாய்ப்பை எனக்குக் கொடுத்தன. ஜனவரி 2016இல் வெளியான ஒன்பதாம் பதிப்புக்கான குறிப்பில் சலபதி என் பெயரைக் குறிப்பிட்டு நன்றியும் சொல்லியிருந்தார். அவ்வாறு செய்திருக்க வேண்டிய அவசியமே அவருக்கு இல்லை. என்றாலும் மிகப் பெருந்தன்மையாக நடந்துகொண்டார்.

பொதுவாகவே சலபதியுடனான உரையாடல்கள் எனக்கு பெரிதும் உவப்பானவை. அந்த அனுபவமே பின்னாளில் எஸ். தனபாலின் பிறந்தநாள் நூற்றாண்டு நிகழ்வின்போது, ஆனந்த விகடன் தொடரான 'ஒரு சிற்பியின் சுயசரிதை' நூலைப் பதிப்பித்தபோது எனக்குப் பெரிதும் உதவியது. பா. மதிவாணன், கவிஞர்கள் சுகுமாரன், பெருந்தேவி மற்றும் கல்யாணராமன் ஆகியோரிடமும் இதுபோன்ற உரமான பகிர்தல்கள் எனக்குத் தேவையான தருணங்களில் கிடைத்ததுண்டு. பெருமாள்முருகனின் 'பதிப்புகள் மறுபதிப்புகள்' நூலையும் இந்த வரிசையில் குறிப்பிட விரும்புகிறேன்.

புதுமைப்பித்தன் கதைகளை மட்டுமல்லாமல் மொழி பெயர்ப்புகள், கட்டுரைகளையும்கூடச் சலபதி தொகுத்திருக்கிறார். இதற்கெல்லாம் முன்பே புதுமைப்பித்தனின் தொகுக்கப்படாத அச்சிடப்படாத எழுத்துக்களைத் தேடி 'அன்னை இட்ட தீ' (1998) என்ற நூலாகப் பதிப்பித்தவர். தொ. மு. சி. ரகுநாதனின் 'புதுமைப்பித்தன் வரலாறு' (2016) நூலையும் பதிப்பித்திருக்கிறார். ஒருவகையில் புதுமைப்பித்தனின் ஆளுமைச் சித்திரத்தை எல்லாத் திசைகளிலிருந்தும் நின்று நோக்கி வாசகர்களிடம் கொண்டு சேர்க்கும் பணியைத்தான் இந்த இருபது வருட கால இடைவெளியில் சலபதி செய்திருக்கிறார். ஒவ்வொருமுறை இந்த நூல்கள் மறுபதிப்பு காணும்போதும் முதற் பதிப்பைக் கொண்டுவரும் அதே உத்வேகத்துடன் கடினமாக உழைக்கிறார்

என்பதை அவருடைய நட்பு வட்டத்திலுள்ள நெருங்கிய நண்பர்களைத் தவிர வேறு யாரேனும் அறிவார்களா என்று தெரியவில்லை. ஒரு கிளாசிக் வகை புனைவு படைத்திருக்கும் எழுத்தாளரின் பல்வேறு பதிப்பகங்களின் வெளியீடுகளை ஒப்பிட்டுப் பாட பேதங்களை ஆய்வுநோக்கில் அணுகுவதைப் போலவே, ஒரே பதிப்பாளர் பதிப்பித்த கிளாசிக் தொகுப்பின் அடுத்தடுத்த பதிப்புகளையும் ஒப்பிட்டு அதன் நுட்பம் சார்ந்து பேச வேண்டிய அவசியம் நிறையவே இருக்கிறது. கடின உழைப்பைக் கோரும் அவ்வாறான தளம் தமிழ்ச் சூழலில் இன்னும் உருவாகவில்லை என்பது வருத்தம் தரும் உண்மை.

'நட்பும் மதிப்பும்' என்ற தலைப்பிலான அமர்வு என்பதால் அதன் தொடர்பில் புராணக் கதைகளின் இரண்டு சம்பவங்களைச் சொல்ல விரும்புகிறேன். ஒன்று, மகாபாரதத்தில் அமைதித் தூதுவனாக அஸ்தினாபுரத்திற்கு கிருஷ்ணன் விஜயம் செய்த சம்பவம். துரியனின் அரண்மனையில் கிருஷ்ணனுக்கு ராஜ உபசாரம் செய்ய அரண்மனையில் எல்லோரும் காத்திருக்கிறார்கள். ஆனால் மரியாதை நிமித்தமாகத் திடீரென கிருஷ்ணன் உணவருந்தச் சென்றதோ விதுரரின் வீட்டிற்குத்தான். இவ்வாறு நடக்கும் என விதுரரும் அவர் மனைவியும் அறிவார்களா என்ன? பழமும் இனிப்புகளும் மட்டுமே அவர்களிடம் இருந்தன. பக்திப் பரவசத்தில் விதுரரின் மனைவி வாழைப்பழத்தை உரித்து கனியைத் தூரப் போட்டுவிட்டுத் தோலைக் கிருஷ்ணனிடம் கொடுக்கிறார். "அருமை . . . அருமை . . ." என கிருஷ்ணனும் அசைபோட்டு அந்தத் தோலைச் சுவைக்கிறார். இதைக் கண்ட விதுரரோ பதைக்கிறார். "என்ன செய்துவிட்டாய்?" எனத் தன் மனைவியிடம் குறைபட்டுக்கொள்கிறார். கிருஷ்ணனோ, "பக்திப் பரவசத்தில் கொடுக்கும் எதுவுமே எனக்கு அமிர்தம்தான்" என்கிறார்.

இன்னொரு சம்பவம் இராமாயணத்தில் வருவது. நாட்டைத் துறந்து இராமன் காட்டுக்குச் செல்வான் என யாருமே அறிந்திருக்கவில்லை. சபரியோ ஒரு குடிலமைத்து இராமனைப் பார்க்கவென்றே காட்டில் தவம் கிடக்கிறாள். தினந்தோறும் சுவையான கனிகளைப் பறித்து வைத்துக்கொண்டு கண்கள் பூக்கக் காத்திருக்கிறாள். ஒருநாள் இராமனும் லட்சுமணனும் அந்தப் பக்கமாக வருகிறார்கள். இதனைக் கண்ட சபரி அகமகிழ்கிறாள். பறித்து வைத்த பழங்களை அப்படியே கொடுத்தால் அவை புளிப்பாக இருந்து இராமன் முகஞ்சுளிக்கக் கூடுமோ என்று யோசிக்கிறாள். ஆகவே கடித்துப் பார்த்து இனிப்பாக இருக்கும் கனிகளை மட்டும் ராமனுக்குக் கொடுக்கிறாள். இதைக் கண்ட லட்சுமணனுக்குக் கோபம் தலைக்கேறுகிறது.

“என்னதான் பரதேசி போல வனவாசம் வரவேண்டி நேர்ந்தாலும், என்ன தைரியம் இருந்தால் அயோத்தியின் இளவரசனான அண்ணனுக்கு எச்சில் கனிகளைக் கொடுப்பீர்கள்” என்கிறான். அதற்கு இராமனோ, “புளிப்பைச் சுவைத்துக்கூட என் முகம் கோணக் கூடாது என்பது எவ்வளவு உன்னதமான அன்பு, இது தாயின் அன்புக்கு நிகரானது லட்சுமணா” என விளக்குகிறான்.

பரவசத்தில் வாழைப்பழத் தோலைக் கொடுப்பது போலவே தமிழ்ப் பற்றின் காரணமாக ஏராளமான ஆய்வுகள் நமக்குக் கொடுக்கப்படுகின்றன. இதைக் கொடுத்தால் சரியிருக்காது என அறிந்தும் ஆய்ந்தும் பரிசோதித்து சபரி இனிப்பான கனியைக் கொடுப்பதைப் போலவே நல்லவற்றை ஊட்டுபவர்களும் இருக்கிறார்கள். கிருஷ்ணனைப் போலவும் இராமனைப் போலவும் வாசகர்களாகிய நாம் உபசரிக்கப்படலாம். விதுரரைப் போலவும் லட்சுமணனைப் போலவும் விமர்சகர்கள் வாதம் செய்யலாம். அவரவர் நம்பும் பணியை அவரவர் செவ்வனே செய்கிறார்கள். இதில் நாம் யாராக இருக்கிறோம் என்பதே மிக முக்கியம்.

நான் புராணத்தில் வரும் சபரியின் செயலைப் போலவே சலபதி போன்ற ஆய்வாளர்களின் தமிழ்ப் பணியைப் பார்க்கிறேன். பல்லாண்டுக் கால உழைப்பில் அவரைப் போன்ற ஆய்வாளர்கள் நமக்கான ஒன்றை எப்போதும் தோண்டி எடுத்துக்கொண்டு வந்து கொடுத்துக்கொண்டிருக்கிறார்கள். அத்தகைய பணி கொண்டாடப்பட வேண்டிய ஒன்று. சலபதி தமிழ் வாசகர்களுக்குக் கையளித்த பங்களிப்புக்கான கொண்டாட்டமாகவே இந்தக் கருத்தரங்கைப் பார்க்கிறேன். ஆகவே, வாசகராகவும் நண்பராகவும் உள்ளபடியே மகிழ்கிறேன். ஒரு வாசகனாக எனக்கான அன்பு சலபதியிடம் மனம் நிறையக் கிடைத்துண்டு. ஒரு வாசகப் பிரதிநிதியாக அந்த அன்பின் ஒரு துளியை உங்கள் எல்லோருடனும் பகிர்ந்துகொள்வதில் மகிழ்ச்சியும் அடைகிறேன்.

15

கலாச்சார வரலாற்றுப் பதிவுகள்

In Those Days There Was No Coffee –
நூலை முன்வைத்து

அ. பெர்னார்ட் சந்திரா

1

தான் வாழும் கலாச்சாரத்தை வரலாற்றினூடாகப் புரிந்துகொள்ள விழையும் ஒரு வரலாற்றாசிரியராக ஆ. இரா. வேங்கடாசலபதி இந்நூலை எழுதியிருக்கிறார். முகவுரையில் அவரே குறிப்பிட்டிருப்பது போல் வேறுவேறு தருணங்களில் வேறுவேறு முடுக்கங்களுக்காக எழுதப்பட்ட கட்டுரைகளின் தொகுப்பாக இந்நூல் அமையப் பெற்றிருந்தாலும் அடியிழை, பார்வை நோக்கம், அணுகுமுறை ஒற்றுமைகளால் ஒரு முழுமை பெற்ற தன்மையில் இந்நூல் வெளியாகியிருக்கிறது.

ஒரு வரலாற்றாளனாகத் தான் எவ்வாறு இயங்குகிறேன் என்பதைச் சிந்தனையாளர் ஐசையா பெர்லினின் மேற்கோளைச் சுட்டிக்காட்டி ('லண்டன் தெருக்களில் டாக்ஸியில் சுற்றித் திரியும் பயணியைப் போன்ற சிந்தனைகளின் வரலாற்றாளன் நான்') தனது இயங்குமுறையை முதலிலேயே வெளிப்படுத்திவிடுகிறார் நூலாசிரியர். சந்து பொந்துகளுக்கெல்லாம் சென்று திரும்பும் வாய்ப்பைத் தரும் ஆட்டோ ரிக்ஷாவில் பயணம் செய்வதைப் போன்று வரலாற்றின் இடுக்கு முடுக்குகளுக்குள் உண்மையைத் தேடும்

கலாச்சார வரலாற்றாசிரியன் தான் என்ற பிரகடனம் அவரது பார்வையையும் பயணநோக்கத்தையும் நமக்கு விளக்கி விடுகிறது. விளைவாக வரலாற்றின் பேசாப் பொருள்களாக மூட்ட மறைப்பிலிருக்கும் பல கலாச்சார வரலாற்று உண்மைகள் இவரது ஆய்வு ஒளிப் பாய்ச்சல்களில் துலக்கம் பெற்று நம் கவனத்துக்கு வருகின்றன. கருத்து, நோக்க முன்முடிவுகளோடு வரலாறாகச் சொல்லிக்கொள்ளப்படும் எழுத்துகள் இன்றும் தொடர்ந்துகொண்டு வரும் தமிழ்ச் சூழலில் இந்த அயற்சி யிலிருந்து அறிவு இதம் தரும் விதமாக அமைந்திருக்கிறது வேங்கடாசலபதியின் இந்நூல்.

2

இந்நூலின் உள்ளடக்கமே புதுமையாக உள்ளது. மொத்தம் ஒன்பது கட்டுரைகள், அவற்றில் ஐந்து 'நுகர்வின் வரலாறுகள்' என்ற தலைப்பிலும், நான்கு 'இலக்கியம், கலாச்சாரம், அடையாளம்' என்ற தலைப்பிலும் தொகுக்கப்பட்டிருக்கின்றன. 'அந்தக் காலத்தில் காப்பி இல்லை', 'புகையிலையின் வெற்றி' ஆகிய இரண்டு கட்டுரைகள் நுகர்வுப் பொருட்களான காப்பி, புகையிலை ஆகியவை தமிழ்க் கலாச்சாரத்தோடு பிணைந்த வரலாற்றையும், 'அரசியல் கேலிச் சித்திரங்கள்' கட்டுரை நாட்டு விடுதலைக்கு முந்தைய தமிழ் இதழுலகில் கேலிச் சித்திரங்களின் தோற்றம், வளர்ச்சி, தாக்கம் பற்றிய குறிப்புகளையும் நம் அவதானிப்புக்கு எடுத்துவைப்பனவாக உள்ளன. பொதுப் புத்தியில் சென்னை நகரம் எவ்வாறாகப் புரிந்துகொள்ளப்பட்டிருந்தது என்பதை ஆராயும் 'சென்னையில் தெருச் சாமர்த்தியம்' என்ற கட்டுரை 'மதிமோச விளக்கம்' என்று பரவலாக அறியப்படாதிருக்கும் நூலை மையமாக வைத்து எழுதப்பட்டிருக்கின்றது. 121 சிறிய பகுதிகளைக் கொண்ட அந்நூல் சென்னையில் நடுத்தர, சாமான்ய மக்கள் எவ்வகைகளில் ஏமாற்றப்படுகிறார்கள் என்பதை விவரிப்பதோடு யதார்த்தமான பல தகவல்களையும் சொல்கிறது. இறுதியாக 'இலக்கியத்தை நுகர்தல்' கட்டுரை புதுமைப்பித்தனது படைப்பு வாழ்க்கை, நவீனச் சிறுகதையின் தொடக்க காலத்தில் வேறுவேறு தரப்பினரால் அவர் எவ்வாறு எதிர்கொள்ளப்பட்டார் என்ற ஆய்வைக் கொண்டது.

மேற்கூறிய ஐந்து கட்டுரைகளிலும் உள்ள பொதுத் தன்மைகள் பல. இவை அனைத்துமே காலனிய நடு, பின் காலக்கட்டத்தின் கலாச்சார தளத்தில் உருவாகி வந்த போக்குகள், ஏற்புகள், பிணைப்புகள், புரிதல்கள், மாற்றங்கள், அதிர்வுகள் என்பனவற்றைப் பதிவு செய்வதோடு வரலாற்றில் கவனம் பெறாத பகுதிகளை ஆய்வு, படைப்பு மையப்பகுதிக்கு

இழுத்து வரும் தன்மையினால் ஒரே கண்ணியில் அமைதி பெறுகின்றன. தேர்ந்த தரவுகளின் உரத்தாலும் சீரான ஆய்வு நெறி முறையாலும், ஆற்றொழுக்கான விவரிப்பாலும் செறிவான மொழிநடையாலும் இக்கட்டுரைகள் அவை பெறவேண்டிய கனத்தையும் முழுமையையும் இயல்பாகவே பெற்று விடுகின்றன. ஒரு காலகட்டத்தின் நிகழ்வுகளை, போக்கை அதே காலகட்டத் தரவுகளைக்கொண்டே ஆய்ந்து எழுதப்பட்டிருக்கும் முறைமையின் பின்னணியிலுள்ள உழைப்பு வியக்கவைக்கிறது. குறிப்பாக 'அந்தக் காலத்தில் காப்பி இல்லை', 'சென்னையில் தெருச் சமார்த்தியம்', 'இலக்கியத்தை நுகர்தல்' ஆகிய மூன்று கட்டுரைகளும் தரவுகளின் பலத்தால் வெகுவாக ஆழம் பெறுகின்றன.

காப்பிப் பழக்கம் பரவி வந்தபோது எவ்வாறு மேற்கத்திய கலாச்சாரம் மக்களை, குறிப்பாகப் பிராமணர்களை, பெண்களை (ஐயகோ! இந்த நாசமாப்போன பழக்கம் பெண்களைப் பீடித்திருக்கின்றது!) பாழ்படுத்தி வருகிறது போன்ற அவலக் குரல்களும் மாற்றான உற்சாகப் பதிவுகளும் சொல்லப்படு கின்றன. காப்பி ஓட்டல்களிலிருந்த பிராமணச் சார்புநிலையை விமர்சித்தும், சுகாதாரமற்ற தன்மைகளைப் பகடிசெய்தும் உருவான பதிவுகள் எடுத்துக்காட்டப்படுகின்றன. பானங்களான காப்பி, டீக்கு நேர்ந்துவிட்ட வர்க்க மேல் – கீழ் அடையாளத்தை யும் இக்கட்டுரை வெளிப்படுத்துகிறது. நவீனயுகத்தின் வாழ்க்கை முறையில் இனி கலாச்சாரச் சார்புகளால் அளவீடு செய்ய இயலாதவாறு தமிழர் வாழ்வில் இரண்டறக் கலந்துவிட்ட காபி, டீ பானங்கள், காலனிய பின்கட்டத்திலும் விடுதலைப் போராட்ட காலத்திலும் எதிர்கொள்ளப்பட்ட விதத்தையும் பின், இரண்டறக் கலந்த வகையையும் சுவைபடச் சொல்லும் இக்கட்டுரை ஆய்வின் தன்மையால் உயர்தரமாக விளங்குகிறது.

'சென்னையில் தெருச் சாமர்த்தியம்', ஒரு பட்டிணத்தைப் பற்றிய பொதுப் புரிந்துணர்வு தமிழர்களிடம் எவ்வாறாக இருந்தது, எது பட்டிணமாகக் காலங்காலமாக அறியப்பட்டு வந்தது (மதுரை), காலனிய காலத்தில் எது பட்டிணமாக கருத்தாக்கம் பெற்றது (சென்னை) என்ற செய்திகளைக் கூறுவதோடு அப்பட்டிணம் தமது வாழ்வியல் ஏக்கங்களுக்கு வடிகாலாகவும் கனவுகளுக்கு விடியலாகவும் எதிர்பார்க்கப்பட்டதையும் ஆனால் நிஜத்தில் எவ்வாறான அனுபவங்களைத் தந்தது என்பதையும் சொல்கிறது இக்கட்டுரை. பட்டிணம் பற்றிய எதிர்பார்ப்புகளுக்கு இலக்கியச் சான்றுகளும், சென்னைக்கு வந்தவர்களின் அனுபவப் பதிவுகளும் தரவாகத் தரப்படுகின்றன. தெருப்பித்தலாட்டங்கள் 'மதிமோச விளக்கம்' என்ற நூல் சார்ந்து

விளக்கப்படுகின்றன. பல சுவையான தகவல்கள் (எ.கா. கேப்மாரி) இதில் காணக்கிடைக்கின்றன. நடுத்தர, அடித்தள வர்க்கத்தினரின் 'கெட்டும் பட்டிணம் சேர்' இலட்சியத்துக்கும் பட்டிணம் சேர்ந்த பின்பு 'கெட்டபின்பு ஞானி'யாகும் நிஜத்துக்குமான இடைவெளியை விளங்கச் சொல்லும் விரிவான கட்டுரை இது. கட்டுரையாசிரியர் எப்படித்தான் மதிமோச விளக்கம் போன்ற நூல்களைக் கண்டு பிடிக்கிறாரோ படிக்கிறாரோ! சமூகச் கலாச்சார ஆய்வாளர்கள் பாடம் கற்றுக்கொள்ள வேண்டும் இவரிடம்.

தமிழ்ச் சிறுகதை வடிவத்தின் பிதாமகனாகக் கொண்டாடப் படும் புதுமைப்பித்தனைப் பற்றிய 'இலக்கியத்தை நுகர்தல்' கட்டுரை தமிழ் இலக்கிய உலகினுள் புதுமைப்பித்தனின் வரவு, அவரது படைப்பு முறைமை, அவர் உருவாக்கிய தாக்கம், அவர் பார்க்கப்பட்ட விதம் ஆகிய தளங்களில் அவரது இலக்கியப் பங்களிப்பை ஆராய்கிறது. மரபினின்று மாறுபட்டு தம் புனைபெயருக்கு நியாயம் செய்யும் வகையில் கருப்பொருள், நடை, வடிவமைப்பு என்ற ரீதியில் அவரது ஆக்கங்கள் அமைந்திருந்தன என்பதையும் அவற்றை எதிர்கொண்ட மரபு, லட்சியவாத தரப்பினர் அவரை அலட்சியம் செய்ய முடியாமலும் ஆமோதிக்க இயலாமலும் பட்ட அவதிகளையும் பதிவு செய்கிறது இக்கட்டுரை. மணிக்கொடியினரின் தனித்துவம், அவரது சமகாலத்து இலக்கிய ஆளுமைகள் (கு.ப.ரா.), விமர்சகர்கள் பற்றிய பதிவுகளோடு புதுமைப்பித்தனின் லட்சியவாத, யதார்த்தவாத எதிர்உணர்வுகளையும் பதிவு செய்து தமிழில் படைப்பிலக்கிய மறுமலர்ச்சியின் குறியீடாகவும் தமிழ் நவீனத்துவத்தின் பன்முகக் கூறுகளை நெருடலில்லாமல் முழுமையாகக் கையாண்ட படைப்பாளியாகவும் புதுமைப்பித்தனை நிறுவுகின்றார் கட்டுரை ஆசிரியர்.

3

இலக்கியம், கலாச்சாரம், அடையாளம் என்ற பிரிவாகத் தரப்பட்டுள்ள இந்நூலின் இரண்டாம் பகுதியில் நான்கு கட்டுரைகள் உள்ளன. காலனியத் தமிழ்நாட்டில் இலக்கியக் கருவூல உருவாக்கம், திராவிட இயக்கமும் சைவர்களும் 1927–44, சொற்களை உருவாக்குதல், தன்னை அகற்றுதல் என்ற தலைப்புகளில் இக்கட்டுரைகள், நிகழ்காலத்துக்குச் சற்றே முந்தைய காலக்கட்டத்தின் பின்னணியில், இலக்கியக் கருவூலமாக எவை கருதப்பட்டன என்பதைப் பற்றியும், திராவிட இயக்கத்தினருக்கும் சைவர்களுக்குமிடையே இருந்த உடன்பாட்டு, முரண்பாட்டு போக்குகள் பற்றியும், காலனிய இறுதி காலக்கட்டத்தில் சொற்கள்

உருவாக்கத் தேவையினால் நிகழ்ந்த மொழி அரசியல் பற்றியும், அதே காலத்தில் இலக்கியத்தின் ஒரு வகைமையான சுயசரிதைப் படைப்புகள் தமிழில் எத்தகையனவாக இருந்தன என்பதைப் பற்றியும் வரலாற்று உண்மைகளை வெளிச்சமிடுகின்றன.

காலனியத் தமிழ்நாட்டில் தமிழிலக்கியக் கருவூலமாகக் கட்டமைக்கப்பட்டிருந்தவை சமயம், பக்தி, புராண, இதிகாசம் ஆகியவை. இந்நிலையையும், பண்டைய தமிழிலக்கியங்கள் தேடப்பட்டு பதிப்பிக்கப்பட்டபின்னர் அவ்விலக்கியங்கள் சமயச்சார்பு இல்லாத, வர்க்க மேல்கீழ்நிலை பேசாத, காதல், வீரம், கருணை என்ற உயர் விழுமியங்கள் துலங்கும் மக்கள் வாழ்வைப் பறைசாற்றும் தன்மையினால் மக்கள்சார்பு கொண்ட அந்நூல்கள் தமிழிலக்கியமாகக் கட்டமைக்கப்பட்ட மாற்றத்தையும் நிறுவுகின்றது 'இலக்கியக் கருவூலத்தைக் கட்டமைத்தல்' என்ற கட்டுரை. அதுவரை தமிழ்க் கருவூலங்களாக அறியப்பட்டுவந்து சைவ வைணவப் பிற்கால நூல்களைப் புறந்தள்ளிவிட்டு எவ்வாறு சங்க இலக்கியங்கள் தமிழிலக்கியக் கருவூலங்களாக ஏற்றுக்கொள்ளப்பட்டன என்ற வரலாற்றை ஏராளமான தரவுகளோடு சொல்கிறது இக்கட்டுரை. மேலும் இந்த நவீன தமிழ்இலக்கியக் கருவூல உருவாக்கத்தின் பின்னணியில் கல்கத்தா கீழைத்தேய அறிஞர் குழாத்தின் கூற்றுக்களை மறுதலித்த திராவிட மொழிக் குடும்ப முன்வைப்பாளர்களின் (எல்லிஸ், கால்டுவெல்) பங்களிப்பு, பதிப்பித்த பெருமக்கள் (உ.வே.சா., சி.வை.தா.) போன்றவர்களின் உழைப்பு, சமூக அரசியல் மாற்றத்தால் இலக்கிய உள்ளடக்கம், கருத்துநிலை, வடிவங்களில் உண்டான பெரும் நவீனத்தையும் இக்கட்டுரையில் மிகஅழுத்த மாக நூலாசிரியர் பதிவு செய்கிறார். இந்த இயங்குதலில் தமிழ் மொழியின் தொன்மை நிலைநாட்டப்பட்டதையும் மதச்சார்பற்ற பண்டைய வாழ்வுப் பெருமை நிறுவப்பட்டதையும், இதற்கு எதிராக எழுந்த சவால்களையும் ஆய்வுக் கண்ணோட்டத்துடன் குறிப்பிடுகிறார்.

சற்றேறக்குறைய ஒரு துப்பறியும் புதினம் போல் விறுவிறுப் பான வாசிப்பைத் தரும் 'திராவிட இயக்கமும் சைவர்களும் 1927 – 44' கட்டுரை வரலாற்றறிஞர் வேங்கடாசலபதியின் ஆய்வு முதிர்ச்சிக்கும் மொழிப்புலமைக்கும் முழுமுதற் சான்று. தொடர் தாக்குதல்களால் தமது முக்கியத்துவத்தை இழந்துகொண்டே வரும் மேட்டிமை சக்திகளின் விமர்சனங்களையும் புறந்தள்ளுதலையும் இன்றளவும் எதிர்கொண்டு வரும் திராவிட இயக்கங்களின் செயல்பாடுகளெல்லாம், பிராமணர்களுக்குப் பதிலாகத் தமது மேட்டிமையை நிலைநிறுத்த, வெள்ளாளர்களால் முட்டுக்கொடுத்துச் செய்யப்பட்டவை என்ற வாதத்தின்

உண்மைத் தன்மையை வரலாற்று ஆதாரங்களின் வெளிச்சத்தில் ஆராய்ந்து முடிவுகட்டும் மிக ஆழமான கட்டுரை இது. இவ்விரு குழுவினருக்கும் (திராவிடர் – சைவர்) இடையில் பதினேழு ஆண்டுகளாக நிகழ்ந்த ஒத்துப்போதல், முரண்படுதல், மோதுதல் படிநிலைகள் மிகக் கவனமாகப் பரிசீலிக்கப்பட்டு ஐயம் தெளிவுறும் வகையில் சொல்லப்பட்டிருக்கின்றன. இதன்பிறகும் எவருக்கேனும் ஐயம் தொடருமானால் அது அவர்தம் வல்லூழ் விளைவே என்றுதான் கருதவேண்டும். தமிழ்க் கலாச்சார வரலாற்று மறுமலர்ச்சியின் ஆகச்சிறந்த பதினேழு ஆண்டுகளாக இந்தக் காலத்தை அடையாளப்படுத்த வைக்கிறது இக்கட்டுரை. காலக் கிரமமாக விரியும் இக்கட்டுரை திராவிட இயக்க முன்னோடிகள் நிகழ்த்திய சிந்தனைப் போர்களும் செயல்பாட்டு ஆக்கங்களும் அவர்தம் சமரசமற்ற உறுதியான கொள்கை நிலைப்பாட்டையும் நமக்கு நினைவூட்டுகின்றன.

காலனிய ஆட்சிக்காலத்தில் பரவி வளர்ந்த நவீனக் கல்வி முறையால் உணரப்பட்ட தேவைகளில் ஒன்று கலைச்சொற்களின் உருவாக்கம். இப்பின்னணியில் நிகழ்ந்த கருத்துநிலைப்பாட்டு வேறுபாடுகளையும், சொல்லுருவாக்கம் தாண்டி தமிழ் அடையாளத்தை நிறுவுவதற்கான அரசியல் செயல்பாடாக அதை உணர்ந்தவர்களுக்கும், சமஸ்கிருத ஆங்கில மொழிகளின் துணைகொண்டு சொற்களின் தேவையை நிவர்த்தி செய்துகொள்ளலாம் என நினைத்தவர்களுக்குமிடையே நிகழ்ந்த சிந்தனை மோதல்களை நமக்கு அறியச்செய்கிறது 'சொற்களை உருவாக்குதல்' கட்டுரை. பிரச்சினையற்ற விடயம் என்று பலராலும் கடந்து செல்லக்கூடிய சொல்லுருவாக்கம் காலனிய இறுதிக்காலத்தில் எவ்வளவு பிரச்சினைக்குரியதாக இருந்தது என்பதையும், பல பிரச்சினைகளைக் கடந்து தமிழ்ச் சொல்லுருவாக்கம் தமிழ் அடையாளத்தின் ஒரு அங்கமாக நிலைநாட்டப்பட்டு இயங்கி வருகிறது என்பதையும் இக்கட்டுரை புலப்படுத்துகிறது. தேசியம் பேசுதல் மூலம் வடமொழி பிராமண மேலாதிக்கத்தைத் தொடர விழைந்தோரையும், புழக்கத்திலிருந்த வற்றை மாற்றவேண்டியதில்லை என்ற சமரசப் போக்கை முன்வைத்தோரையும் எதிர்த்து திராவிடத் தமிழ் அடையாள ஆர்வலர்கள் கிளர்ந்தெழுந்து அவற்றை முறியடித்த தகவல்கள் பிரமிப்பூட்டுகின்றன. நவீன காலத்தில் தமிழ்மொழி, படைப்புத் தளத்தில் உருவாக்கியிருக்கும் வளமைக்கும் உலகளவில் பெற்றிருக்கும் அங்கீகாரத்துக்கும் பின்புலமாக இருந்தவைகள், இருந்தவர்கள் பற்றி அழுத்தமாக உணர்த்தும் சிறப்பான கட்டுரை இது.

அ. பெர்னார்ட் சந்திரா

தன்னை அகற்றுவதன் மூலம் பொதுமையை முன்வைக்கும் பாங்கே பண்டைய தமிழர் இலக்கிய கலாச்சாரமாக இருந்திருக் கின்றது என்ற கருத்தாக்கத்தைப் பெயர்தெரியாப் புலவரின் சங்கப்பாடலை மேற்கோள் காட்டித் தொடங்குகிறது இந்நூலின் இறுதிக் கட்டுரை. காலனிய இறுதிக் காலகட்டத்தில்தான் இவ்வகையான ஆக்கங்கள் தமிழ் இலக்கிய வெளியில் தோன்றின என்று 'தன்னை அகற்றுதல்' தெரியப்படுத்து கின்றது. அக்காலக்கட்டத்தில் அறிஞர் பெருமக்கள் சிலர், தாம் குறிப்பிடத் தகுந்தவை என்று கருதிய நிகழ்வுகளையும் ஆளுமைகளையும் பற்றி நாட்குறிப்புகள் எழுதியிருப்பதையும் ஆன்மீக அனுபவங்களை எழுதி வைத்திருப்பதையும் தொகுத்துக் கூறிய பின் முறையான தன்வரலாற்று படைப்புகளைப் பற்றி இக்கட்டுரையில் ஆராய்கிறார் நூலாசிரியர். உ.வே.சா., திரு.வி.க., நாமக்கல் கவிஞர், டி.எஸ்.எஸ். ராஜன் ஆகியோரது ஆக்கங்களைத் தன்வரலாற்று வகைமையைச் சார்ந்தவை என நிறுவும் இக்கட்டுரை, இந்திய அளவில் காந்தி, நேரு, நிராத் சவுத்திரி ஆகியோரது நூல்களே இந்திய தன்வரலாற்று நூல்களின் சட்டகமாக இருந்திருக்கின்றன என்ற கருத்து முன்மொழிவையும், அக்கூற்றை மறுத்துச் சொல்லப்பட் டிருக்கின்ற கருத்துக்களையும் பதிவிடுகிறது. மேற்சொல்லப்பட்ட தமிழ் சுயவரலாற்றுப் படைப்புகளில் காணப்படும் கடந்தகால ஏக்கம், சொந்த ஊர்ப் பாசம் போன்ற பொதுத் தன்மைகளையும் முன்னாட்களில் நிலவிவந்த சமூக ஏற்றத்தாழ்வுகள், கொடுமைகள் இவ்வாக்கங்களில் லாவகமாக மறைக்கப்பட்டிருப்பதையும் சுட்டிக் காட்டுகிறது. சமத்துவமும் தாழ்வில்லா சமூகப் பங்கும் வேண்டி கிளர்ந்தெழுந்து வந்துகொண்டிருந்த பரவலான குரல்களால் பதட்டமடைந்திருந்த மனங்களின் பிரதிநிதித்துவ வெளிப்பாடாகவே இதைப் புரிந்துகொள்ள முடியுமென்று நம்மை யோசிக்க வைக்கிறது இக்கட்டுரை. இலக்கிய ஆக்கங்களான இவ்வகைத் தன்வரலாற்று நூல்கள் எந்தவிதப் புதுமையான கருவிகளை உடையவையாகஇருக்கவில்லை என்ற அளவீட்டையும் நமக்கு உணர்த்துகின்றது. பண்டைய காலத்திலிருந்தே தமிழ்மனம் தன்னை முன்வைத்தலில் அக்கறை கொண்டிருக்க வில்லை என்பதே தன்வரலாற்றுப் படைப்புகள் இன்றளவும் மிக அரிதாகவே தமிழில் வெளியாகின்றன என்பதற்குக் காரணமாக வும் இருக்கக் கூடும்.

4

சமூகக் கலாச்சார வரலாற்றாசிரியர்கள் தாம் தேர்ந்தெடுத்து ஆய்வுசெய்யும் கருப்பொருள்களாலேயே தத்தம் தரத்தை

நிர்ணயித்துக் கொள்கிறார்கள். கருப் பொருள்கள் தர மேல்கீழ் நிலைகளுக்கு உட்பட்டவை அல்ல என்றபோதிலும் ஆய்வுக்கு உட்படுத்தப்படுபவற்றுள் பெரும்பாலும் அரைத்த மாவையே மறுபடியும் அரைத்தல் என்ற ரீதியிலேயே பல கருப்பொருள்கள் அமைந்துவிடுகின்றன. மேலும் இழந்துவிட்ட மேட்டிமையை மீட்டெடுக்கும் உந்துதலால் நிகழ்த்தப்படுபவை, மாயமான் வேட்டையானவை என்றெல்லாம் அழைக்கத் தோன்றும் இன்றைய ஆய்வுகளுக்கு மத்தியில், தமிழ்ச் சூழலில் மறக்கப்பட்ட, கவனம் பெறாத, முக்கியத்துவம் உணரப்படாத விடயங்களைத் தேர்ந்தெடுத்து கலாச்சார வரலாற்றுப் புரிதல் களுக்கு இட்டுச் செல்வது ஆய்வறிஞர் வேங்கடாசலபதியின் தொடர்பணியாக இருக்கிறது. ஓர் ஆய்வாளரது வெற்றியின் ஆரம்பம் அவர் தேர்ந்தெடுக்கும் கருப்பொருளாலேயே தீர்மானிக்கப்பட்டுவிடுகிறது. வரலாற்றின் கலங்கலான பகுதிகள் எந்தெந்த சுழல்களில் சிக்கி மறைந்திருக்கின்றன என்ற நுட்பத்தை நன்கறிந்தவர் நூலாசிரியர். முழுமையான ஆய்வாளரின் உன்னத குணமும் இதுவே. சமூக வரலாற்றை ஆய்வு செய்வோர் குறைவு; பெரிதும் அவை பொருளாதார அலகுகளோடு பிணைக்கப்பட்ட ஆய்வுகளாகவே இருக்கின்றன; அவற்றின் தாக்கமும் குறிப்பிட்டுச் சொல்லும் அளவுக்கு இல்லை. இத்தகைய சூழலில் நூலாசிரியர் வேங்கடாசலபதி காலனிய பின்காலப் பகுதியில் அதிர்வுகளை ஏற்படுத்திய தமிழ்க் கலாச்சாரம் சார்ந்த பல நிகழ்வுகளைக் கருப் பொருள்களாக்கி, ஆய்வுக்குட்படுத்தி தகுதியான முடிவு களை முன்வைக்கிறார். நம் கலாச்சார இயங்குதளத்தில் இவரது ஆய்வுகள் புதுமையானவையாகவும் பலவற்றைப் புலப்படுத்துவதாகவும் இருப்பதால் தமிழ்க் கலாச்சார வரலாறு முழுமை பெறும் வாய்ப்புக்கு இவை வழிவகுக்கின்றன. ஏராள மான தரவுகளின் பலத்தில் இக்கட்டுரைப் பொருள்களை இனங்கண்டு வரையறைக்கும் தன்மையினாலும் தரவுகளைச் சரியாகப் பயன்படுத்தும் முறையினாலும் அறிஞர் வேங்கடாசலபதி தாம் முதல்தர சமூக ஆய்வாளர் என்பதையும், எத்தகைய உழைப்பை இவ்வாக்கத்துக்கு நல்கியிருக்கிறார் என்பதையும் நமக்கு உணர்த்திவிடுகிறார்.

ஒவ்வொரு கட்டுரையும் மிகத் தெளிவாக அமையப் பெற்றிருக்கின்றது. முதலில் கட்டுரையின் பேசுபொருளும் அதன் பரிமாணங்களும் வரையறுக்கப்படுகின்றன. பொருத்தமான மேற்கோள்களோ, வரலாற்றுத் தகவல்களோ தரப்பட்டு கட்டுரைக்கான பின்னணி நிலைநாட்டப்படுகிறது. அடுத்து எடுத்துக்கொண்ட பொருள் தகுந்த தரவுகளோடு வேண்டிய அளவுக்கு ஆராயப்படுகிறது. இறுதியில் கட்டுரையின் சாரம்

முடிவுரையாகத் தொகுத்துச் சொல்லப்படுகிறது. சரியான ஆய்வு நெறிமுறையில் எழுதப்பட்டிருப்பதால் கட்டுரைகள் கனகச்சிதமாக அமைந்திருக்கின்றன. போதாமை, மிகை உணர்வுகள் வாசிப்பவரை அண்ட வாய்ப்பே இன்றி இக்கட்டுரைகள் அமைந்திருப்பதே அவற்றின் பலம்.

வரலாற்றாசிரியர் வேங்கடாசலபதி, அவரது ஆக்கங்களை வாசிக்குங்கால், எனக்கு நிறைவனுபவம் தருபவர். புதுமையான முறையில், ஆழம் குறையாத வடிவில் வரலாற்றைப் புலப்படுத்துவது அவரது வாடிக்கை. இதற்கு ஏதுவாக அவருக்கு வாய்த்திருப்பது அவரது தமிழ், ஆங்கிலப் புலமை. இந்திய மொழிகளில் வரலாற்றாசிரியர் எவருக்கேனும் இவர் அளவுக்குத் தாய்மொழி, ஆங்கில ஆற்றல் கைவசமாகியிருக்கிறதா என்பது ஐயமே. தரவுகளைச் சரியாகப் புரிந்துகொள்வதற்கும் அவற்றை முறையாகப் பயன்படுத்துவதற்கும் முடிவுகளை ஆர்வமூட்டும் தன்மையில் வெளிப்படுத்துவதற்கும் அவரது இந்த ஆற்றல் பயன்படுகிறது. புரிந்துகொள்ளத் தடையில்லாத அதே வேளையில் செறிவும் மிடுக்கும் நிறைந்த ஆங்கில நடை சலபதியுடையது. இன்னும் நூறு பக்கங்களுக்கு மேல் விரிந்து விட வாய்ப்புள்ள இந்நூல் அடர்த்தியான மொழிநடையால் சொற்சிக்கனமும் சுவையும் பெற்று தன்னளவில் முழுமையடைகிறது. வேறு சில ஆங்கில நூல்களுக்கு அவர் எழுதியிருக்கின்ற ஆங்கில முகவுரைகள் (எ.கா. *Love Stands Alone, M.L. Thangappa*) பெருமதிப்பு உடையவை. அவரது ஆங்கில மொழிநடையில் வெளிப்படும் நுட்பமும், சொற்தேர்வும், ஆற்றொழுக்கும் அலாதியானது. ஆங்கிலத்தில் இந்நூல் எழுதப்பட்டிருப்பதால் தமிழ் எல்லைகள் தாண்டி இந்திய, உலக வாசகர்களுக்கும் வரலாற்று ஆய்வாளர்களுக்கும் காலனிய இறுதிக் காலக்கட்டத்தில் தமிழ் கலாச்சார, சமூக அரசியல் புலங்களில் நிகழ்ந்த மாற்றங்கள், எழுச்சிகள், மறுமலர்ச்சி ஆகியவற்றையும் அவற்றின் போக்கினுள் இயங்கிய கருத்தாக்கங்கள், ஆளுமைகளைப் பற்றியும் விளங்கிக்கொள்ளும் வாய்ப்பை நூலாசிரியர் ஏற்படுத்தியிருக்கிறார். நிறைவான வாசிப்பு அனுபவத்தைத் தருவதாகவும், மேல் ஆய்வுகளுக்கு ஆர்வமுடையோரை ஆற்றுப்படுத்துகின்ற வல்லமையோடும் இந்நூல் அமைந்திருப்பது நூலாசிரியரின் ஆற்றலுக்குக் கோபுரச் சான்று.

❖

In Those Days There Was No Coffee - A.R. Venkatachalapathy, Yoda Press, 2006

16

வரலாற்றில் புத்தகங்களும் புத்தகங்களின் வரலாறும்

மருதன்

மார்டிமர் ஆட்லரின் 'ஹவ் டு ரீட் எ புக்' என்னும் புத்தகத்தின் தொடக்க வரிகள் இவை: 'இது வாசகர்களுக்கான புத்தகம். வாசகர்களாக மாற விரும்புபவர்களுக்கான புத்தகம். இன்னும் குறிப்பாகச் சொல்வதானால், புத்தகங்கள் வாசிப்பதன் மூலம் நல்ல புரிதல் ஏற்படும் என்று நம்புபவர்களுக்கான புத்தகம்'. ஆ. இரா. வேங்கடாசலபதியின் 'தி பிராவின்ஸ் ஆஃப் தி புக்' நூலுக்கும் இந்த அறிமுகம் பொருந்தும். கூடுதலாக, தி பிராவின்ஸ் வாசகர்களுக்கான புத்தகம் மட்டுமல்ல, வாசகர்களைப் பற்றிய புத்தகமும்தான். தமிழ் அச்சுத் துறையின் கதையை, அதை வடிவமைத்த சமூகத்தின் கதையோடும் அந்தச் சமூகத்தில் வாழ்ந்த மனிதர்களின் கதையோடும் இணைத்து விவரிக்கும் அபூர்வமான புத்தகமும்கூட. எல்லாவற்றுக்கும் மேலாக, அச்சுத் துறையை அடிப்படையாகக் கொண்டு தமிழக அரசியலையும் வரலாற்றையும் நுணுக்கமாக விவரிக்கும் ஒரு புத்தகமும்கூட.

பாரதிக்கு முன்னும் பின்னும்

சுப்பிரமணிய பாரதி தன் வாழ்நாளில் மொத்தம் இருபது நூல்களை வெளியிட்டார். அவற்றுள் நான்கு மட்டுமே இரண்டாம் பதிப்பைக் கண்டன. அவருடைய முதல் புத்தகத்துக்கு விலையில்லை. இருப்பதிலேயே விலை அதிகம் கொண்ட புத்தகம்,

பாரத ஜன சபை: காங்கிரஸ் மகாசபையின் சரித்திரம் என்னும் மொழிபெயர்ப்பு நூல். இதன் விலை ஒரு ரூபாய். பாரதியின் தொடக்க கால நூல்களில் பெரும்பாலானவை அவரே சுயமாக அச்சிட்டுக் கொண்டுவந்தவை. பாரதிக்கு ஒரு பெருங்கனவு இருந்தது. தனது படைப்புகள் அனைத்தையும் நாற்பது தொகுதிகளில் ஒருசேரக் கொண்டுவரவேண்டும். ஒவ்வொன்றும் 10,000 பிரதிகள் அச்சிடவேண்டும். ஒரு நூலின் விலை 50 காசு என்று வைத்தால் தீப்பெட்டி, மண்ணெண்ணெய் போல் கவிதைகள் விற்றுத்தீரும் என்று அவர் நம்பினார்.

புத்தகம் அச்சிடுவதற்கு இனியும் புரவலர்களை நம்பியிருக்க முடியாது; அவர்களுடைய காலம் முடிவுக்கு வந்துவிட்டது என்பதை பாரதி அனுபவப்பூர்வமாக உணர்ந்திருந்தார். எனவே மக்களை நம்பி, அவர்களுடைய வாசிப்புத் திறனை நம்பி இந்தப் பெருங்கனவை அவர் வளர்த்திருந்தார். ஆனால் அந்தக் கனவு பொய்த்துப்போனது. அவருடைய திட்டம் செயல் வடிவம் அடையவேயில்லை. வானத்தில் பறப்பதை விட்டுவிட்டுத் தரைக்கு வந்து சேர்ந்த பாரதி, செப்டம்பர் 1921இல் இறந்துபோனார்.

இருபதாம் நூற்றாண்டின் மிகப் பெரும் படைப்பாளியான பாரதியின் கனவுகள் ஏன் பொய்த்துப்போக வேண்டும்? அவர் ஏன் வறுமையில் இறக்க வேண்டும்? தமிழகப் பதிப்புத் துறை குறித்த தனது முனைவர் பட்ட ஆய்வுக்கான உந்துதல் இந்தக் கேள்வியிலிருந்தே கிடைத்தது என்கிறார் ஆ. இரா. வேங்கடாசலபதி.

பாரதிக்கு முந்தைய பதிப்புலகம்

மகாவித்துவான் மீனாட்சிசுந்தரம் பிள்ளை, உ.வே. சாமிநாதையர் என்று பாரதிக்கு முந்தைய படைப்பாளர்களின் உலகை விவரிப்பதிலிருந்து இந்தப் புத்தகத்தைத் தொடங்குகிறார் சலபதி. ஒரு நூலைப் பதிப்பிக்க அப்போது ஒரு வழிதான் இருந்தது. செல்வாக்குமிக்க ஒரு புரவலரின் ஆதரவைப் பெற்று அவர் மூலம் புத்தகத்தை அரங்கேற்றம் செய்து வெளியிடுவது. 19ஆம் நூற்றாண்டின் முடிவில் புரவலர்களின் காலம் முடிவுக்கு வந்ததைத் தொடர்ந்து வாசகர்களிடமிருந்து முன்கூட்டியே சந்தா சேகரித்து புத்தகத்தைக் கொண்டுவரும் வழியை உ.வே.சா. போன்றவர்கள் முயன்றுபார்த்தனர். ஆனால் அது தேவைப்பட்ட நிதியைக் கொண்டுவந்து சேர்க்கவில்லை.

புரவலர்களின் யுகத்தில் பழங்கால இலக்கியங்கள் குறிப்பிடத் தக்க அளவுக்கு மீட்டெடுக்கப்பட்டுப் பதிப்பிக்கப்பட்டன என்றாலும் பெரும்பாலும் தல புராணங்களே அப்போது நூல்களாக வெளிவந்தன. வளர்ந்துவரும் மத்தியதர வர்க்கத்தினரின்

ரசனைக்கு இவை மட்டும் நிச்சயம் போதுமானவையாக இல்லை. கடவுள்களையும் மகான்களையும் கோவில்களையும் செல்வந்தர்களையும் புகழ்ந்து ஒரே மாதிரியாகப் புனையப்படும் பாடல்களை எத்தனை முறைதான் மீண்டும் மீண்டும் கேட்பதாம் என்னும் சலிப்பு அப்போதே வெளிப்பட ஆரம்பித்துவிட்டது. எங்கள் தேவைகளைப் புரிந்துகொள்ளாமல், எங்களிடமிருந்து விலகி நின்று நீங்கள் இயற்றும் இலக்கியங்களுக்கு எங்கள் ஆதரவு கிடைக்கும் என்று நீங்கள் எப்படி எதிர்பார்க்கலாம் என்று மத்திய தரப்பினரும்கூடக் குறைபட்டுக்கொண்டனர்.

பாரதியின் வரவு மிக நீண்ட ஒரு பழங்காலத்தை முடிவுக்குக் கொண்டுவந்து ஒரு நவீன யுகத்தைத் தமிழுலகுக்கு அறிமுகப்படுத்தியது. காலத்தின் தேவைகளை உணர்ந்து பாரதி பாடத் தொடங்கினார். சாமானிய மக்களிடமிருந்து விலகி நிற்காமல் அவர்களைப் பற்றியும் அவர்களுக்காகவும் சேர்த்தே பாரதி பாடினார். எங்கோ ஒரு மாய உலகில் தன்னைத் தொலைத்துக்கொள்ளாமல் சமகாலத்துப் பிரச்சினைகள்மீது அவர் கவனம் செலுத்தினார். அப்படியானால் அவர் முந்தைய காலகட்டத்து படைப்பாளர்களைக் காட்டிலும் மக்களிடமிருந்து கூடுதலான வரவேற்பை அல்லவா பெற்றிருக்க வேண்டும்? பதிப்புத்துறையை அப்போதைய சமூக அரசியல் வரலாற்றோடு இணைத்து சலபதி ஆராயும்போது இந்த மர்மம் விடுபடுகிறது. புரவலர்கள் இல்லாத, வேறு மாற்று வழிமுறைகளும் இல்லாத மிகப் பெரிய வெற்றிடத்தில் பாரதி வாழ்ந்திருக்கிறார், கவிதைகள் பாடியிருக்கிறார், கனவுகளும் கண்டிருக்கிறார். இருந்தும் அவர் விரும்பிய மத்திய தர வர்க்கம் அப்போதுதான் மெல்ல மெல்ல மலர்ந்துவர ஆரம்பித்திருந்தது. அவர்கள் வளர்ந்து உருப்பெறுவதற்கு முன்பே பாரதி வாழ்ந்து முடித்துவிட்டார்.

பாரதிக்குப் பிந்தைய பதிப்புலகம்

பாரதிக்குப் பிறகும் நிலைமை உடனடியாக மாறிவிடவில்லை. புரவலர்களை நாடியிருந்த நிலை மாறிப் பதிப்பகங்களை நாடியிருக்கும் நிலை படைப்பாளர்களுக்கு ஏற்பட்டது. இதைப் பதிப்பகங்கள் தங்களுக்குச் சாதகமாக எடுத்துக்கொண்டன. ராயல்டி முறை குறித்து எழுத்தாளர்களுக்கு எதுவும் தெரியாமல் இருந்ததும் பதிப்பாளர்களுக்கு வசதியாகிப்போனது. தனது வெகுஜனப் படைப்புகள் மூலம் ஏராளமானவர்களைச் சென்று சேர்ந்திருந்த கல்கியே, ‘இந்தக் கேடுகெட்ட எழுத்துத் துறைக்கு மட்டும் வந்துவிடாதீர்கள்’ என்று வருந்தும் அளவுக்குதான் நிலைமை இருந்தது.

அச்சகத்தில் பணியாற்றி வந்தவர்களின் நிலை இன்னமும் மோசம். இரண்டு வேளை கஞ்சி கிடைத்தால் பெரிது என்னும்

மனநிலையில்தான் அரசு அச்சுக்கூடத்தில் இருந்தவர்களே நினைத்தனர். தனியார் அச்சகங்களைப் பற்றிக் கேட்க வேண்டியதே இல்லை. அச்சு இயந்திரங்கள் இருக்கும் இடத்தில் ஈயம் இருக்கும். அதன் அருகில் இருந்தபடி உணவருந்த வேண்டாம் என்று எச்சரிக்கும் நிலையில் அரசும், கை கழுவக்கூட சோப்புக் கட்டி இல்லை; அதையாவது உடனடியாகக் கொடுங்கள் என்று போராடும் நிலையில் பணியாளர்களும் இருந்தனர். படைப்பாளர்களுக்கும் பதிப்பகத்தாருக்கும் இடையில் நல்லுறவு இல்லை. படைப்பாளர்களுக்கும் அச்சுக்கூடங்களுக்கும் இடையில் நல்லுறவு இல்லை. அச்சுப் பணியில் இருப்பவர்களுக்கு ஒன்றுமே தெரியவில்லை, எல்லாவற்றுக்கும் நான் கூடவே நிற்க வேண்டியிருக்கிறது என்று மறைமலையடிகள் சலித்துக் கொள்வதைப் பதிவு செய்திருக்கிறார் சலபதி.

புத்தகத்தைக் கண்காணிப்பது எப்படி?

காலனியத் தமிழகம் எதிர்கொண்ட முக்கியச் சவால்களில் ஒன்று புத்தகத்தின் மீதான அரசின் கண்காணிப்பு. இதைத் தமிழகம் எப்படி எதிர்கொண்டது என்பதைச் சலபதி விரிவாக விவரித்துள்ளார். கருத்துச் சுதந்திரத்தோடு ஒவ்வாமை கொண்ட இன்றைய சமூகம் படித்து உள்வாங்க வேண்டிய முக்கியமான பகுதி இது.

யாரும் எதையும் எழுதலாம், பதிப்பிக்கலாம் என்னும் சுதந்திரம் அரசையும் நீதிமன்றங்களையும் நிம்மதியிழக்கச் செய்தன. சுதேசி இயக்கத்தின் தொடர்ச்சியாக, புத்தகங்களைக் கண்காணிக்க வேண்டிய அவசியத்தை அவர்கள் உணர்ந்தனர். அச்சுக்கூடங்கள் தொடர்ச்சியாகக் கண்காணிக்கப்பட்டன. முதல் முறையாகச் சென்னை மாகாணத்தில் புத்தகத்தைக் கண்காணிக்கும் பணி சி.ஐ.டி.யிடம் ஒப்படைக்கப்பட்டது. தேசியவாத, பிரிவினைவாத எழுத்துகளை அவர்கள் கவனத்துடன் ஆராய்ந்தனர். இந்தியப் பத்திரிகைச் சட்டம் – 1910 உள்ளிட்ட சட்டங்கள் இப்பணிகளுக்கு வலுவூட்டின.

அரசியல் கருத்துகள் அரசை நடுங்கவைத்தன என்றால் இலக்கியங்களில் இடம்பெற்றிருந்த ‘அநாகரிகமான விஷயங்கள்’ அவர்களை முகம் சுளிக்கவைத்தன. இவற்றைத் தணிக்கை செய்யாவிட்டால் சமூகத்தின் ஒழுங்கும் அறமும் கெட்டுவிடும் என்று அவர்கள் கருதினர். தமிழில் அப்போது அச்சிடப்பட்டுவந்த நூல்களில் இடம்பெற்றிருந்த பல பகுதிகள் ஆபாசமானவை, அநாகரிகமானவை என்று அவர்கள் கருதினர். இந்தக் கண்ணோட்டத்தை அரசு பெறுவதற்கு கிறிஸ்தவ மதபோதகர்களின் பங்கு முக்கியமானது.

ஜான் முர்டாக் என்னும் ஆங்கிலேய அதிகாரி பாடப் புத்தகங்களில் அசிங்கமான, அருவருப்பூட்டும் படைப்புகள் நுழைந்துவிட்டன என்று அலறினார். அவற்றை நீக்கும் நடவடிக்கைகளிலும் இறங்கினார். பல்வேறு ரிஷிகளின் பிறப்புகளை விவரிக்கும் மகாபாரதத்தின் ஆதி பருவம்கூட அவர்களுக்கு இப்படித்தான் காட்சியளித்தது. காலனிய அதிகாரிகளின் இந்தக் கண்ணோட்டத்தை இங்குள்ள படித்த நாகரிகத் தமிழர்களும் பகிர்ந்துகொண்டனர் என்பதைச் சலபதி கவனப்படுத்துகிறார். கலித்தொகையில் சில பகுதிகளைக் கத்திரிக்கோலைக் கொண்டு சரிசெய்ய வேண்டியிருக்கிறது என்று சி.வை. தாமோதரம்பிள்ளை கருதினார்.

உ.வே.சா.வாலும் இத்தகைய அறம் சார்ந்த, ஒழுக்கம் சார்ந்த மதிப்பீடுகளிலிருந்து தப்ப முடியவில்லை. பிரபோத சந்திரோதயம் என்னும் 17ஆம் நூற்றாண்டு காவியத்தின் சில பகுதிகளை மாணவர்களுக்கு விவரிக்கையில் கூச்சமாக இருந்தது என்று எழுதுகிறார் உ.வே.சா.. கவலைப்படாதீர்கள், நான் எந்தப் பகுதிகளை நடத்தாமல் விடுகிறேனோ அவற்றிலிருந்து தேர்வில் கேள்விகள் எதுவும் வராது என்று அவர் மாணவர்களை ஆற்றுப்படுத்துகிறார். ஆனால் ஆச்சரியம், மிகச் சரியாக உ.வே.சா. பாடம் நடத்தாத பகுதிகளிலிருந்து கேள்விகள் வந்திருந்தன. அதைவிட ஆச்சரியம், அந்தக் கேள்விகளுக்கு மாணவர்கள் சரியான விடைகளை அளித்திருந்தனர். காரணம் ஒன்றுதான். ஆசிரியர் இதையெல்லாம் படிக்க வேண்டாம் என்று ஏன் சொன்னார் என்னும் ஆர்வத்தில் அந்தப் பகுதி களை மாணவர்கள் நன்கு படித்திருந்தனர். அரசாங்கத்தின் கண்காணிப்பு, அறம் சார்ந்த, நாகரிகம் சார்ந்த தணிக்கை முறை இரண்டுமே எப்படித் தோல்வியடைந்தன என்பதற்கு இது ஓர் எடுத்துக்காட்டு. அறிவுஜீவிகளும் ஆங்கிலம் படித்த நடுத்தர வர்க்கத்தினரும் எவ்வாறு காலனிய ஆட்சியாளர்களிடமிருந்து நூல் குறித்த விழுமியங்களின் தாக்கத்துக்கு உள்ளாயினர் என்பதையும் சலபதி இந்தப் பகுதியில் தெளிவாக விவரிக்கிறார்.

வெறுக்கப்பட்ட புத்தகங்கள்

நாவல் என்னும் மேற்கத்திய வடிவம் முதன்முதலில் தமிழகத்தில் அறிமுகப்படுத்தப்பட்டபோது அது சந்தித்த எதிர்வினைகள் சுவையானவை. குறிப்பாகத் துப்பறியும் நாவல் களை ஆண்களும் பெண்களும் போட்டிபோட்டுக்கொண்டு படிப்பதைப் பார்த்து பலர் கிலியடைந்தனர். நாவலால் ஒருபோதும் மனிதனின் இதயத்தைத் திறந்துகாட்டவோ தொடவோ முடியாது என்றார் திரு.வி.க.. பெண்களே, நாவல் படித்தால் உங்கள் வாழ்க்கை குட்டிச்சுவராகிவிடும் என்று எச்சரிக்கவும்

அவர் தயங்கவில்லை. இப்போது வரும் நாவல்கள் எல்லாம் குப்பை. அவை நம் மரபோடு பொருந்தாதவை. நச்சுக் கிருமிகளைக் காட்டிலும் ஆபத்தானவை என்றார் வ.வே.சு.. சமூகத்தைச் சீர்கெடுக்கக்கூடிய புத்தகங்களை விடுத்து, புராணங்களை வாசிக்குமாறு *ராமகிருஷ்ண விஜயம்* விண்ணப்பித்துக்கெண்டது. புதுமைப்பித்தன் துப்பறியும் நாவல்களைக் கிண்டலடித்தார். ஆங்கில பாணியில் அமைந்திருந்தது மட்டுமின்றி சர்வ சாதாரணமாக ஆங்கில மொழியையும் கலந்து எழுதப்பட்ட நாவல்களைக் கண்டு மறைமலையடிகள் அதிர்ச்சியடைந்தார். ஆனால் தான் மிகவும் வெறுத்த ரெணால்ட்ஸைத் தழுவி மறைமலையடிகள் இறுதியில் ஒரு நாவலை எழுத வேண்டிய நிலை ஏற்பட்டது. தமிழ் வாசிப்புலகில் நாவல் எத்தகைய தாக்கத்தை ஏற்படுத்தியது என்பதைத் தகுந்த எடுத்துக்காட்டுகளோடு சுவையாகப் பதிவு செய்திருக்கிறார் சலபதி.

இந்நூலில் என்னைக் கவர்ந்த மற்றொரு முக்கியமான அத்தியாயம், வெகுஜன நூல்கள் பற்றியதாகும். மேல்தட்டு வர்க்கத்தினரின் மரபுகளும் பெரும் கதையாடல்களும் 'கிரேட் ட்ரெடிஷன்' என்னும் பெயரிலும் எளிய, சாமானிய மக்களின் நாட்டுப்புறக் கலைப் பண்பாட்டு வடிவங்களை 'லிட்டில் டிரெடிஷன்' என்னும் பெயரிலும் ஆங்கிலத்தில் சமூகவியலாளர்கள் அழைக்கின்றனர். இந்நூலில் சலபதி இந்த இரு மரபுகளுக்கும் இடையிலுள்ள பெருஞ்சுவரை உடைத்து இரண்டையும் இணைத்திருக்கிறார். மகாவித்துவான் மீனாட்சிசுந்தரம் பிள்ளை, உ.வே.சா., பாரதி, புதுமைப்பித்தன் என்னும் நன்கு அறியப்பட்ட ஒரு மரபின் கதை ஒரு பக்கம் விரியும்போதே இன்னொரு பக்கம், காலணா அரையணா பாட்டுப் புத்தகங்கள், தெருப்பாடல்கள், குஜிலி நூல்கள், பெரிய எழுத்துப் புத்தகங்கள் என்று பல்வேறு பெயர்களால் அழைக்கப்பட்ட முச்சந்தி இலக்கியத்தின் பங்களிப்பையும் சலபதி சுவையுடன் விவரிக்கிறார்.

நவீன ஐரோப்பாவில் தொடக்ககாலத்தில் 'சாப்– புக்ஸ்' எனப்படும் வெகுஜனப் பிரசுரங்கள் மிகுதியாக அச்சிடப்பட்டு வந்தன. குழந்தை இலக்கியம், பாடல்கள், நாட்டுப்புறக் கதைகள், மழலையர் பாடல்கள், அரசியல் துண்டறிக்கைகள், மத இலக்கியம் என்று அதன் உள்ளடக்கம் பல வகைப்பட்டது. ஜெர்மானியர்கள் இப்பிரசுரங்களை நீலப் புத்தகம் அல்லது மக்கள் புத்தகம் என்று அழைத்தனர். இவற்றின் பல தொகுதிகள் இன்றளவும் பல நூலகங்களில் சேகரித்து வைக்கப்பட்டுள்ளன (நேஷனல் லைப்ரரி ஆஃப் ஸ்காட்லாந்தில் கிட்டத்தட்ட 4,000 வீதி இலக்கிய நூல்கள் திரட்டி வைக்கப்பட்டுள்ளன). ராபின் ஹுட் போன்ற மக்களின் கதாநாயகர்கள் கதைப் பாடல்களில் கொண்டாடப்பட்டிருக்கிறார்கள். புத்தகம் வாங்கும் அளவுக்குக்

காசில்லாத ஏழைகளே இவற்றை வாங்கினார்கள் என்று அறிய முடிகிறது.

இந்தக் கதைப் பாடல்களைத் தொகுத்ததோடு நில்லாமல் அவற்றை அடிப்படையாகக் கொண்டு மேலதிக ஆய்வுகளும் நடத்தப்பட்டிருக்கின்றன. எடுத்துக்காட்டுக்கு, வரலாற்றாசிரியரான எரிக் ஹாப்ஸ்பாம் தன்னுடைய *Primitive Rebels, Bandits* ஆகிய நூல்களுக்குக் கதைப்பாடல்களை முக்கிய ஆதாரமாகக் கொண்டிருக்கிறார். ஹாப்ஸ்பாமின் மரபைப் பின்பற்றி சலபதி தமிழகத்து வீதி இலக்கியத்தை இந்நூலில் விரிவாக ஆராய்ந்துள்ளது குறிப்பிடத்தக்கது.

முச்சந்தி இலக்கியம் குறித்து நமக்குக் கிடைக்கும் முதல் தகவல், கற்றறிந்த சமூகம் அதை வெறுப்போடு ஒதுக்கி வைத்திருந்தது என்பதுதான். இப்போது வரும் நூல்கள் மலினமாக இருக்கின்றன என்று அங்கலாய்க்கிறது *விவேக சிந்தாமணி*. பத்திக்குப் பத்தி மலிந்திருக்கும் பிழைகள், கண்ணில் அடிக்கும் வடிவமைப்பு, அதுவரை அச்சில் வராத மொழி என்று விநோதக் கலவையாக வந்த இந்த வகை இலக்கியம் வெறுக்கப்பட்டதில் வியப்பேதுமில்லை.

எளிதில் கிடைக்காத இந்த வகை நூல்களின் உள்ளடக்கத்தைச் சலபதி நேர்த்தியாக அறிமுகப்படுத்தியிருக்கிறார். மண்ணடி லஷ்மையாவின் மர்டரின் மர்மம், ஜம்புலிங்க நாடார் துற்விளையாடற் சிந்து போன்றவற்றோடு சேர்த்து சிங்காரவேலர், சர்க்கரை செட்டியார், காந்தி, நேரு என்று பல தலைவர்களைப் புகழ்ந்து இயற்றப்பட்ட பாடல்களும் வெளியிடப்பட்டன. காந்தியைவிட பகத் சிங் அதிகம் புகழ்பெற்றவராக இந்த இலக்கியத்தில் இருக்கிறார். வரலாற்று விவரங்களை உள்ளது உள்ளபடி சொல்ல வேண்டும் என்பது போன்ற கட்டாயம் எதுவும் இவர்களுக்கு இல்லை. பகத் சிங்கின் தலை வெட்டுப்பட்டு விட்டதாகச் சொல்கிறது ஒரு பாடல். சி.ஆர். தாஸின் புகழைப் பாடும் ஒரு நூலின் அட்டையில் காந்தி, விநாயகர், கிருஷ்ணர் மூவரும் இணைந்திருக்கிறர்கள்; தாஸை மட்டும் காணவில்லை. கதர் பிரசாரங்களும் உள்ளன. கதர் அணிந்தால் முன்ஜென்மத்துப் பாவம் தொலையும், குழந்தை பாக்கியம் கிடைக்கும் போன்ற தாராளமான உறுதிமொழிகள் அவற்றில் வழங்கப்பட்டுள்ளன. கூடவே, சுவையான, வாய்விட்டுச் சிரிக்கும்படியான விளம்பரங்களும் இடம்பெற்றிருக்கின்றன. இது காப்பிரைட் பதிவு செய்யப்பட்ட நூல், இதை யாரும் பிரதி செய்யக் கூடாது என்னும் கடுமையான மிரட்டலோடு வெளிவந்த நூல்களும் உள்ளன!

இந்த வண்ணமயமான உலகை அறிமுகப்படுத்துவதோடு நிறுத்திக்கொள்ளாமல் அந்த உலகை நெருங்கிச் சென்று

ஆராய்கிறார் சலபதி. தனி ரசனை, தனி விதிகள் அல்லது விதிகள் இல்லாத தன்மை, தனி மொழி, தனி வடிவமைப்பு என்று பல வகைகளில் தனித்திருந்தாலும் முச்சந்தி இலக்கியத்தில் மேல்தட்டு வர்க்கத்தின் தாக்கம் நிறைந்திருந்தது என்கிறார் சலபதி. அதே சமயம், மேலிருந்து கீழ் என்பதாக மட்டுமின்றி, கீழிருந்து மேலும் பரிமாற்றங்கள் நிகழ்ந்துள்ளன என்பதை அழுத்தமாகப் பதிவு செய்கிறார். எடுத்துக்காட்டுக்கு, பாரதி முச்சந்தி இலக்கியத்தை விமரிசித்தவர்தான் என்றாலும் அவருடைய பாடல்களில் 35 சதவிகிதம் வெகுஜன மக்களின் ரசனைக்கேற்ற சிந்து வகையைச் சேர்ந்தவை என்பதைச் சலபதி சுட்டிக்காட்டுகிறார். நவீன காலத்தில் தினத்தந்தியின் வரவோடு முச்சந்தி இலக்கியம் முடிவுக்கு வந்தது என்றாலும் அதன் தாக்கம் மறையவில்லை. எளிய மக்கள் மொழியில் வெகுஜன ரசனைக்குரிய வடிவில் செய்திகளை அளிக்கும் வழக்கத்தைத் தினத்தந்தி எங்கிருந்து பெற்றிருக்கமுடியும்?

மேல்மட்டத்தின் கிண்டலையும் புறக்கணிப்பையும் சம்பாதித்துக்கொண்ட ஓர் இலக்கிய வகைமையை மையத்துக்குக் கொண்டுவந்ததன் மூலம், அந்த இலக்கியம் சமூகத்தோடு மேற்கொண்ட உரையாடலைக் கவனப்படுத்தி மீட்டெடுத்ததன் மூலம் தனது புத்தகத்தை மற்றொரு தளத்துக்கு உயர்த்தியிருக்கிறார் சலபதி. ரணஜித் குஹா பிரபலப்படுத்திய சபால்டர்ன் ஆய்வுமுறையைச் சலபதி இதில் கையாண்டிருக்கிறார். இந்த அணுகுமுறையின் தாக்கத்தை உணர்ந்துகொள்ள அச்சுக்கூடங்களில் பணிபுரியும் தொழிலாளர்களின் நிலை குறித்த சலபதியின் பார்வையைப் பரிசீலிப்பது பொருத்தமாக இருக்கும். சற்று முன் பார்த்தபடி, இந்தத் தொழிலாளர்கள் ஒழுக்கமின்மைக்குப் புகழ்பெற்றவர்களாக இருந்தனர். அடிக்கடி விடுப்பில் சென்று அனைவரையும் கடுப்பேற்றினர். தப்பும் தவறுமாகப் புத்தகங்களை அச்சிட்டனர். அவர்கள் எதற்காக இப்படி இருக்க வேண்டும்? சலிப்பூட்டும், பிழிந்தெடுக்கும் பணிச்சூழலில் தங்களுடைய எதிர்ப்புணர்வை அவர்கள் இவ்வாறு வெளிப்படுத்திக்கொண்டனரோ என்னும் சலபதியின் கேள்வி முக்கியமானது. சமூக வரலாற்றுத் துறையில் இந்நூல் ஒரு முன்னோடியான படைப்பு என்று சுமித் சர்க்கார் 'தி பிராவின்ஸ்' புத்தகத்தை மதிப்பிட்டதற்கு சலபதியின் விளிம்புநிலைப் பார்வையும் ஒரு காரணமாக இருக்கும் என்று நம்புகிறேன்.

எதிர்காலம்

இந்தப் புத்தகத்தின் ஒளியில் இன்றைய பதிப்புலகைக் காணும்போது என்னவெல்லாம் மாறியிருக்கின்றன, என்னவெல்லாம் இன்னமும் மாறாமல் இருக்கின்றன என்பதைத்

துலக்கமாக ஒருவர் அடையாளம் கண்டுகொள்ளலாம். புத்தக விற்பனைக்கான சந்தை உருவாகிவிட்டது. தமிழ் படைப்புகளைப் பிற மொழிகளுக்குக் கொண்டுசெல்லும் சாத்தியங்களும் பிற மொழிப் படைப்புகளைத் தமிழுக்குக் கொண்டுவருவதும் அதிகரித்திருக்கின்றன. பதிப்புத் தொழில்நுட்பம் பல மடங்கு வளர்ச்சி பெற்றிருக்கிறது. கிட்டத்தட்ட அனைத்து முன்னணித் தமிழ்ப் பதிப்பகங்களும் அச்சுப் புத்தகங்களோடு சேர்த்து மின் புத்தகங்களையும் தயாரிக்க ஆரம்பித்துவிட்டனர். என்றாலும் எழுத்தை மட்டுமே நம்பி ஒரு படைப்பாளர் வாழும் நிலை இன்னமும் ஏற்பட்டுவிடவில்லை. புலமைக்கும் வறுமைக்கு மான உறவுமுறை கிட்டத்தட்ட அப்படியே தொடர்கிறது. அன்று நேஷனல் ஜியாகிரஃபிக் இதழ்களிலிருந்து படங்களை வெட்டியெடுத்தது போல் இன்று இணையத்திலிருந்து படங்களை அனுமதியின்றித் தரவிறக்கம் செய்து புத்தக அட்டை செய்துகொண்டிருக்கிறார்கள் என்கிறார் சலபதி.

ம.பொ.சி., விந்தன் போன்றவர்கள் அச்சுக்கோர்ப்பவர்களாகத் தங்கள் பணியைத் தொடங்கி எழுத்துலகிலும் பளிச்சிட்டவர்கள். அச்சகத்தில் பணியாற்றிய பலர் தாங்கள் உருவாக்கும் பிரதிகளை வாசித்து அரசியல் விழிப்புணர்வு பெற்றிருக்கிறார்கள். மூல ஆசிரியர் செய்யும் அச்சுப் பிழைகளைத் திருத்தும் அளவுக்கு அவர்களில் சிலர் தமிழறிவு பெற்றிருந்தனர் என்கிறார் சலபதி. இன்றைய கணினி யுகத்தில் இது சாத்தியமில்லாமல் போனது. பிழை திருத்தும் ஒரு மென்பொருள்கூட இன்னமும் பரவலான பயன்பாட்டுக்கு வரவில்லை. புத்தகத்தைக் கண்காணிக்க வேண்டும், தணிக்கை செய்ய வேண்டும் என்னும் குரல் இன்னமும் ஒலித்துக்கொண்டுதான் இருக்கிறது. தமிழில் அச்சான முதல் நூலான தம்பிரான் வணக்கம் வெளிவந்து 200 ஆண்டுகளுக்குப் பிறகே வங்காளமும் மலையாளமும் பதிப்புத் துறையில் காலடி எடுத்து வைத்தன என்றாலும் தமிழ்ப் பதிப்புலகை அவர்கள் இன்று விஞ்சிவிட்டனர் என்று சுட்டிக்காட்டுகிறார் சலபதி. இப்படி எண்ணற்ற பல குறைபாடுகள் காரணமாக தமிழ்ப் பதிப்புலகம் குறிப்பிடத்தக்க பெரும் பாய்ச்சலைக் காணாமலேயே இருக்கிறது. இருந்தும், எதிர்காலம் குறித்த நம்பிக்கையோடு தனது நூலை நிறைவு செய்கிறார் சலபதி.

தமிழ்ப் பதிப்புத் துறையில் ஏற்பட்ட மாற்றங்களின் வரலாற்றைக் கால வரிசைப்படி பதிவு செய்வதோடு நிறுத்திக் கொள்ளாமல் அந்த மாற்றங்களுக்கான அக, புறக் காரணங்களையும் புரிந்துகொள்ள முயல்கிறது 'தி பிராவின்ஸ் ஆஃப் தி புக்'. இதைச் சாத்தியப்படுத்த இலக்கியம், தொழில்நுட்பம், சமூகவியல், பொருளாதாரம், பண்பாடு, அரசியல், வரலாறு என்று பல்வேறு

துறைகளை ஒரு புள்ளியில் வெற்றிகரமாக ஒருங்கிணைக்கிறார் சலபதி. அந்த வகையில், இந்நூல் அதன் உள்ளடக்கத்துக்காகவும் அது கண்டடையும் புதிய பார்வைகளுக்காகவும் மட்டுமின்றி, அதன் தனித்துவமான ஆய்வுமுறைக்காகவும் முன்மாதிரியாகக் கொள்ளப்படவேண்டும்.

தரவுகளை எப்படித் திரட்டுவது என்பதையும் அதைவிட முக்கியமாக, இப்படியொரு விரிவான ஆய்வுப் பொருளுக்கு எவற்றையெல்லாம் ஒருவர் தரவுகளாகக் கொள்ள முடியும் என்பதையும் இந்நூல் தெளிவாக்குகிறது. ஆனந்த போதினி, குடி அரசு, குமரன், மணிக்கொடி, செந்தமிழ்ச் செல்வி, சிவநேசன், விவேக போதினி, சந்திரோதயம், தல புராணங்கள், பாரதி, உ.வே.சா., மறைமலையடிகள், பெரியார், அண்ணா, குஜிலிப் பாடல்கள், காலனிய அதிகாரிகளின் குறிப்புகள், பிரிட்டிஷ் அரசு ஆவணங்கள், பல நூல்களின் முதல் பதிப்புகள், இதழ்த் தொகுப்புகள், தனிப்பட்ட சேகரிப்புகள், மேற்கத்தியச் சமூகவியல் ஆய்வுகள், கலாசார வரலாறுகள், வரலாற்றியல் நூல்கள், சபால்டர்ன் ஆய்வுகள் என்று ஆதாரங்கள் விரிந்து செல்கின்றன. சலபதி சென்னை மறைமலையடிகள் நூலகத்தில் மூன்றாண்டுகள் நூலகராகப் பணியாற்றிய அனுபவம் இந்நூலில் பளிச்சிடுவதை ஒருவர் காண முடியும். 'ஆர்.ஹெச்.டானி வரலாற்றாசிரியர்களுக்கு வழங்கிய அறிவுரையைப் பின்பற்றி கனமான காலணிகளை அணிந்துகொண்டேன்' என்று களப்பணியின் பங்களிப்பையும் நூலின் தொடக்கத்தில் சுட்டிக்காட்டுகிறார் சலபதி.

தமிழ்ப் படைப்புலகம் குறித்த ஆழமான புரிதல், பதிப்புத் துறை அனுபவம், விரிவான வாசிப்பு, தரவுகளைத் தகுந்த முறையில் புரிந்துகொள்ள ஏதுவான வரலாற்றியல் அணுகுமுறை ஆகிய அனைத்தும் ஒன்றிணைந்து ஆ. இரா. வேங்கடாசலபதியின் 'தி பிராவின்ஸ் ஆஃப் தி புக்' புத்தகத்தைச் செழுமையான சமூக வரலாற்றுப் படைப்பாக உயர்த்துகிறது.

பாரதி குறிப்பிட்ட மண்ணெண்ணெய், தீப்பெட்டி இரண்டின் வடிவமும் சமூகப் பயன்பாடும் இன்று வெகுவாக மாறிவிட்டன. புத்தகமும் மின்புத்தகமாக உருமாற்றம் பெற்று விட்டது. மற்றபடி பாரதி விரும்பியபடி புத்தகமும் வாசிப்பும் பெருகுவது நம் கையில்தான் உள்ளது.

❖

The Province of the Book: Scholars, Scribes and Scribblers in Colonial Tamilnadu, A.R. Venkatachalapathy, Permanent Black, 2015.

17

வரலாற்றின் நாடகமாக்கம்

ஆர். சிவகுமார்

பெரும்பாலான இந்தியக் கல்விப்புல ஆய்வுகள் அவற்றின் லௌகீகப் பலாபலன்களுக்குப் பிறகு பல்கலைக்கழகப் பாதாள அறைகளுக்குள் புழுங்கி மரித்துப் போகும். சிலவே பொருட்படுத்தத்தக்கவையாகத் தொடர்புடைய கல்வியாளர்களின் பார்வைக்கு வரும். அவற்றிலும் ஓரிரண்டே தேடலுடைய பொது வாசகர்களின் நுகர்வுக்குரிய வடிவம் பெற்று நூல்களாக வெளியாகும். இவ்வகை நூல்களாகத் தன் கல்விப்புலம் சார்ந்த ஆய்வுகளை மாற்றித் தரும் வல்லமை உடையவர் ஆ. இரா. வேங்கடாசலபதி. எல்லாருக்கும் தெரிந்ததாக நம்பப்படும் ஒரு விஷயத்தின் தெளிவுறாத அம்சங்களின் மீது புது வெளிச்சம் பாய்ச்சித் துலக்கம் பெற வைப்பதே அவருடைய ஆய்வுகளின் அடிப்படை. ஆய்வுப் பொருளை புதுக் கோணத்தில் பார்த்தல், நாளதுவரை கிடைக்கும் தரவுகளைப் படைப்பூக்கத்துடன் பயன்படுத்தல், மூல ஆதாரங்களையே பெரிதும் சார்ந்திருத்தல், புறவயப் பார்வையை வலுவாகக் கைக்கொள்ளல், ஆய்வுப் பொருளோடு தொடர்புடைய மனித ஆளுமைகளின் நிறைகுறைகளைத் துல்லியமாகச் சித்திரித்தல், எல்லாவற்றுக்கும் மேலாக ஓர் இலக்கியப் பிரதியின் இன்பம் வெளிப்படும் வகையில் ஆய்வு நூலை எழுதுதல் போன்றவை அவரை

வாசிக்கும் ஒரு பொது வாசகனின் கவனத்தை ஈர்க்கும் கூறுகள். அனைவரும் அறிந்த பாரதியை மட்டுமல்ல, சிலருக்கு மட்டுமே அறிமுகமான ஏ.கே. செட்டியாரையும் அதே அளவு அவரால் கவனம் பெறவைக்க முடியும். தமிழ் அச்சு, பதிப்புத் துறையின் வரலாற்றை முனைவர் பட்டத்துக்காக தில்லி ஜவகர்லால் நேரு பல்கலைக்கழகத்தில் ஆய்வு செய்ததே சலபதியின் கல்விப்புல ஆய்வின் தொடக்கம். அதற்கும் முன்பே, பாரதி நூற்றாண்டு (1981–82) தொடங்கி – அப்போது சலபதி பதினைந்து வயது சிறுவன் – பாரதியின் படைப்புகளும் அவை சார்ந்த தேடல் களும் நாரண துரைக்கண்ணன் போன்ற பெரியவர்களோடு உண்டான தொடர்பால் கூர்மை பெற்று வந்துள்ளன.

பாரதிதாசன், பட்டுக்கோட்டை கல்யாணசுந்தரம், அண்ணா ஆகியோரின் படைப்புகள் நாட்டுடைமை ஆனதும் புதுமைப்பித்தன் கதைகளின் செம்பதிப்பை சலபதி காலச்சுவடுக்காகத் தயாரித்து 'தமிழ் இனி 2000' இல் வெளியிட்டபோது அவர்கள் மீது காழ்ப்புணர்வு கொண்ட சிலர் புதுமைப்பித்தன் படைப்புகளை நாட்டுடைமையாக்க வேண்டுமென்று கோரிக்கை வைத்ததும் பெரியார் எழுத்துகள் பிரசுரம் தொடர்பான வழக்கும் விஜயா இதழில் வெளியான பாரதியின் எழுத்துகளைக் கண்டுபிடித்துத் தொகுத்த தருணத்தில் சலபதியின் மீதும், வெளியிட்ட காலச்சுவடின் மீதும் பாரதியின் பேத்தி விஜய பாரதி (தங்கம்மாளின் மகள்) விடுத்த வக்கீல் நோட்டீஸும் பாரதி படைப்புகள் நாட்டுடைமையான வரலாற்றை எழுதும் தூண்டுதலைச் சலபதிக்கு அளித்துள்ளன. விஜய பாரதியின் மகள் மீரா சுந்தரராஜன் அறிவுசார் சொத்துரிமை தொடர்பான ஆய்வில் ஆக்ஸ்ஃபோர்ட் பல்கலைக்கழகத்தில் முனைவர் பட்டம் பெற்றவர். பாரதியின் படைப்புகள் நாட்டுடைமையானதில் உரிமை மீறல்கள் நடந்துவிட்டன, பாரதி படைப்புகளை விற்றுப் பலர் கொள்ளை லாபம் பார்த்துவிட்டனர், பாரதியின் பதிப்புரிமையை அவர் கொடிவழி மரபினரான தங்களுக்குத் திருப்பித் தரவேண்டும் என்றெல்லாம் 2005 வாக்கில் பத்திரிகை களில் அக்குடும்பத்தினர் எழுதினர். விஜய பாரதி எழுதிய அமரன் கதை என்ற பாரதி வரலாற்றுக் கதை பற்றி காலச்சுவடில் மதிப்புரை எழுதியதற்காக பத்து லட்ச ரூபாய் இழப்பீடு கேட்டு சலபதிக்கு அக்குடும்பத்தினர் நோட்டீஸ் அனுப்பியுள்ளனர். அம் மதிப்புரையின் இறுதியில் 'பாரதியின் உயிரியல் வாரிசுகள் அறிவுலக வாரிசுகளாக இருக்க வேண்டிய கட்டாயம் இல்லை,' என்று எழுதியிருந்ததாக பாரதி: கவிஞனும் காப்புரிமையும் (காலச்சுவடு) முன்னுரையில் சலபதி குறிப்பிடுகிறார். கனத்த மனத்தோடுதான் இந்த நகைச்சுவையை எழுதியிருப்பார்.

பாரதி படைப்புகள் நாட்டுடைமையான வரலாறு அதுவரை பதிவாகியிருந்த அளவின் போதாமையை சலபதி உணர்ந்திருக்கிறார். பிரதானமாக பாரதி ஆய்வாளர் சீனி. விசுவநாதன் எழுதிய பாரதிக்கு விடுதலை (1972), மக்கள் போற்றும் மகாகவி (மறுபதிப்பு 1981), டி.கே. சண்முகத்தின் எனது நாடக வாழ்க்கை, ஓமந்தூர் ராமசாமி ரெட்டியாரின் வாழ்க்கை வரலாறான விவசாய முதலமைச்சர் (ஆசிரியர்: சோமலெ), ஏவி. மெய்யப்பனின் நினைவுக் குறிப்புகள் அடங்கிய எனது வாழ்க்கை அனுபவங்கள் ஆகிய நூல்கள் தரும் முக்கியத் தகவல்களின் அடிப்படையிலும் அரசு ஆவணக் காப்பகத்தில் கிடைத்த ஆவணங்களின் அடிப்படையிலும் 2015ஆம் ஆண்டு பாரதி: கவிஞனும் காப்புரிமையும் என்ற நூலை அவர் தமிழில் எழுதினார். பாரதி படைப்புகளின் நாட்டுடைமையாக்கத்தில் அரசுத் துறைகள் ஈடுபட்டிருந்ததால் அது தொடர்பான ஆவணங்களை அரசின் ஆவணக் காப்பகத்தில் தேடித் தொகுத்திருக்கிறார். அந்த வரலாற்றுக்கு இந்த ஆவணங்கள் புதுப் பரிமாணத்தையும் துல்லியத்தையும் கொடுத்துள்ளன. அதுவரை நிகழாத ஆய்வுச் செயல்பாடு இது.

உலகக் காப்புரிமை வரலாற்றில் முதன் முறையாக ஒரு அரசாங்கம் ஒரு எழுத்தாளரின் படைப்புகளைத் தன் உரிமையாக்கிப் பின் அவற்றை நாட்டுடைமையாக்கிய அபூர்வ நிகழ்வு பாரதியின் விஷயத்தில் நடந்தது. எனவே இந்த வரலாறு பரந்த வெளியின் கவனத்தைப் பெற வேண்டுமென்று சலபதி எண்ணியிருக்கக்கூடும். விளைவாக நம் பரிசீலனையில் இருக்கும் *Who Owns that Song?: The Battle for Subramania Bharati's Copyright* என்ற நூலை எழுதியிருக்கிறார் (2018, Juggernaut). முன்பே குறிப்பிட்டவாறு தமிழ் வடிவமும் ஆங்கில வடிவமும் பிரதி வழங்கும் இன்பத்தில் போட்டிபோடுகின்றன. வரலாறுக்கும் இலக்கியப் பிரதிக்கும் இடையேயான எல்லை அழிக்கப்படுகிறது. தமிழ் வடிவம் ஒரு நாவலுக்குரிய வாசிப்புச் சுவாரசியத்தைக் கொண்டிருக்கும்போது ஆங்கில வடிவம் ஒரு நாடகப் பிரதி யாக உருமாறியுள்ளது. ஆசிரியரே பிரக்ஞைபூர்வமாக அதைச் செய்திருக்கிறார். செவ்வியல் நாடகத்தின் பகுதிகளான *Prologue* (முன்னுரை), *Epilogue* (பின்னுரை) , *Dramatis Personae* (பாரதி, செல்லம்மா,சி.விஸ்வநாதன்,ஜெஷிங்லால் மேதா,ஏவி.மெய்யப்பன், டி.கே.சண்முகம், ஓமந்தூர் ராமசாமி ரெட்டியார், அவினாசிலிங்கம் செட்டியார், ப. ஜீவானந்தம் ஆகிய கதாபாத்திரங்கள்) போன்ற பகுதிகள் உண்டு. *Acts* (அங்கங்கள்) என்பவற்றுக்குப் பதிலாக *1. The Making of a Poet, 2. The Afterlife of a Master Spirit, 3. Make it Public! 4. Nationalization and After* என்ற இயல்கள் உள்ளன. அவை நாடக அங்கங்களுக்குரிய பணிகளைச் செய்கின்றன

(அதாவது பாத்திர அறிமுகம், முன் நிகழ்ந்தவை, சிக்கல், இறுக்கம் கூடுதல், சிக்கலின் உச்சக் கட்டம், சிக்கலைப் பாத்திரங்கள் எதிர்கொள்ளும் விதம், இறுக்கம் தளர்தல், சிக்கலுக்கான தீர்வு போன்றவை). ஆங்கில வடிவம் முதலில் எழுதப்பட்ட தமிழ் வடிவத்தின் வெறும் மொழிபெயர்ப்பு கிடையாது. தமிழ் அறியாத ஒருவருக்கு இந்த அபூர்வ வரலாற்றைச் சொல்லும் நோக்கோடு எழுதப்பட்டுள்ளதால் தமிழ் வாசகனுக்கு ஏற்கெனவே தெரிந்த அடிப்படைச் செய்திகளையும், வரலாற்றோடு தொடர்புடைய ஆளுமைகளையும் அரசியல், கலாச்சாரச் சூழலையும் அந்நிய வாசகனுக்கு அறிமுகப்படுத்த வேண்டிய தேவை உள்ளது. எனவே தமிழ்ப் பதிப்போடு ஒப்பிடும்போது (151 பக்கங்கள்) ஆங்கிலப் பதிப்பு (191 பக்கங்கள்) நீண்டது.

பாரதியின் வாழ்நாளில் அவருடைய 250 கவிதைகளில் 150 கவிதைகளும் கண்ணன் பாட்டும் (இரண்டு முறை) பாஞ்சாலி சபதம் முதல் பாகமும் அச்சேறியுள்ளன. குயில் பாட்டு வெளியிடப்படவேயில்லை. வெளியான கவிதைகளில் பாதி அளவே நூல் வடிவில் தொகுக்கப்பட்டுள்ளன. பத்திரிகைகளில் வந்த கட்டுரைகள் தொகுக்கப்படவில்லை. பகவத் கீதை மொழிபெயர்ப்பு கையெழுத்துப் பிரதியாகவே இருந்தது. அவருக்குக் காப்புரிமை என்ற பதம் தெரியுமா என்பது சந்தேகமே. ஆனால் இறப்பதற்கு ஓராண்டு முன்னால் தன் படைப்புகளின் வெளியீடு தொடர்பாக ஒரு பெரிய திட்டத்தின் தகவல் தொகுப்பை ஆங்கிலத்திலும் தமிழிலுமாக வெளியிட்டிருக்கிறார். தன் படைப்புகளை வெளியிட நன்கொடையும் கடனுமாக முப்பதாயிரம் ரூபாய் (தயாரிப்புச் செலவு 20000, விளம்பரச் செலவு 10000) தேவை என்றும் கடனுக்கு 24% ஆண்டு வட்டி தர இயலுமென்றும் குறிப்பிட்டிருக்கிறார். தன் படைப்புகள் நாற்பது தொகுதிகளாக, (ஒவ்வொரு தொகுதியும் பத்தாயிரம் பிரதிகளைக் கொண்டதாக) அமையுமென்றும் உரைநடைத் தொகுதி ஒன்றுக்கு எட்டணா, கவிதைத் தொகுதி ஒன்றுக்கு நான்கணா என்றும் விலை வைத்தால் வருடத்துக்கு இரண்டு லட்ச ருபாய் விற்பனை அளவு இருக்குமென்றும் திட்டமிட்டிருக்கிறார். உயர்ந்த தரத்தில் தேவையான படங்களோடு அச்சிடப்படும் என்றும் உறுதியளித்திருக்கிறார். 'மண்ணெண்ணெய், தீப்பெட்டி போல தாராளமாகவும் விரைவாகவும்' தன் படைப்புகள் விற்கும் என்று நம்பிய பாரதியின் பெரும் திட்டம் வெறும் கனவாய்ப் போனது எல்லாரும் அறிந்ததே.

பாரதி இறந்து சில மாதங்கள் கழித்து செல்லம்மாவும் அவருடைய அண்ணன் அப்பாதுரை அய்யரும் இணைந்து திலகர் சுயராஜ்ய நிதியிலிருந்து கிடைத்த உதவியாலும் ரங்கூன் மக்கள்

சிலரின் உதவியாலும் பாரதி ஆச்ரமம் என்ற பெயரில் பதிப்பகம் தொடங்கி பாரதியின் கவிதைகளை இரண்டு பகுதிகளாக சுதேச கீதங்கள் என்ற தலைப்பில் வெளியிட்டார்கள். ஒவ்வொன்றும் மூன்றாயிரம் பிரதிகள் கொண்டது. ஒரு பிரதியின் விலை ஒரு ரூபாய். அப்பாதுரை அய்யர் சுதந்திரப் போராட்டத்தில் கலந்துகொண்டவர், பாரதியின் கவிதைகள் மீது அபிமானம் கொண்டவர். எதிர்பார்த்த விற்பனை இல்லாததால் பெரும் நஷ்டம் உண்டானது. உடன்பிறந்தாரிடையே பிணக்கும் உண்டானது. அண்ணன் விலகிப்போக செல்லம்மாவுக்கு வியாபாரக் கணக்குகள் என்ன ஏதென்று தெரியாத குழப்பம் ஏற்பட்டது. புத்தகக் கட்டுகள் அவருடைய திருவல்லிக்கேணி வீட்டில் அடுக்கிக் கிடந்தன. ஹிந்தி பிரச்சார சபா அலுவலரான ஹரிஹர சர்மா என்ற குடும்ப நண்பர் புத்தகக் கட்டுகளை சபாவுக்குக் கொண்டுபோய் வைத்து நூல் விற்பனைக்கு உதவுவதாகச் செல்லம்மாவிடம் சொன்னார். இதற்கிடையில் பாரதியின் இரண்டாவது மகள் சகுந்தலாவுக்குத் திருமண ஏற்பாடுகள் நடந்தன. பணத் தேவைக்குப் பதிப்புரிமையை ஒட்டுமொத்தமாக விற்கும் முயற்சியும் நடந்தது. மூன்றாயிரம் ரூபாய்க்கு மேல், அதுவும் தவணையில், யாரும் கேட்கவில்லை. காப்புரிமையை இரண்டாயிரம் ரூபாய்க்கு அடகு வைத்துதான் சகுந்தலாவின் திருமணம் நடந்தது. இந்த முயற்சியில் செல்லம்மாவுக்கு உதவியவர்கள் பாரதியுடைய சிற்றன்னையின் மகனான விஸ்வநாத அய்யரும் (பாரதிக்குப் பதினாறு ஆண்டுகள் இளையவர்) சர்மாவும். கடனைத் திருப்பித் தர இயலாததால் 1924இல் சர்மாவையும் சகுந்தலாவின் கணவர் நடராஜனையும் பங்குதாரர்களாகக் கொண்டு விஸ்வநாத அய்யர் பாரதி பிரசுராலயம் என்ற பெயரில் ஒரு பதிப்பகம் தொடங்கி பாரதியின் படைப்புகளை வெளியிடத் தொடங்கினார்.

செல்லம்மாவிடமிருந்து காப்புரிமையை 1931இல் அதிகாரப் பூர்வமாகப் பெறும்வரை உரிய காப்புரிமைத் தொகையை அவருக்குப் பாரதி பிரசுராலயம் கொடுத்து வந்தது. 1928இல் பாரதியின் கவிதைகளை அரசு தடை செய்து பிரதிகளைப் பறிமுதல் செய்தது ஒரு வகையில் புத்தக வியாபாரத்துக்குப் பாதகமாகவும் இன்னொரு வகையில் சாதகமாகவும் ஆனது. ‘இந்தப் பிரதி 20 செப்டம்பர் 1928 அன்று அரசால் பறிமுதல் செய்யப்பட்டு, பறிமுதல் உத்தரவு ரத்து செய்யப்பட்டு 22–1–29 அன்று திருப்பித் தரப்பட்டது’ என்று வணிக சாதுரியத்துடன் ஒரு முத்திரையைக் குத்தி விற்றார்கள். பின்னால் அச்சிடப்பட்ட பிரதிகளிலும் இந்த முத்திரை குத்தப்பட்டதாகச் சொல்லப்படு கிறது. எப்படியோ அரசின் தடை விற்பனையைக் கூட்டியது. பாரதி கவிதைகளின் மீதான கவனம் பொது வெளியில் அதிகரித்தது.

‘நியாயமான தொகை’ என்று விஸ்வநாத அய்யரால் சொல்லப்படும் நான்காயிரம் ரூபாய்க்குக் காப்புரிமையை செல்லம்மாவிடமிருந்து பாரதி பிரசுராலயம் பெற்றது. கல்வி நிறுவனங்களுக்கும் பாரதிக்கு விழா எடுக்கும் அமைப்புகளுக்கும் அதிக கழிவு கொடுக்கப்பட்டது. 1934இல் பங்குதாரர்களின் கவனத்துக்குக் கொண்டுவராமல் பாரதி பாடல்களின் ஒலிபரப்பு (கிராமஃபோன் தட்டுப் பதிவுகள் மூலம்) உரிமையை ஹரிஹர சர்மா, ஜெஷிங்லால் மேதா என்ற குஜராத் நகை வியாபாரிக்கு விற்றிருக்கிறார். கைமாறிய தொகை நானூற்று ஐம்பது ரூபாய். ஒவ்வொரு இசைத் தட்டுக்கும் ஓரணா ராயல்டி என்றும் பேச்சு. மேதா இதில் எதுவும் சம்பாதித்ததாகத் தெரியவில்லை. விஸ்வநாத அய்யர் பாரதி படைப்புகளைத் தேடி, பாதுகாத்து, தொகுத்து, தேசிக விநாயகம் பிள்ளை, சுத்தானந்த பாரதி ஆகியோரின் வழிகாட்டலில் பதிப்புகளை மேம்படுத்தி வெளியிட்டார். பகவத் கீதை மொழிபெயர்ப்பின் கையெழுத்துப் பிரதியை கானாடுகாத்தான் வயி.சு. சண்முகம் செட்டியாரிடமிருந்து பெற்று வெளியிட்டார். 1946இல் வெளியான ‘நாம் இருவர்’ திரைப்படத்தில் பயன்படுத்துவதற்காக மேதாவிடமிருந்த உரிமையை ஏவி. மெய்யப்பன் 9500 ரூபாய்க்கு வாங்கினார். 3000–4000 ரூபாய் அளவில் வாங்கிவிடமுடியுமென்று நினைத்து பேரத்தை ஆரம்பித்த நாட்டுக்கோட்டை செட்டியாரின் வணிகத் திறமையை குஜராத்தி பனியா வென்றுவிட்டார். பாரதி பாடல்களுக்கு இதனாலும் பாரதி பிரசுராலய வெளியீடுகளாலும் பொதுவெளி கவனம் இன்னும் கூடியது. ஏவி. மெய்யப்பனிடமிருந்த இந்த உரிமைதான் பாரதி படைப்புகள் நாட்டுடைமையாக்கப்பட வேண்டுமென்ற கோரிக்கையின் உடனடித் தூண்டுதலாக ஆனது.

கோவை (1944), சென்னை (1946), நாகர்கோயில் (1948) ஆகிய ஊர்களில் நடந்த தமிழ் எழுத்தாளர் மாநாடுகளில் பாரதி படைப்புகளின் நாட்டுடைமையாக்கத்துக்கான கோரிக்கை கொஞ்சம் கொஞ்சமாக வலுப்பெற்றது. அக்டோபர், 1947இல் எட்டயபுரத்தில் நிகழ்ந்த பாரதி மணிமண்டபத் திறப்பு விழாவில் இந்திய கம்யூனிஸ்ட் கட்சியின் ப. ஜீவானந்தம் மிக ஆவேசமாக பாரதி படைப்புகளின் நாட்டுடைமையாக்கத்துக்காக வாதிட்டார். பாரதி மக்களின் சொத்து, தனி நபர்களுடையவர் அல்லர் என்பதே அந்தச் ‘சண்டமாருத’ப் பேச்சின் சாரம். விஸ்வநாதனுக்குப் பணம்தான் முக்கியமென்றால் தமிழர்களிடமிருந்து காலணா, அரையணாவாகத் திரட்டி அவர் முகத்தில் விட்டெறிய முடியும் என்று பேசியதாகவும் தெரிகிறது. கோரிக்கை வேகமெடுத்தது. தமிழ் அறிவுலகத்தின் ஈடுபாடு பெருகியது. நாட்டுப் பற்று வெளிப்படும் நாடகங்களை எழுதி நடித்த டி.கே. சண்முகம் தன் பில்ஹணன் திரைப்படத்தில் பாரதியின் ‘தூண்டிற் புழுவினைப்

போல்' என்ற பாடலைப் பயன்படுத்தினார். திரைப்படம் வெளியாவதற்கு முன்பாகப் பாட்டைத் திரைப்படத்திலிருந்து நீக்க வேண்டுமென்றும் தவறினால் ஐம்பதாயிரம் ரூபாய் இழப்பீடு தரவேண்டுமென்றும் ஏவி. மெய்யப்பன் ஜனவரி 1948இல் டி.கே. சண்முகத்தின்மீது வழக்கு போட்டார். அதிர்ச்சியடைந்த சண்முகம், பாரதி தனி நபர்களிடமிருந்து விடுவிக்கப்பட்டு மக்கள் சொத்தாக வேண்டுமென்ற கோரிக்கை கொண்ட ஒரு துண்டறிக்கையை வெளியிட்டார்.

எட்டயபுரம் விழாவுக்குப் பிறகு நாரண துரைக்கண்ணன், அ. சீனிவாசராகவன், திருலோக சீதாராம், ச.து.சு. யோகியார் போன்றோர் உறுப்பினர்களாக அமைந்த 'பாரதி விடுதலைக் கழகம்' என்ற அமைப்பு உருவானது. 11, மார்ச் 1948இல் நடந்த அந்த அமைப்பின் முதல் கூட்டத்தில் வ. ரா. என்று எல்லாரும் அறிந்த வ. ராமசாமியைத்தான் தலைவராக நியமித்தார்கள். தமிழில் முழுநேர எழுத்தாளருக்கு நேரும் நிதி நெருக்கடி அவருக்கும் இருந்தது. எனவே எதிர்வரும் அவருடைய மணிவிழாவைச் சாக்காக வைத்து அவருக்குப் பணமுடிப்பு ஒன்றை வழங்க ஏற்பாடுகள் நடந்துகொண்டிருந்தன. பாரதி விடுதலைக் கழகத்தின் உடனடி இலக்கான ஏவி. மெய்யப்பன் அந்தப் பணக்கொடைக்குப் பங்களிப்பாளராக இருக்கக்கூடுமென்று கருதிய கல்கி வ.ரா.வின் பெயரை நீக்கிவிட்டதாகச் சொல்லப்படுகிறது. நாரண துரைக்கண்ணன் தலைவராக்கப்பட்டார். பாரதி படைப்புகள் 'தனி நபர் சொத்தாக இல்லாமல்' அரசுடைமையாக வேண்டுமென்ற கோரிக்கையைத் தங்களுடைய கலாச்சாரச் செல்வாக்கு மூலம் முன்வைத்து அவர்கள் தமிழ்நாடு முழுக்க சுற்றுப் பயணம் செய்து ஆதரவு திரட்டினார்கள். (அப்படியான ஒரு பயணத்தின்போது நாரண துரைக்கண்ணனின் நான்கு வயது மகன் சென்னையில் நோயுற்று இறந்திருக்கிறான். தகவல் தெரிந்து அவர் வருவதற்குள் எல்லாமும் முடிந்துவிட்டது.)

அப்போது சென்னை மாகாணப் பிரதமராக (Premier) இருந்த ஓமந்தூர் ராமசாமி ரெட்டியாரும் கல்வி அமைச்சராக இருந்த அவினாசிலிங்கம் செட்டியாரும் இவ்விஷயத்தில் பெரிதும் அக்கறை செலுத்தி அரசு எந்திரத்தை முடுக்கிவிட்டார்கள். தொடர்புடையவர்களை ஒருங்கிணைக்கும்படி தினமணி ஆசிரியர் டி.எஸ்.சொக்கலிங்கத்தை அவினாசிலிங்கம் செட்டியார் வேண்டிக்கொண்டார். கல்வி அமைச்சரும் விடுதலைக் கழகத்தினரும் செல்லம்மாவைச் சந்தித்தனர். அவரும் இந்தக் கோரிக்கைக்குத் தன் இசைவைத் தெரிவித்தார். விஸ்வநாத அய்யரோடு தங்களுக்கிருந்த மனத்தாங்கலுக்கு வடிகாலாக இந்த சந்தர்ப்பத்தை அவர்கள் பார்த்ததாகத் தெரிகிறது. பாரதி

வெளியீடுகள் மூலம் அவர் ஏராளமான பணம் சம்பாதித்து விட்டார் என்ற எண்ணம் எல்லார் மனத்திலும் இருந்துள்ளது. அரசுத் துறை ஏவி. மெய்யப்பனோடும் செல்லம்மா குடும்பத்தினரோடும் நடத்திய அளவுக்கு விஸ்வநாத அய்யரோடு பேச்சு வார்த்தை நடத்தவில்லை. ஆனால் நிலவிய பொது அழுத்தத்தை உணர்ந்த அவர் தன்னிடமிருந்த காப்புரிமையை அரசுக்குக் கொடுத்துவிட முடிவு செய்தார். செல்லம்மா குடும்பத்துக்குப் பதினைந்தாயிரம் ரூபாயும் (செல்லம்மா, தங்கம்மாள், சகுந்தலா ஆகியோருக்குத் தலா ஐந்தாயிரம் ரூபாய்) விஸ்வநாத அய்யருக்குப் பதினைந்தாயிரம் ரூபாயும் அரசு கொடுத்து பாரதி படைப்புகளின் காப்புரிமையை மார்ச் 12, 1949 அன்று சட்டசபையில் அறிவித்து ஜூன் 13, 1949 அன்று நடந்த பத்திரப்பதிவு மூலம் தன் வசம் எடுத்துக்கொண்டது. சண்முகத்துக்கு எதிரான வழக்கைத் திரும்பப் பெற்றதோடு பாரதி பாடல்களின் ஒலிபரப்பு உரிமையை இழப்பீடு எதுவும் பெறாமல் ஏவி. மெய்யப்பன் அரசிடம் விட்டுத் தந்து 'நன்மதிப்பு' என்ற வணிகச் சாதக பிம்பத்தைப் பெற்றுக்கொண்டார். அவருக்கு நடத்திய பாராட்டு விழாவுக்கு விடுதலைக் கழகத்தினர் செல்லம்மாவையோ விஸ்வநாத அய்யரையோ அழைக்கவில்லை. இந்த விழாவிலும் சிலர் விஸ்வநாத அய்யரைப் புண்படுத்திப் பேசியிருக்கிறார்கள்.

தன்னிடமிருந்த பாரதியின் கையெழுத்துப் பிரதிகளையும் (ஏறத்தாழ நானூற்று ஐம்பது பக்கங்கள்) விஸ்வநாத அய்யர் அரசுக்குக் கொடுத்துவிட்டார். அவற்றைக் கொடுப்பதாக முன்பே ஒத்துக்கொண்டிருந்தாலும் பத்திரப் பதிவுக்கு அதை முன் நிபந்தனையாக அரசு வைத்தது அவருக்கு உவப்பாக இல்லை. அவற்றைக் கசப்பான மனநிலையிலேயே கொடுத்திருக்கிறார். இருபத்தைந்து ஆண்டுகள் போல முப்பத்திரண்டு தலைப்புகளில் தொடர்ந்து பாரதி எழுத்துகளைப் பதிப்பித்து வந்ததால் இருப்பிலுள்ள பிரதிகளை விற்க ஒன்றரை ஆண்டுகள் அரசிடம் அவகாசம் கேட்டு அதற்கான அனுமதியும் பெற்றார். அதற்குப் பிறகும் அரசு பதிப்பித்த பிரதிகளை விற்பதிலும் பாடல் பதிவிலும் அரசின் சிவப்பு நாடா முறையால் அவை பொது வெளிக்கு வர காலதாமதம் உண்டானது. பாரதி படைப்புகளின் அதிகாரப் பூர்வ பதிப்புகளைச் செம்மையாக்கம் செய்ய கல்கி, கே. சுவாமிநாதன், சி. விஸ்வநாதன், ரா.பி. சேதுப்பிள்ளை, மு. வரதராசன், கி.வா. ஜகந்நாதன் ஆகியோரைக் கொண்ட குழு அமைக்கப்பட்டது. கல்கியின் மறைவுக்குப் பிறகு பெரியசாமித் தூரன் ஒருங்கிணைப்பாளரானார். கறாரான பதிப்பு முறையியல் பின்பற்றப்படவில்லை என்பது அந்தக் கால கட்டச் சூழலை வைத்துப் புரிந்துகொள்ளக் கூடியதே. பாரதி

சலபதி 50: தொடரும் பயணம்

பயன்படுத்திய சமஸ்கிருத வார்த்தைகளைத் தமிழாக்கியிருக்கிறது செம்மையாக்கக் குழு. இறுதியாக 14, மார்ச் 1955ஆம் ஆண்டு, அப்போது கல்வியமைச்சராக இருந்த சி. சுப்ரமணியம், அரசின் உடைமையாக இருந்த பாரதி எழுத்துகள் நாட்டுடைமையாவதாக, பொதுச் சொத்தாக ஆவதாக அதிகாரப் பூர்வமாக அறிவித்தார். அதிகாரப் பூர்வ பதிப்பைப் பின்பற்றுமாறு பதிப்பகங்களைக் கேட்டுக்கொண்டார். 1957இல் சக்தி காரியாலயம் தன் பதிப்பை வெளியிட்டு ஒரே மாதத்தில் 15,000 பிரதிகள் விற்றிருக்கிறது.

பாரதியின் உரைநடை எழுத்துகளைப் பிரசுரம் செய்வது தொடர்பான ஈடுபாடு பெரிதாகத் தென்படவில்லை. 1959, 1961, 1963 ஆகிய ஆண்டுகளில்தாம் அவை மூன்று தொகுப்புகளாக வந்தன. பாரதியின் தாகூர் கதை மொழிபெயர்ப்புகளின் காப்புரிமை இந்தியா பத்திரிகை அதிபர் மண்டயம் ஸ்ரீநிவாசாச்சாரியிடம் இருந்தது. அரவிந்தருக்கும் பாரதிக்கும் நெருங்கிய நண்பரான இவர் பாரதி அரசுடைமை ஆன காலத்தில் தன்னிடமிருந்த தாகூர் கதைகளின் காப்புரிமையை அரசுக்குத் தர பத்தாயிரம் ரூபாய் கேட்டிருக்கிறார். அது அதிகமென்று எண்ணிய அரசுத் துறையினர் ஆயிரம் ரூபாய் தருவதாகச் சொன்னபோது அப்போதைய கல்வி அமைச்சர் கோபால் ரெட்டி இந்த 'அரசுடைமை விவகாரத்துக்கு முற்றுப் புள்ளி இடவும்' என்று கறாராகச் சொல்லிவிட்டாராம். இயல்பாக, பாரதி இறந்து, அப்போதிருந்த காப்புரிமைச் சட்டத்தின்படி, ஐம்பது ஆண்டுகள் கழிந்து 1972இல் அந்த மொழிபெயர்ப்புப் பொதுவெளிக்கு வந்தது. தரப்படுத்தப்பட்ட பதிப்பு, மலிவு விலை, தொகுப்பாளர்களுக்கான பதிப்புச் சுதந்திரம், தேடிக்கண்டு பிடிக்கப்பட்ட, தொகுக்கப்படாத பாரதி எழுத்துகளைப் பதிப்பித்தல் போன்ற பல நற்பயன்கள் நாட்டுடைமையாக்கத்தால் விளைந்தன. விஜயா நாளேட்டைக் கண்டெடுத்து அதிலுள்ள பாரதி எழுத்துகளை சலபதி தொகுத்து நூலாக்கினார். ய. மணிகண்டன் J.H. Cousins செய்த பாரதி கவிதைகள் மொழிபெயர்ப்பைக் கண்டுபிடித்து அண்மையில் வெளியிட்டார். பழைய தலைமுறை அறிஞர்களான பெ.தூரன், ரா.அ. பத்மநாபன், சீனி. விசுவநாதன் போன்றவர்கள் பாரதி நூல் தொகுப்புக்கும் பாரதி ஆய்வியலுக்கும் அளித்த பங்களிப்பு போற்றுதலுக்குரியது.

ஓர் எழுத்தாளர் இறந்து ஐம்பது ஆண்டுகள் கழித்து அவருடைய படைப்புகளின் காப்புரிமை பொதுவெளிக்கு வரும் என்ற விதி இருந்த காலத்தில் பாரதியின் படைப்புகளுக்கு மட்டுமே அரசுடைமையாகிப் பின் நாட்டுடைமையான அபூர்வம் நிகழ்ந்தது. அவர் இறந்து 28 ஆண்டுகள் கழிந்தவுடன் நடந்த அபூர்வம். அறுபது ஆண்டுகள் என்று விதி உருவான பிறகு

காந்தி எழுத்துகளுக்கான காப்புரிமை நவஜீவன் ட்ரஸ்ட்டின் உரிமையிலிருந்து 2009இல் பொதுவெளிக்கு மாறியது. நேரு எழுத்துகளின் பதிப்புரிமை சோனியா காந்தியிடம் 2024 வரை இருக்கும். 1992இல் முடிந்திருக்க வேண்டிய தாகூர் எழுத்துகளின் காப்புரிமை ஓர் அவசரச் சட்டத்தால் நரசிம்ம ராவின் அரசால் நீட்டிக்கப்பட்டு 2002இல்தான் பொதுவெளிக்கு வந்தது.

பாரதிக்குப் பிறகு பாரதிதாசன், அண்ணா, பட்டுக்கோட்டை கல்யாணசுந்தரம் என்று ஆரம்பித்த எழுத்தாளர் படைப்புகளின் நாட்டுடைமையாக்கம் என்ற உயரிய செயல் 'வறுமை தணிக்கும்' அரசுத் திட்டமாக மாறிவிட்ட கேலிக்கூத்தை சலபதி பின்னுரையில் குறிப்பிடுகிறார்.

2005இல் பாரதியின் பேத்தி விஜய பாரதி பாரதியின் காப்புரிமை அரசுடைமையான விதம், கொடுத்த பண அளவின் நியாயத்தன்மை, பணத்தாசை பிடித்த பதிப்பாளர்களின் சுரண்டல், பாரதி பாடல்கள் ஒலிப்பதிவின் 'சட்டவிரோதத்தன்மை' என்று இவை தொடர்பான கேள்விகள் எழுப்ப அவருடைய மகள் மீரா சுந்தரராஜன், நாட்டுடைமையாக்கம் 'போலிப் புலமை'யில் முடிந்திருப்பதாகவும் பதிப்பாளர்கள் 'கோடிக்கணக்கில்' லாபம் பார்த்துவிட்டதாகவும் சொன்னார். அதுவரை வெளியான பதிப்புகள் அனைத்துமே பிழையானவை என்று சொல்லிய விஜய பாரதி, பாரதியார் கவிதைகள்: தேசிய கீதங்கள் என்ற தலைப்பில் ஒரு தொகுப்பை வெளியிட்டார். 'பாரதி பதிப்பியலை ஒரு நூற்றாண்டுக்குப் பின் தள்ளும் முயற்சி இது' என்கிறார் சலபதி. அந்நூலுக்கு மதிப்புரை எழுதக்கூட முன்னனுமதி பெற வேண்டும் என்று ஒரு விசித்திர நிபந்தனை வைத்தாராம் விஜய பாரதி. இவருடைய முயற்சிக்கு அறிவுலக அங்கீகாரம் கிடைக்கவில்லை.

Who owns that Song? நூலின் நாடக அமைப்பைத் தொடக்கத்தில் குறிப்பிட்டோம். பாரதியின் சரிதம், பதிப்பு வரலாறு, நாட்டுடைமையாக்கம், அதன் விளைவுகள் என்று காட்சிகள் மாற மாற மகிழ்ச்சியும் திகைப்பும் அதிர்ச்சியும் ஏமாற்றமும் வாசகர்களுக்கு ஒரு நாடகம் பார்த்த அனுபவத்தைத் தருகின்றன. நாடகச் செறிவுக்குப் பாத்திர வார்ப்புகள்; அவலத்துக்கு விஸ்வநாத அய்யரும் மண்டயம் ஸ்ரீநிவாசாச்சாரியும் செல்லம்மாள் குடும்பமும்; சாகசத்துக்கு (Romance – இந்த வார்த்தை விஸ்வநாத அய்யருடையது) பாரதி பதிப்பு வரலாறு; அறம் சார்ந்த பரிபாலனத்துக்கு ஓமந்தூராரும் அவினாசிலிங்கம் செட்டியாரும்; சாதுரியத்துக்கு ஏவி. மெய்யப்பன்; நகைச்சுவைக்கு அரசுத் துறைகள், குறிப்பாக Director of Public Instruction. 'சேவையா, லாப வணிகமா?' (Service, or Profiteering?) என்று தலைப்பிட்டு சி. விஸ்வநாதன் என்ற கையொப்பத்துடன் 5000

வார்த்தைகள் கொண்ட ஓர் ஆங்கில அறிக்கையை விஸ்வநாத அய்யர் ஏப்ரல் 1950இல் மாகாணப் பிரதமருக்கு அனுப்பினார். முன்பாக அதைப் பத்திரிகைகளில் வெளியிடத்தான் விரும்பியிருக்கிறார். ஆனால் அது சர்ச்சைக்கு வழிவகுக்கும் என்று நண்பர்கள் சிலர் சொல்லியதால் அரசின் தலைவருக்கு அனுப்பியுள்ளார். இதன் முழு வடிவமும் பாரதி: கவிஞனும் காப்புரிமையும் நூலில் பின்னிணைப்பாக உள்ளது. ஆங்கிலப் பதிப்பில் ஆங்காங்கே மேற்கோள் காட்டப்பட்டுள்ளது. கையாளும் ஆங்கிலமும் சித்திரிக்கப்படும் நிகழ்வுகளும் இந்த அறிக்கைக்கு ஓர் இலக்கிய அந்தஸ்தைக் கொடுக்கின்றன. *'The story of the publication of the poet's works is a pretty long one, bordering on romance,'* என்று தொடக்கத்தில் விஸ்வநாத அய்யர் குறிப்பிடுகிறார். காப்புரிமைக்காக செல்லம்மாவுக்குத் தான் கொடுத்த 4000 ரூபாய் கௌரவமான தொகை என்றும் பாரதி விரும்பியபடி மிக மலிவான விலையில் பதிப்பித்ததையும் பதிப்புத் தொழிலில் தான் பட்ட சிரமங்களையும் (போலீஸ் கண்காணிப்பு, இரண்டாம் உலகப்போரின் போது நூல் பொதிகளை இடம்விட்டு இடம் மாற்றிப் பிறகு கும்பகோணத்தில் கிளை திறந்தது போன்றவை. இவற்றில் சற்று மிகைப்படுத்தல் இருக்கலாமென்று சலபதி கருதுகிறார்.) சொல்கிறார். தான் ஏதோ பெரும் தொகையைச் சம்பாதித்துவிட்டதாகவும் தான் பொது எதிரி நம்பர் 1 என்றும் அரக்கன் என்றும் சித்திரிக்கப்படுவதாகவும் வருத்தப்படுகிறார். காப்புரிமையை வாரிசு முறையில் ஒன்றும் பெறவில்லையென்றும் பணம் கொடுத்தே அதைச் சட்டப்பூர்வமாக வாங்கியதையும் குறிப்பிடுகிறார். தன் பதிப்புகளில் நேர்ந்த பிழைகளைத் தேசிக விநாயகம் பிள்ளை, சுத்தானந்த பாரதியார் போன்றவர்களைக் கொண்டு மேம்படுத்தி வெளியிட்டதாகவும் சொல்கிறார். தரப்படுத்தப்பட்ட, மூலத்துக்கு ஊறு விளைவிக்காத பதிப்பு மூலங்களைத் தயாரிப்பதுடன் மொழிபெயர்ப்புக்கும் ஏற்பாடு செய்ய வேண்டுமென்றும் குறிப்பிடுகிறார். பள்ளிப் பாடநூல் தேவைக்கும் நூலகங்களுக்கும் உரிய பிரதிகளையும் தயாரிக்க வேண்டுமென்றும் சொல்லுகிறார். கவிஞரின் கையெழுத்துப் பிரதிகள் கைவசம் இருக்கும்போது அவற்றின் பதிப்புகளில் ஊறு விளைவிக்கும் முயற்சிகள் தடுக்கப்படவேண்டுமென்றும் எச்சரிக்கிறார். தன்னிடம் மீதமிருந்த பாரதியின் சில கையெழுத்துப் பிரதிகளையும் பாரதியின் நூற்றாண்டு விழா தருணத்தில் அரசுக்குக் கொடுத்திருக்கிறார். அந்தக் காலகட்டத்தில் (1981 – 1982) புதுச்சேரி அரசு அவற்றுக்கு எத்தனை தொகை வேண்டுமானாலும் தந்திருக்கும்.

இன்னொரு அவலப் பாத்திரம் மண்டயம் ஸ்ரீநிவாசாச்சாரியார். வ.உ.சி.யின் சுதேச ஸ்டீம் நேவிகேஷன்

கம்பெனியில் ஒரு லட்ச ரூபாய் முதலீடு செய்து அத்தனையும் இழந்தவர். இந்தியா, விஜயா பத்திரிகைகளின் அதிபர். அவை அரசால் தடை செய்யப்பட்டபோது அச்சுப் பொறியையும் பிற தளவாடங்களையும் வந்த விலைக்கு விற்க வேண்டிய நிலைக்கு ஆளானவர். பாண்டிச்சேரியில் அரவிந்தருக்கு வீடு பார்த்துக் கொடுத்தவர். பாரதியின் மேதமை வெளிப்படத்தான் பெரிதும் உதவியதாகச் சொல்லி தாகூர் கதைகள் மொழிபெயர்ப்பு உரிமைக்கு அவர் பத்தாயிரம் ரூபாய் கேட்டபோது ஆயிரம் ரூபாய் தரலாமென்று ஒரு அரசு அதிகாரி சொல்லி, கடைசியில் அதுவும் கிடைக்காமல் போன பெரும் ஆளுமை. செல்லம்மாவின் மகள்கள் திருமணத்துக்குப் பிறகு ஓரளவு வசதியான வாழ்க்கை கிடைக்கப் பெற்றவர்கள் ஆனாலும் செல்லம்மா கடைசி வரை வறுமையிலிருந்து பெரிதாக மீளவில்லை.

மாகாணப் பிரதமர் ஓமந்தூர் ராமசாமி ரெட்டியார் (1895 – 1970) வள்ளலார் பக்தர். காந்தியவாதி. பள்ளிப் படிப்புகூட நிறைவு செய்யாதவர். அடிப்படையில் விவசாயி. நேர்மையும் கண்டிப்பும் மிக்க ஆட்சியாளர். பணிக் காலத்தில் ஒருமுறை வ.உ.சி. விழா ஒன்றுக்கு அழைக்கப்பட்டபோது தனக்கு அவசர நிர்வாக வேலை இருப்பதாகவும் தேசாபிமானிகளை நினைவுகூர்வதைவிட அது முக்கியமென்றும் சொல்லி வர மறுத்துவிட்டாராம். பாரதி காப்புரிமை சர்ச்சையில் உரிய அறிஞர்களிடம் ஆலோசனை பெற்றுத் திறம்பட அதைக் கையாண்டார். திருப்பூர்க்காரரான அவினாசிலிங்கம் செட்டியார் (1903 – 1991) காந்தி, ராமகிருஷ்ணர், விவேகானந்தர் ஆகியோரின் போதனைகளால் கவரப்பட்டவர். ஒத்துழையாமை இயக்கம், உப்புச் சத்தியாக்கிரகம், வெள்ளையனே வெளியேறு ஆகிய போராட்டங்களில் பங்குபெற்று சிறைத்தண்டனை பெற்றவர். பின்னாளில் சென்னை மாகாணக் கல்வி அமைச்சரானபோது பள்ளிகளுக்கான நிதி ஒதுக்கீட்டை அதிகரித்ததுடன் பிற ஆசிரியர் களுக்கு இணையாகத் தமிழாசிரியர்களின் ஊதியத்தையும் உயர்த்தினார். தன் பதவிக் காலத்தில் தமிழ்க் கலைக்களஞ்சியமும் பிறகு சிறுவர் கலைக்களஞ்சியமும் வெளிவர நிதி திரட்டல் தொடங்கி பெரியசாமி தூரன் தலைமையில் ஆசிரியர் குழு அமைத்தது வரையிலான பணிகளை ஒருங்கிணைத்தவர். காப்புரிமை தொடர்பான அரசுத் துறைகளின் மெத்தனத்தால் அவினாசிலிங்கம் செட்டியார் பொறுமையிழந்து கோப்பில் சட்டச் செயலரின் கவனத்தை ஈர்த்து, 'பொதுக் கல்வி இயக்குநரின் குறிப்பு எந்தத் தெளிவையும் தராது,' என்று எழுதியிருக்கிறார். Registrar of Booksஐக் கலந்துகொண்டு ஒரு மாதம் கழித்து அந்த இயக்குநர் அளித்த அறிக்கை, 1914இல் பதிப்புரிமைச் சட்டம் இயற்றப்பட்ட பிறகு பதிப்புரிமையைப் பதிவு செய்யும் நடைமுறை புத்தகப்

பதிவாளரால் கைவிடப்பட்டது, பாரதி பிரசுராலயமே பாரதி படைப்புகளின் பதிப்புரிமைக்குச் சொந்தக்காரர் என்னும் சில 'அரிய' உண்மைகளைக் கொண்டிருந்ததாக சலபதி எழுதுகிறார். கன்னியாகுமரி மாவட்டம் பூதப்பாண்டியில் பிறந்த ப. ஜீவானந்தம் காந்தி, பெரியார் வழியாக மார்க்ஸியத்தை அடைந்தவர். கம்ப ராமாயணம், பாரதி படைப்புகளில் துறைபோகியவர். பாரதியை முற்போக்குக் கவிஞராகவே பெரிதும் அடையாளப் படுத்தியவர். மேடைகளில் சங்கநாதமாகப் பொழிந்தவர். ஒலிபெருக்கி இல்லாத காலத்தில் கத்திப் பேசியே காது சவ்வு கிழிந்து கேட்கும் சக்தியை இழந்தவர். பொதுவாழ்க்கையில் மிக நேர்மையானவர். (ஜீவானந்தம் குறித்து சுந்தர ராமசாமி எழுதியுள்ள 'காற்றில் கலந்த பேரோசை' என்ற கட்டுரையை வாசித்தால் இளம் வாசகர்கள் பலவகையிலும் பயன் பெறலாம்.)

'நாடக'த்தின் துணைப் பாத்திரங்கள் சிலவற்றில் முக்கியமானவர் அப்போது (1949இல்) மெட்ராஸ் ரெகார்ட் ஆபீஸ் என்று அழைக்கப்பட்ட தமிழ்நாடு ஆவணக் காப்பகத்தின் காப்பாளராக இருந்த சுரேந்தரநாத் பாலிகா (1908 – 58). லண்டன் பல்கலைக்கழகத்தில் வரலாற்றில் முனைவர் பட்டம் பெற்று இருபத்தாறு வயதில் காப்பாளர் என்ற முக்கியப் பொறுப்பை ஏற்றவர். இரண்டாம் உலகப் போரின்போது ஜப்பானிய வான்தாக்குதல் என்னும் அச்சுறுத்தலிலிருந்து தப்பிக்க அத்தனை அரிய ஆவணங்களையும் ஆந்திராவிலுள்ள சித்தூருக்குக் கொண்டுபோய்க் காத்தவர். பாரதியின் கையெழுத்துப் பிரதிகள் (ஒவ்வொன்றும் நாற்பது பக்கங்கள் கொண்ட ஒரு டஜன் பயிற்சிக் கையேடுகள்) அருங்காட்சியகத்தில் கண்ணாடிப் பெட்டிக்குள் வைத்துப் பாதுகாக்கப்படுகிறது என்ற செய்தியை *இந்து* நாளிதழில் படித்த அவர் அப்படிச் செய்வது மதிப்பு மிக்க அந்தக் கையெழுத்துப் பிரதிகளை நாளடைவில் பாழ்படுத்தி விடும் என்பதை உணர்ந்தார். ஷிஃபான் துணியை ஒவ்வொரு பக்கத்தின்மீதும் ஒட்டி வைப்பதே அவற்றைப் பாதுகாக்கும் என்று உணர்ந்த அவர் அதைக் கல்வித் துறைச் செயலாளர் லோபோ பிரபுவுக்கு எழுதித் தெரிவித்தார். சென்னை அருங்காட்சியகக் கண்காணிப்பாளராக இருந்த திருச்சூரைச் சேர்ந்த அய்யப்பனை (புகழ்பெற்ற தொல்லியல் அறிஞர், மானிடவியலாளர்) ஆவணக் காப்பகத்துக்கு அழைத்து வந்து அவ்வாறு பாதுகாக்கப்பட்ட சில கிழக்கிந்தியக் கம்பெனியின் ஆவணங்களைக் காண்பித்தார். திருப்தியுற்றாலும் பாரதி ஆவணத்தின் அருமை கருதி அய்யப்பன் அரசின் அனுமதியை வேண்டினார். அரசும் முன்ஜாக்கிரதை யுடன் விஸ்வநாத அய்யரிடம் ஆலோசனை கேட்டது. அவரும், 'அந்தப் பொக்கிஷத்துக்கு ஏற்ற வகையில் பாதுகாக்குமாறு'

சொன்னார். பாலிகா சொன்ன வகையிலேயே பாரதியின் கையெழுத்துப் பிரதிகள் சென்னை அரசு அருங்காட்சியகத்தில் பாதுகாக்கப்படுகின்றன. தமிழ்க் கலாச்சாரச் சூழலோடு கிஞ்சித்தும் தொடர்பில்லாத, தமிழ்ப் படிக்கத் தெரியாத குஜராத் நகை வியாபாரியான ஜெஷிங்லால் மேதா தமிழ் மொழியின் உன்னதக் கவி ஒருவரின் பதிவு, ஒலிபரப்பு உரிமையைப் பன்னிரண்டு ஆண்டுகள் (1934–1946) வைத்திருந்திருக்கிறார். இந்த நாடகத்தின் சுவாரசியமான கிளைக்கதை இது.

நூலின் இறுதியில் ம. இலெ. தங்கப்பாவின் ஆங்கில மொழிபெயர்ப்பில் பாரதியின் சென்றதினி மீளாது மூடரே, காணி நிலம் வேண்டும், மனதில் உறுதி வேண்டும், அச்சமில்லை அமுங்குதலில்லை, மாகாளி பராசக்தி ஆகிய ஐந்து கவிதைகள் இடம்பெற்றுள்ளன.

தெருத் திருப்பத்தில் கோயில் கோபுரம் தெரிந்தாலும் சரி, கடன்காரன் தென்பட்டாலும் சரி (படிம உபயம் சு.ரா.) இரண்டுக்கும், ஆய்வாளர் என்ற முறையில், முகங் கொடுக்க தயாராக இருப்பவர் சலபதி. எல்லாம் சொல்லி முடித்துவிட்ட பிறகு சலபதிக்கு ஒரு கேள்வி தோன்றுகிறது: ‘பாரதியின் மனைவி மக்களிடம் காப்புரிமை தங்கியிருந்தால் [நாட்டுடைமையாக்கக்] கோரிக்கை எழுந்திருக்க முடியுமா? அப்படி எழுந்திருந்தாலும் வென்றிருக்க முடியுமா . . .’ (பாரதி: கவிஞனும் காப்புரிமையும். ப. 102). ஒரு ஒற்றைச் சம்பவம் வரலாற்றின் போக்கையே மாற்றும் விசித்திரம் இது.

❖

Who Owns That Song?: The Battle for Subramania Bharati's Copyright- A.R. Venkatachalapathy, Juggernaut, 2018

18

தமிழ்நாடு: கூட்டத்தில் தனித்தீவு

ஜி. குப்புசாமி

ஆ.இரா. வேங்கடாசலபதி வெறும் வரலாற்றாய்வாளர் மட்டுமல்ல, அவருடைய பரிமாணங்கள் பலதரப்பட்டவை என்பதை நேற்றிலிருந்து பல அறிஞர்கள் எடுத்துக்காட்டிக் கொண்டிருப்பதைக் கேட்டு வருகிறோம். தமிழிலும் ஆங்கிலத்திலும் கிட்டத்தட்ட சம அளவில் எழுதி வருபவர் சலபதி. அகில இந்திய அளவில் சலபதியின் எழுத்துகள் பரவியிருப்பதற்கும். பல நாட்டு அறிஞர்களும் அவரை, அவர் எழுத்தை மரியாதையுடன் தொடர்ந்து வருவதற்கும் அவருடைய ஆங்கிலக் கட்டுரைகளே காரணமாக இருக்கின்றன. தனது இலக்கு வாசகர்கள் யார் என்ற தெளிவான புரிதலுடன் அவர் தமிழிலும், ஆங்கிலத்திலும் எழுதிவருகிறார். உதாரணத்திற்கு, நான் பேசுவதற்கு எடுத்துக்கொண்டிருக்கும் Tamil Characters : Personalities, Politics, Culture என்ற இந்நூலை அவர் தமிழில் எழுதியிருக்க மாட்டார். இது தமிழகம் குறித்தும் தமிழகத் தலைவர்கள் மற்றும் முக்கிய ஆளுமைகளைக் குறித்தும் தமிழகத்துக்கு வெளியே நிலவிவரும் அறியாமை, தவறான புரிதல்களைக் களைவதற்காக ஆங்கிலத்தில் எழுதப்பட்ட நூல்.

ஆய்வு நூல்கள் பொதுவாக இருவகைப் பட்டவை. வல்லுநர்களால் வல்லுநர்களுக்காக எழுதப்படும் கல்விப்புல ஆய்வு நூல்கள். பொது

வாசகர்களுக்காக அறிஞர்களால் எழுதப்படும் கல்விப்புல அறிவுத்தேடலுக்கான நூல்கள். சலபதி பேராசிரியராக இருந்தாலும் அவர் தனது ஆய்வுகளைப் பொது வாசகர்களுக்குக் கொண்டு சேர்ப்பதில்தான் கவனம் செலுத்துபவராக இருக்கிறார். தமிழ்ச் சூழலின் சொற்பமான நன்னூல்களில் சலபதியின் எழுத்துகளும் அடங்கும்.

தமிழ்நாட்டுக்கு வெளியே இருப்பவர்களையும், தமிழகத்தின் இன்றைய இளைய தலைமுறையினரையும் இலக்காகக் கொண்டு எழுதப்பட்ட நூல் இதுவென்று முன்னுரையிலேயே தெளிவாகச் சொல்லிவிடுகிறார்.

மற்ற மாநிலத்தவர்களுக்குத் தமிழ்நாடும் தமிழர்களும் விளங்காப்புதிர்கள், அவர்களுடைய பொதுப்புத்திக்குத் தமிழ்நாடு எப்போதுமே சவாலாக இருந்து வருகிறது. தமிழகத்தின் பொதுக்காட்சியும் (Contours) சிக்கலான அரசியலும் கலாச்சாரமும் அவர்களுக்குத் தலைசுற்றலை ஏற்படுத்துவன.

தமிழ்நாடு அவர்களுடைய எளிய பார்வைக்குப் பிடிபடாமல் இருப்பதற்குக் காரணம் தமிழின் மிக நீண்ட வரலாறும், அதற்கென்றிருக்கும் தனித்துவ குணாம்சங்களும் ஆகும். மற்றவர்களுக்குப் பொறாமையையும், ஒருவித அச்சத்தையும், மதிப்பையும் அளிப்பது இதுவே.

இந்தியாவின் தென்மூலை அதற்கென்று தனியானதொரு வரலாற்றைக் கோருவதாக இருந்து வருகிறது. இந்தியாவின் பொது நீரோட்டத்தில் தமிழகம் கலந்திருந்தாலும் அதன் தனித்துவத்தை இழந்துவிடாமல் இருப்பதற்குக் காரணமே அதன் நெடிய வரலாறும் கலாச்சாரத்தின் வலிமையுமே. தமிழ்நாடு ஏன் தமிழ்நாடாக இருக்கிறது என்பதை மற்றவர்கள் இந்நூலின் மூலம் அறிந்துகொள்ளலாம்.

இந்தியாவில் சமீபத்தில் தோன்றியுள்ள பல இயக்கங்கள், கோரிக்கைகள் பல ஆண்டுகளுக்கு முன்பாகவே, நாட்டில் முதல் முறையாகத் தமிழகத்தில்தான் தோன்றியிருக்கின்றன என்பதை அவர்கள் அறிந்துகொள்வர்.

பிராமணரல்லாதோர் இயக்கம்

தலித் இயக்கம்

இந்தி எதிர்ப்பு இயக்கம்

இவையெல்லாவற்றிலும் முதல் அடி எடுத்து வைத்திருப்பது தமிழகமே.

பக்தி இயக்கம் தோன்றிய இந்த நிலத்தில்தான் பகுத்தறிவு / கடவுள் மறுப்பு இயக்கமும் தோன்றியிருக்கிறது.

பல அகில இந்திய அறிவுஜீவிகளாலும், பொருளாதார அரசியல் அறிஞர்களாலும் 'கவர்ச்சித் திட்டங்கள்' என்று எண்ணி நகையாடப்பட்டு வரும் 'இலவச மக்கள் நலத்திட்டங்கள்'தான் தமிழ்நாட்டை நாட்டிலேயே முதன்மையான 'மக்கள் நல அரசாக' மாற்றியிருக்கின்றன. இந்த ஆக்கப்பூர்வ நலத்திட்டங்கள்தான் தற்போது மற்ற மாநிலங்களிலும், தேசிய அளவிலும் பின்பற்றப்படத் தொடங்கியுள்ளன.

மதிய உணவுத்திட்டம், இலவச அரிசி, மாணவர்களுக்கு மடிக்கணினி, சீருடை, காலணிகள், சைக்கிள் போன்ற திட்டங்களைப் பார்க்கின்ற கண்ணோட்டம் தேசிய அளவில் இப்போது மாறியிருக்கிறது.

'பிராமணரல்லாதார்' இயக்கங்கள் மகாராஷ்டிரா போன்ற சில மாநிலங்களில் எழுச்சிபெற்று இயங்கியிருந்தாலும் தமிழ்நாட்டில் இவ்வியக்கம் இந்து மதத்தில் பிராமணர்களின் ஆதிக்கத்தை எதிர்ப்பதாக மட்டும் இல்லாமல் சாதிகளுக்கிடையே சமத்துவத்தைக் கோருவதாகவும், மொழிப்பற்றை ஊட்டுவதாகவும், இந்தித் திணிப்பை எதிர்ப்பதாகவும், ஒற்றைப் பண்பாட்டு தேசியம் என்பதைத் தீவிரமாக மறுப்பதாகவும் இருந்தது. இந்துத்துவ மதவாத சக்திகளைக் காலூன்ற விடாமல் தடுத்துக்கொண்டிருக்கும் மாநிலமாகவும் தமிழகம் மட்டுமே இருந்து வருகிறது.

ஐம்பது வருடங்களாகத் தமிழகத்தை வளரவிடாமல் முடக்கிவைத்திருப்பதாகத் தேசியக் கட்சிகளால் விமர்சிக்கப்பட்டு வரும் திராவிடக் கட்சிகளின் ஆட்சிகளில் தமிழ்நாடு எல்லாத் துறைகளிலும் பெரும் வளர்ச்சியடைந்து முன்னணி மாநிலங்களில் ஒன்றாக உயர்ந்துள்ளது. 1960கள் வரை மிகவும் வறிய நிலையில் இருந்த இம்மாநிலத்தின் தனிநபர் வருவாய் நாட்டிலேயே மிக அதிகமான அளவுகளில் ஒன்றாக எட்டியிருக்கிறது. இயற்கை வளங்களில் தன்னிறைவு பெற்றிடாமல் இருந்தாலும் நாட்டிலேயே ஏழ்மை மிகக்குறைவாக உள்ள மாநிலம். கல்வி, சுகாதாரம், தகவல் தொடர்பு, சாலைகள், போக்குவரத்து, நகரக்கட்டமைப்பு – எல்லாவற்றிலும் தமிழ்நாடு உயர்நிலையை அடைந்திருக்கிறது.

இவையனைத்தும் அரசியல் ஆதாயத்தைக் கருத்தில் கொண்ட இலவசத் திட்டங்களால் மட்டும் சாத்தியமானவையல்ல. அடிமட்டத்திலிருந்து எழுந்த அழுத்தத்தின் காரணமாக – ஜனநாயக அரசியலின் விளைவாக – உண்டான மாற்றம் என்பதை இந்நூலின் ஒவ்வொரு கட்டுரையிலும் புலப்படுத்துகிறார் சலபதி.

தமிழ்நாட்டைப் பற்றியும், தமிழக ஆளுமைகள் சிலரைப் பற்றியும் பொதுவாகப் பரவியிருக்கும் மேம்போக்கான, தவறான அபிப்ராயங்களும், குழப்பங்களும் இந்தப் புத்தகத்தால் விலகும். எந்தக் கட்டுரையிலும் பொது வாசகர்களுக்காக எழுதப்படும் அறிமுகக் கட்டுரைகளில் சாதாரணமாகக் காணப்படும் மேம்போக்கான தகவல் தெளிப்புகள் இல்லை. மிக ஆழமாக, எல்லாத் தரப்புகளையும் விவாதத்துக்குள் கொண்டு வந்து ஒரு முழுமையான சித்திரத்தையே பார்வைக்கு வைக்கிறார். இது சலபதியின் குறிப்பிடத்தக்க சிறப்பம்சம். அவர் தொட்டுச் செல்லும் தகவல் சரடுகளை, தேவைப்படுகிற வாசகர்கள் ஆழ்ந்து அறிந்து கொள்வதற்கான கதவுகளையும் சுட்டிக்காட்டியபடியே செல்கிறார். எளிய வாசகன் மீது அவர் காட்டுகின்ற மதிப்பும் அக்கறையும் அசாதாரணமானது, அது கல்விப்புலம் சார்ந்த பேரறிஞர்களிடம் பொதுவாகக் காணக் கிடைக்காதது.

மகாகவி பாரதியாரைப் பற்றி இந்தியா முழுக்கவும் தெரிந்திருக்கும். ஆனால் அந்தப் புரிதல், அவர் ஒரு தேசியக் கவி, சுதந்திரத்துக்காகப் பாடுபட்டவர் என்ற அளவில் மட்டுமே ஒரு பொதுச்சித்திரம் தமிழரல்லாதோரிடம் இருக்கக்கூடும். பாரதியின் முக்கியமான வேறொரு பரிமாணத்தைச் சலபதி அறிமுகப்படுத்துகிறார். தமிழில் நவீனத்துவத்தைப் புகுத்தியவர்; புரட்சிக் கருத்துக்களை வலுவாக எடுத்துரைத்தவர், சீர்திருத்தவாதி என்பவற்றையெல்லாம் விளக்கிவிட்டு, நாடறிந்த நட்சத்திரக் கவிஞர் ரவீந்திரநாத் தாகூருக்கு இணையானவர் என்பதை ஆணித்தரமாக நிறுவுகிறார்.

அயோத்திதாசப் பண்டிதர் அம்பேத்கரின் முன்னோடி என்பதும், புதுமைப்பித்தன் தமிழில் தோன்றிய மாபெரும் இலக்கிய மேதை என்பதும் மற்றவர்களுக்குப் புதிய கண் திறப்பாக இருக்கக்கூடும்.

பெரியார்: தமிழ்நாட்டைச் சாராதவர்கள், இன்றைய தமிழ்நாட்டு இளைஞர்கள் பலருக்கும் பெரியார் வெறும் நாத்திக வாதம் பேசியவர், பிராமண துவேஷி என்ற இரண்டு அடையாளங்களைத் தாண்டி அவருடைய உண்மையான பரிமாணங்கள் தெரிந்திருப்பதில்லை.

பெரியார் தனது ஆரம்பக் காலத்தில் காங்கிரஸில் இருந்ததையும், சுதந்திரப் போராட்டங்களில் ஈடுபட்டதையும், திருவிதாங்கூர் சமஸ்தானத்தில் உள்ள வைக்கம் நகரில் ஈழவ சாதியைச் சேர்ந்தவர்கள் கோயிலை ஒட்டிய தெருக்களில் நடப்பதற்கும் விதிக்கப் பட்டிருந்த தடையை எதிர்த்துப் போராடி

வெற்றி கண்டவர் என்பதையும் சொல்லிவிட்டு, பெரியார் காங்கிரஸை விட்டு எதற்காக விலகினார், ஜஸ்டிஸ் கட்சியில் சேர்ந்து, பிறகு எப்படித் தனி இயக்கம் கண்டார் போன்ற தகவல்களைத் தெளிவாக விளக்குகிறார்.

பெரியாருக்கு இருந்த முதன்மையான குறிக்கோள், சாதி சமத்துவம் மட்டுமல்ல, ஆதிக்க சாதி எதிர்ப்பு, பகுத்தறிவு, சுய மரியாதை என முக்கியமான கண்ணிகள் சேர்ந்து பிணைக்கப்பட்ட ஒருமுற்போக்குப் பார்வையாகும். அம்பேத்கரை ஆரம்ப நிலையிலேயே அடையாளம் கண்டு அவருடைய முக்கியத்து வத்தை வெளிச்சமிட்டுக் காட்டியவர். அம்பேத்கரின் பிரசித்தி பெற்ற நூலான 'சாதியை அழித்தொழித்த'லை இந்தியாவிலேயே முதன்முறையாக மாநில மொழியில் (தமிழில்) மொழிபெயர்த்து கொண்டு வந்தது பெரியார்தான்.

அண்ணாதுரை : அண்ணாதுரை பற்றிய முழுமையான சித்திரம் ஆச்சரியமாக வெறும் பன்னிரெண்டு பக்கங்களில் விவரிக்கப்படுகிறது. இக்கட்டுரையைக் கிட்டத்தட்ட திமுகவின் வரலாறாகவே பார்க்கலாம்.

புதிய தமிழகத்தை உருவாக்கியிருக்கும் திராவிடக் கட்சிகளின் அரசியல் அண்ணா அமைத்திருந்த அடித்தளத்தி லிருந்தே கட்டியெழுப்பப்பட்டது. மாநில சுயாட்சி என்பதன் உண்மையான பொருள் அண்ணாவின் நாடாளுமன்ற உரைகளில், அவரது கட்டுரைகளில் வெளிப்படுவதை இக்கட்டுரையில் காண்கிறோம்

கலைஞர் : வெறும் தகவல் தொகுப்பாக இல்லாமல், விமர்சனப் பார்வையோடு கலைஞரின் பங்களிப்புகளைத் தொலையணிமைத் தன்மையோடு விவரிக்கிறார். பெரும்பாலும் நடுநிலையோடு எழுதப்பட்ட கட்டுரைகளின் நடுவே கருணாநிதி குறித்த கட்டுரையில் மட்டும் சற்று மனச்சாய்வு தெரிகிறது. அறிமுகச் சித்திரம் என்பதைத் தாண்டி மெலிதான விமர்சனம் வெளிப்படுவதைக் குறையாகப் பார்க்க முடிய வில்லை என்பதற்குக் காரணம், கட்டுரையில் கருணாநிதியின் சாதனைகள் ஒன்றுவிடாமல் சொல்லப்பட்டிருப்பதே.

எம்.ஜி.ஆர். வெறும் நடிகர் மட்டுமல்ல, அவருடைய வீட்டு நூலகத்தில் குடி அரசு இதழ்கள் ஆரம்பத்திலிருந்து சேகரிக்கப்பட்டிருந்ததைச் சலபதி பதிவு செய்து நம்மை வியப்புக்குள்ளாக்குகிறார். எம்.ஜி.ஆருக்குப் பேரிலக்கியங்கள் தெரியாவிட்டாலும் அரசியல் இதழ்களைத் தொடர்ந்து வாசித்து வந்திருக்கிறார்.

ஜி. குப்புசாமி

சுந்தர ராமசாமி பற்றிய கட்டுரை இத்தொகுப்பின் ஆகச்சிறந்த வொன்று. சு.ரா. பற்றிய ஆழமான அலசல். அவரது ஆரம்பகால இடதுசாரிப் பார்வைகொண்ட எழுத்துகளிலிருந்து ஆரம்பித்து, அவர் அடைந்த மாற்றங்கள், அவர் முன்வைத்த உன்னத ரசனை, செறிவான சிந்தனை, மொழியின் மீது அவர் செலுத்திய தாக்கம் எனத் தமிழின் உன்னதமான படைப்பாளியின் இலக்கியப் பயணத்தின் ஒவ்வோர் அடியும் அழுத்தமாகப் பதிவு செய்யப்பட்டிருக்கிறது.

அசோகமித்திரனை அயல் வாசகனுக்கு அறிமுகப்படுத்துவது ஒருவகையில் மிகக்கடினம், இன்னொரு வகையில் மிக எளிது. அடுத்த தெருவில் நடக்கும் தினசரி யதார்த்தங்களையே சரியாகச் சித்திரிக்க முடியாமல் பல எழுத்தாளர்கள் திணறும்போது, அசோகமித்திரன் தொலைதூரப் பிரதேசங்களையும், அதன் வாழ்வியலையும் தனது சென்னை தி. நகர் மத்திய வர்க்கத்தினர் வாழ்க்கையைச்சித்திரிக்கும் அதேநுட்பத்தோடும்,காத்திரத்தோடும் படம்பிடித்துக்காட்ட முடிவதை சலபதி வியந்தோதுகிறார். குறைவு நவிற்சி (*under statement*) தமிழ்மொழியின் பலமான அம்சம் அல்ல. ஆனால் அசோகமித்திரனின் அடையாளம் அது.

அசோகமித்திரனை அறிந்த தமிழ்வாசகனுக்கு இத்தகைய மதிப்பீடுகள் எவ்வளவு சரியானவை என்று ரசித்து வாசிக்க முடியும். ஆனால் இந்த நூல் யாருக்காக எழுதப்பட்டதோ அந்த அயலக வாசகனுக்குப் பெரும் வியப்பையும், அசோகமித்திரனை முழுதாக அறிந்துகொள்ளும் ஆர்வத்தையும் தூண்டும் என்பது நிச்சயம்.

அசோகமித்திரனைப் போலவே, **ம.இலெ. தங்கப்பா** என்ற அற்புதமான மொழிபெயர்ப்பாளரையும், **ஜெயகாந்தனையும்** பரிபூரண சித்திரங்களாக வடித்தெடுக்கிறார்.

தற்போது இந்தியாவில் மட்டுமல்ல உலகெங்கும் (சர்ச்சைக்குரிய காரணங்களுக்காக) பிரபல்ய வெளிச்சத்துக்குத் தள்ளப்பட்டுள்ள **பெருமாள்முருகனி**ன் எழுத்து வன்மை சலபதியின் கட்டுரையில் சிறப்பாகப் பதியப்பட்டுள்ளது.

மிக எளிய பின்னணியிலிருந்து வந்த பெருமாள் முருகனின் கதைகள் அசலான கொங்கு நிலப்பரப்பையும், அதன் மனிதர்களையும் வெளிப்பூச்சின்றி சித்திரிப்பதையும், பெருமாள்முருகனின் கதாபாத்திரங்கள் செயற்கையாக உருவாக்கப்படாமல் உயிர்த்துடிப்போடு எழுந்து வாசகனைப் பீடிப்பதையும் துல்லியமாகச் சொல்லியிருக்கிறார். ‘மாதொரு பாகன்’ சர்ச்சைக்குப் பின்னால் இருந்த இந்துத்துவ, ஆதிக்க

சாதி சூழ்ச்சியரசியலையும் தெளிவாக விவரிக்கிறார். ‘பெருமாள் முருகன் என்ற எழுத்தாளன் இறந்துவிட்டான்’ என்ற அறிக்கைக்குப் பின்னாலிருந்த பெருமாள்முருகனின் மனவேதனையையும், நீதிமன்றம் அந்த அற்புதக் கலைஞனை உயிர்ப்பிக்க வைத்ததையும் உணர்ச்சிகரமாகச் சொல்கிறது இக்கட்டுரை.

ஜல்லிக்கட்டு குறித்த கட்டுரை மிகச் சிறப்பானது. ஏறு தழுவுதல் என்ற ஜல்லிக்கட்டுக்குக் ‘கலித்தொகை’யிலிருந்து ஆதாரங்கள் கிடைக்கத் தொடங்குகின்றன. ஜல்லிக்கட்டு எனும் தமிழர் கலாசாரத்தோடு பின்னிப் பிணைந்திருக்கும் வீரவிளையாட்டு தமிழ் இலக்கியங்களில் தொடர்ந்து இடம் பெற்று வருவதை சலபதி வரிசைப்படுத்திக் கொண்டு வருகிறார்.

‘விலங்கு நேசர்கள்’ என்ற பெயரில் ஜல்லிக்கட்டுக்குத் தடைவிதிக்கக்கோரும் ‘வடஇந்திய’ மேட்டுக்குடியாளர்களுக்கும், உலக மயமாக்கலின் முகவர்களுக்கும் எர்னெஸ்ட் ஹெமிங்வேவின் மேற்கோளைச் சுட்டிக்காட்டுகிறார். “இவர்களின் உண்மையான அக்கறை விலங்குகள் மீதல்ல. இதைவிட மோசமான கொடுமைகள் இழைக்கப்படுகிற மனிதர்கள் மீது இவர்கள் எந்த அக்கறையும் காட்டுவதில்லை.”

இக்கட்டுரைகளில் நான் மிகவும் ரசித்த அம்சம், இத்தகைய முத்தாய்ப்பாக அமைந்திருக்கும் கடைசி வரிகள்.

ஜெயலலிதா: இந்திய ஜனநாயகம் பலவிதமான அசாதாரண நிகழ்வுகளையும் வியத்தகு ஆளுமைகளையும் கண்டிருக்கிறது. ஜெயலலிதாவின் கதை இந்த வரிசையில் இன்னும் சில காலத்துக்கு முதல் இடத்தில் இருக்கும். அந்தக் கதையைச் சரியாகச் சொல்வதற்கு நாவலாசிரியரின் நுண்ணாற்றலும், உளப்பகுப்பாய்வாளனின் உள்முகப் பார்வையும், அரசியல் ஆய்வாளனின் பகுத்தாய்வுத் திறனும் இருக்க வேண்டும். ஒரு வரலாற்றாய்வாளனால் முடிந்தது இவ்வளவுதான்.

சோ: தமிழக பிராமண சமூகத்திலிருந்து சுப்பிரமணிய பாரதி முதல், அ. மாதவையா, சுந்தர ராமசாமி, ஞாநி, டி.எம். கிருஷ்ணா வரை சுய விமர்சன அறிவுஜீவிகள் எத்தனையோ பேர் தோன்றி சமூக வாழ்வையும் அறிவுத்தளத்தையும் செறிவூட்டியிருக்கின்றனர். ஆனால் சோ அளவுக்குத் திறமைமிகுந்த ஒருவர் அந்த வரிசையில் சேராமல் இருந்தது வருந்தத்தக்கதுதான்.

அயோத்திதாசர்: அயோத்திதாசரை 1898ஆம் வருடம் விசாரணை செய்து அறிக்கை சமர்ப்பித்த அந்த போலீஸ் இன்ஸ்பெக்டர், அவர் பிற்காலத்தில் தலித் இயக்கத்துக்கான தொடக்கப்புள்ளியாக

விளங்கப் போகிறார் என்பதை உணராமலிருந்ததற்காக மன்னித்து விடலாம். வரலாற்றாசிரியர்கள் இதைவிட மோசமாகத் தவறிழைத்திருக்கிறார்கள்.

பாரதி: பாரதி, தமிழகத்துக்கு மட்டும் ஏகபோகச் சொத்தாக இருக்க முடியாது. பாரதி நூற்றாண்டு நினைவு தினம் வரும் இச்சமயத்தில் அவரது படைப்புகள் முழுவதும் ஆங்கிலத்தில் சிறப்பாக மொழிபெயர்த்துச் செல்லவேண்டியது அவசியம். அதுவே அவரது மேதமைக்கு நாம் செலுத்தும் காணிக்கையாக இருக்கும்.

ஆ. இரா. வேங்கடாசலபதி என்ற பெயர் தமிழ்நாட்டிலும் இந்திய அளவிலும் கடந்த இருபத்தைந்து ஆண்டுகளாகத் தவிர்க்க முடியாத பெயராக இருந்து வருகிறது. வெறும் கல்விப்புலத்திலும் அறிவுசார் விவாதக் களங்களிலும் மட்டுமல்லாமல் பொதுப்பரப்பிலும் சலபதியின் பங்களிப்புகள் விரிவான ஆழமான பார்வையையும் புரிதலையும் கொண்டு வந்திருக்கின்றன. அந்த விதத்தில் இந்நூல் தமிழ்நாட்டுக்கான சாளரமாக விளங்கும்.

❖

Tamil Characters: Personalities, Politics, Culture A.R. Venkata chalapahty, Pan Macmillan, 2018

ஏற்புரை

இலுப்பைப்பூ

ஆ.இரா. வேங்கடாசலபதி

அன்பார்ந்த நண்பர்களுக்கு,

புதுமைப்பித்தனின் அச்சிடப்படாத, தொகுக்கப் படாத எழுத்துகளைத் திரட்டி 'அன்னை இட்ட தீ' என்ற தலைப்பில் 1998இல் நூலாக்கியபொழுது அதன் நன்றியுரையில் 63 பேரைக் குறிப்பிட்டிருந் தேன். எதையுமே லேசில் பாராட்டிவிடாத சுந்தர ராமசாமி அந்த நன்றியுரையைப் பாராட்டினார். ஒரு புத்தகத்தை உருவாக்குவது வலியும் இன்பமும் கலந்ததோர் அனுபவம். ஆனால் நூலுக்கு நன்றியுரை எழுதும்போது பரவசமும் நிறைவும் நெஞ்சை ஆட்கொள்ளும். நன்றியுரை எழுதுவதற்காகத்தான் நூல் எழுதுகிறோமோ என்றும்கூடச் சில சமயம் தோன்றும்.

ஏற்புரை நன்றியுரையின் உடன்பிறப்பு என்றாலும் அதன் பண்புகள் வேறு. அகந்தைக்கும் போலி அவையடக்கத்திற்கும் இடையிலான சமர் நடக்கும் களம் ஏற்புரை. போலி அவையடக்கத் திற்கு அகந்தையே தேவலாம் என்பது என் கருத்து. இரண்டுக்கும் இடைப்பட்ட ஒரு பாதையைத் தேர்ந்தெடுக்க முயல்கிறேன். இதில் வழுவினால் பொறுப்பது உங்கள் கடன். இரண்டு நாள் ஓயாமல் என் பெயரைக் கேட்டுக்கொண்டே யிருந்திருக்கிறீர்கள் – கோட்டூர்புரத்திற்குப் பதிலாக

ஏழுமலையில் கேட்டிருந்தாலாவது வைகுந்த வாய்ப்பு அமைந் திருக்கும் என்று சிலர் நினைத்தாலும் பிழையில்லை – இந்தச் சலுகையைத்தானா காட்டாமல் போய்விடப்போகிறீர்கள்!

ஓர் ஆய்வாளனுக்கு ஐம்பது வயதானதற்கு இவ்வளவு ஆர்ப்பாட்டமா என்ற கேள்வி தவிர்க்க முடியாதது. ஓர் ஆய்வாளருக்கும் பாராட்டுக்குமான உறவு புள்ளிமானுக்கும் மேளச்சத்தத்துக்குமான உறவை ஒத்தது. இது எனக்கு எடுத்த விழா இல்லை என்று அமைதி கொள்கிறேன். ஆலையில்லாத ஊரின் இலுப்பைப் பூ, பூக்களோடு சேர்ந்த நார் என்பதற்கு மேல் எனக்கென்று எந்தப் பெருமையுமில்லை. வ.உ.சி., பாரதி, புதுமைப்பித்தன், பெரியார், தங்கப்பா முதலானோரின் குடைநிழலில் ஒதுங்கிப் பேர் ஈட்டியவன் நான். என்னை நிமித்தமாகக் கொண்டு தமிழ்ப்பேராளுமைகளுக்கு எடுத்த விழாவாகவே எல்லோர் மனங்களிலும் 'விரிவும் ஆழமும்' கருத்தரங்கம் நிலைபெறும் என்றே கருதுகிறேன்.

'ஒரு குழந்தைக்குக் கல்வி புகட்ட ஒரு கிராமமே தேவை' என்பதாக ஓர் ஆப்பிரிக்கப் பழமொழி உண்டு. ஓர் அறிஞனை – சராசரிக்கும் குறைந்த அறிஞனாகவே இருந்தாலும்கூட – உருவாக்க எவ்வளவு பேர் தேவைப்படுவார்கள் என்பதை உங்கள் கற்பனைக்கும் கணக்கீட்டுக்கும் விட்டுவிடுகிறேன். எனக்கு வாய்த்த அளவுக்குச் சிறந்த ஆசிரியர்களும் நெறியாளர்களும் வழிகாட்டிகளும் நண்பர்களும் அமைந்திருந்தால் உங்களில் சிலர் நொபேல் பரிசு பெற்றிருப்பீர்கள். அவர்கள் அனைவரையும் பட்டியலிடுவதென்றால் விடிந்துவிடும். எனவே இதற்கு வரம்பமைத்து நன்றி கூறுகிறேன். இன்று நம்மிடையே இல்லாதவர்களையும், எழுபத்தைந்து வயதுக்கு மேற்பட்டவர்களையும் மட்டுமே இப்போது குறிப்பிடப்போகிறேன். மற்றவர்கள் அந்த வயதை எட்டும்வரை காத்திருங்கள் – தமிழன்னை உங்களுக்கு நீண்ட வாழ்நாளையும், எனக்கு நினைவாற்றலையும் அருள்வாளாக – செய்ந்நன்றி மறந்தவன் என்ற பழிக்கு மட்டும் எந்நாளும் ஆளாக மாட்டேன் என்ற உறுதியை மட்டும் இப்போதைக்கு அளிக்கிறேன்.

முகம் மாமணி, த. கோவேந்தன், ம.இலெ. தங்கப்பா, சுந்தர ராமசாமி, ஆ. சிவசுப்பிரமணியன், எம்.எஸ்.எஸ். பாண்டியன், வே. வசந்தி தேவி, வி.கே. நட்ராஜ் ஆகியோரையும், மறைமலையடிகள் நூல் நிலையம், மனோன்மணியம் சுந்தரனார் பல்கலைக்கழகம், சென்னை வளர்ச்சி ஆராய்ச்சி நிறுவனம் ஆகிய நிறுவனங்களையும் இவ்வேளையில் நினைத்துக்கொள்கிறேன்.

அறிவு கொளுத்திய ஆசான் முதல் அச்சுக்கோக்கும் எளிய ஊழியர்வரை முப்பத்தைந்து ஆண்டுகளுக்கும் மேலாக எனக்கு உதவிய அனைவருக்கும் நன்றி கூறுகிறேன்.

சொந்தக் குடும்பத்தினருக்கு நன்றி கூறுவது தமிழ் மரபல்ல. அரை நூற்றாண்டுக்கும் மேல் தமிழ்ப் பணியாற்றிய உ.வே. சாமிநாதையர் தம்மை வழிநடத்திய தம் தந்தையின் பெயரைத் தம் பதிப்புரைகளில் எங்குமே சுட்டியதில்லை. இரண்டாயிரம் பக்கங்களுக்கும் மேற்பட்ட அவருடைய சுயசரிதைக் குறிப்புகளில் மனைவி மதுராம்பிகையின் பெயரைக் காண்பது முயற்கொம்பு. சிறையிலிருந்த காலத்திலும் உடன்வந்து, மொழி தெரியாத தேசத்தில் அவருடைய நலன்களைக் கவனித்து, வழக்காடி, பத்திரிகைகளில் செய்தி வரச் செய்து துணைநின்ற மனைவி மீனாட்சிக்கு வ.உ.சி. நன்றி கூறியதில்லை. பழைமையைப் பேணுவது வேறு, பிழைமையைப் பேணுவது வேறு. காலத்துக்கேற்ப விழுமியங்களைத் தகவமைத்துக்கொள்வது தமிழர் கடமை. ஒரு மகனாகவும் அண்ணனாகவும் தம்பியாகவும் கணவனாகவும் தந்தையாகவும் என் கடமைகளைச் சரிவர ஆற்றியிருக்கிறேன் என்று சொல்லுவதற்கில்லை. எனவே, என் குடும்பத்தினர்க்கும் இத்தருணத்தில் என் நன்றியைப் பதிவு செய்கிறேன்.

காலச்சுவடு, ஹிந்து லிட் ஃபார் லைஃப், கடவு ஆகியோர்க்கும் என் முதற்கண் நன்றி. என்னையும் என் எழுத்துகளையும் பொருட்படுத்தி, ஊன்றிவாசித்து, கருத்துரை வழங்கியவர்களுக்கும், நிகழ்ச்சியில் கலந்துகொண்டவர்களுக்கும் என் நன்றியும் அன்பும். உங்கள் அன்பும் ஆர்வமும் வீண்போகா.

அன்புடன்,

சலபதி

பின்னிணைப்புகள்

1. கருத்தரங்க அழைப்பிதழ்

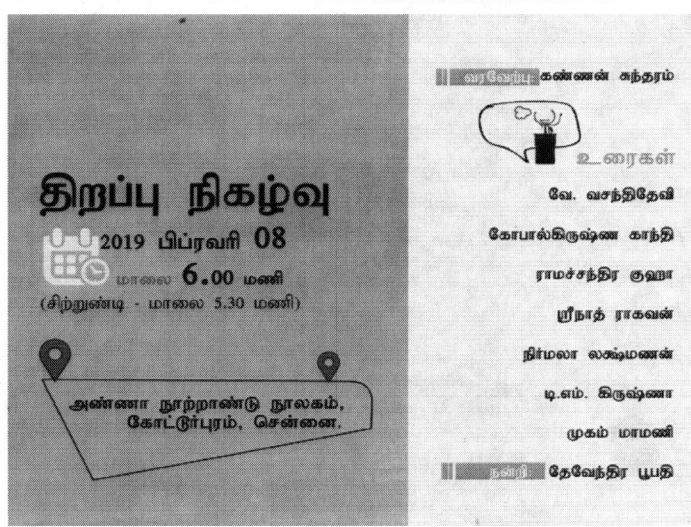

கருத்தரங்கம்
இரண்டாம் நாள்
2019 பிப்ரவரி 09
காலை 8.30 மணி
பசியாறுதல்
தமிழ் இணையக் கல்விக்கழக அரங்கம்
அண்ணா பல்கலைக்கழக வளாகம்
காந்திமண்டபம் சாலை, கோட்டூர்புரம்
சென்னை 600 025.
காலை 8:45 – 9:15 மாணவர்களுக்கு அன்பளிப்பு நூல்கள் வழங்குதல்
காலை 9:30 மணி தொடக்கவுரை : உ. சேரன்
வாழ்த்துரை: தினகரி சொக்கலிங்கம்
சிறப்புரை: சு. தியடோர் பாஸ்கரன்
அமர்வு 1
காலை 10:30
பங்களிப்பு
உரைகள்
பா. மதிவாணன் (மொழி ஆளுமை)
ஜெ. பாலசுப்ரமணியம் (ஆசிரியர், ஆய்வாளர், ஆய்வு)
கா. அ. மணிக்குமார் (வரலாற்றுப் பங்களிப்பு)
பெருமாள்முருகன் (பதிப்புப் பணிகள்)
பவானி ராமன்
(Dangerous Circulations: Reconsidering social Histories of the Book in Early Colonial Madras)
கேள்விகள்: 15 நிமிடம்
(இடைவேளை)

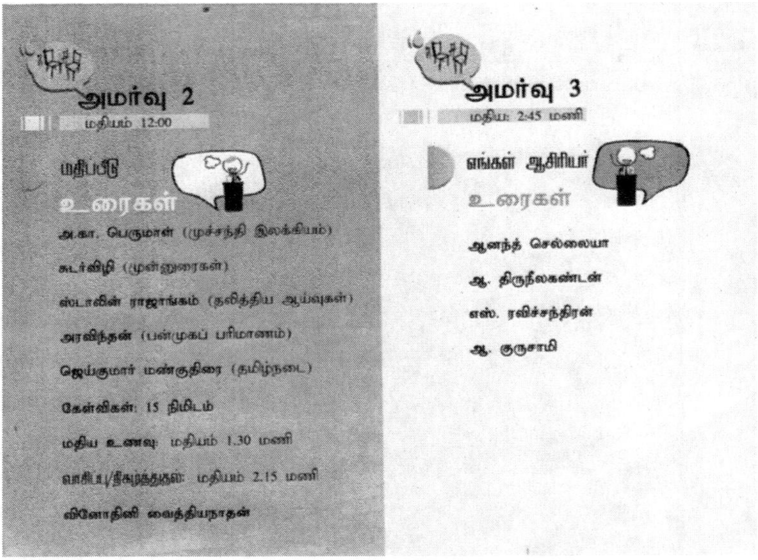

அமர்வு 2
மதியம் 12:00
மதிப்பீடு
உரைகள்
அ.கா. பெருமாள் (முச்சந்தி இலக்கியம்)
சுடர்விழி (முன்னுரைகள்)
ஸ்டாலின் ராஜாங்கம் (தலித்திய ஆய்வுகள்)
அரவிந்தன் (பன்முகப் பரிமாணம்)
ஜெய்குமார் மண்குதிரை (தமிழ்நடை)
கேள்விகள்: 15 நிமிடம்
மதிய உணவு: மதியம் 1.30 மணி
நிகழ்த்துதல்: மதியம் 2.15 மணி
வினோதினி வைத்தியநாதன்
அமர்வு 3
மதியம் 2:45 மணி
எங்கள் ஆசிரியர்
உரைகள்
ஆனந்த் செல்லையா
ஆ. திருநீலகண்டன்
எஸ். ரவிச்சந்திரன்
ஆ. குருசாமி

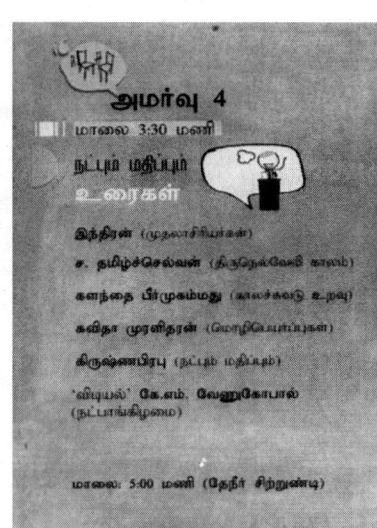

அமர்வு 4

மாலை 3:30 மணி

நட்டும் மதிப்பும்

உரைகள்

இந்திரன் (முதலாசிரியர்கள்)

ச. தமிழ்ச்செல்வன் (திருநெல்வேலி காலம்)

களந்தை பீர்முகம்மது (காலச்சுவடு உறவு)

கவிதா முரளிதரன் (மொழிபெயர்ப்புகள்)

கிருஷ்ணபிரபு (நட்டும் மதிப்பும்)

'விடியல்' கே.எம். வேணுகோபால்
(நட்பாங்கிழமை)

மாலை: 5:00 மணி (தேநீர் சிற்றுண்டி)

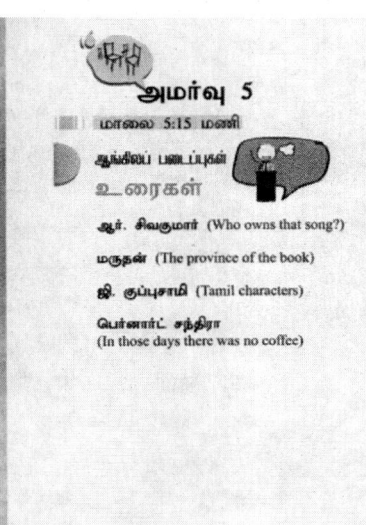

அமர்வு 5

மாலை 5:15 மணி

ஆங்கிலப் படைப்புகள்

உரைகள்

ஆர். சிவகுமார் (Who owns that song?)

மருதன் (The province of the book)

ஜி. குப்புசாமி (Tamil characters)

பெர்னார்ட் சந்திரா
(In those days there was no coffee)

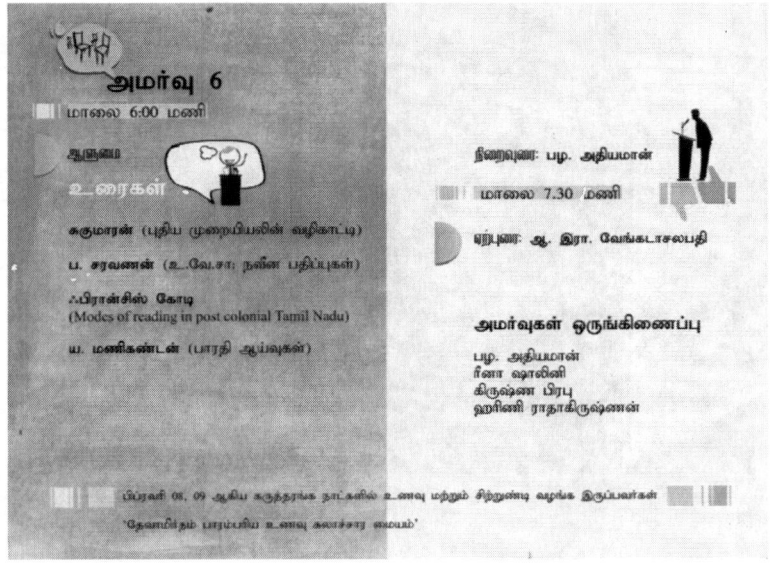

அமர்வு 6

மாலை 6:00 மணி

ஆளுமை

உரைகள்

சுகுமாரன் (புதிய முறையியலின் வழிகாட்டி)

ப. சரவணன் (உ.வே.சா: நவீன பதிப்புகள்)

ஃபிரான்சிஸ் கோடி
(Modes of reading in post colonial Tamil Nadu)

ய. மணிகண்டன் (பாரதி ஆய்வுகள்)

நிறைவுரை: பழ. அதியமான்

மாலை 7.30 மணி

ஏற்புரை: ஆ. இரா. வேங்கடாசலபதி

அமர்வுகள் ஒருங்கிணைப்பு

பழ. அதியமான்
ரீனா ஷாலினி
கிருஷ்ண பிரபு
ஹரிணி ராதாகிருஷ்ணன்

பிப்ரவரி 08, 09 ஆகிய கருத்தரங்க நாட்களில் உணவு மற்றும் சிற்றுண்டி வழங்க இருப்பவர்கள்

'தேவாமிர்தம் பாரம்பரிய உணவு கலாச்சார மையம்'

நடக்கவிருந்தது (10, 11 ஆகஸ்ட் 2018)

2. கருத்தரங்கில் வழங்கப்பட்ட அறிமுகக் குறிப்பு

இளம் ஆய்வாளர், கருவிலே திருவுடையார், தமிழர்களின் வழக்கறிஞர், நவீனத் தமிழ்ப் பதிப்புகளின் உ.வே.சா. என்றெல்லாம் தமிழ் அறிவுலகம் பல்லாண்டுகளாய்ப் பாராட்டிவரும் ஆ. இரா. வேங்கடாசலபதிக்கு அண்மையில் 50 வயது நிறைந்தது. தொடர்ந்து அவரது எழுத்துகளையும் பிற பணிகளையும் மட்டும் கவனித்துவருபவர்கள் இப்பொழுதுதானா 50 என ஆச்சரியமாக வினவலாம்.

சலபதிக்குப் பூர்வீகம் வேலூர் மாவட்டத்தின் குடியேற்றமாக இருந்தாலும் சென்னை கலைஞர் கருணாநிதி நகரே வாழ்ந்து வளர்ந்த ஊர். தற்போது கண்ணகி நகருக்கருகில் வாழ்கிறார். உயர் நடுத்தரக் குடும்பம். தந்தை மருத்துவர். ஐவர் கொண்ட குடும்பத்தில் இரண்டாமவர். மனைவி அனிதா, மகள் கன்னல்.

1980களில் சலபதியின் கட்டுரைகளைப் படித்திருந்த பொதியவெற்பன், அவரை ஆங்கிலப் பேராசிரியராகக் கருதிக் கொண்டிருந்ததாக ஒருமுறை குறிப்பிட்டார். வணிகவியலை இளங்கலையிலும், வரலாற்றுப் பாடத்தை முதுகலையிலும் படித்தவர் சலபதி. முனைவர் பட்ட ஆய்வை தில்லி ஜவஹர்லால் நேரு பல்கலைக்கழகத்தில் படித்தவர். அதற்கான நுழைவுத் தேர்வில், இந்தியாவிலேயே முதலாவதாக வந்த சலபதியின் பெயரை, தட்டுத் தடுமாறி உச்சரித்து, நேர்காணலுக்கு அழைத்ததை அவர் அப்போதே சொல்லிக் கேட்டிருக்கிறோம்.

கல்லூரியில் கால்வைப்பதற்கு முன்பே புத்தகங்கள் வந்துவிட்டிருந்தன. முதல் புத்தகமான வ.உ.சி.யின் கடிதங்கள் வந்தபோது சலபதிக்கு வயது 17. மனோன்மணியம் சுந்தரனார்

பல்கலையில் வசந்திதேவி துணைவேந்தராக இருந்தபோது வரலாற்றுத் துறையில் 1995இல் (27 வயது) சேர்ந்தார். பின்னர் 2000இல் சென்னைப் பல்கலைக்கழகத்தில் நுழைந்தபோது ஒன்பது புத்தகங்களை வெளியிட்டவர் போட்டியில் இருக்கிறார் என்று பேசிக்கொண்டனர். ஆறு மாதங்களுக்குக் குறைவாகவே அங்குப் பணியாற்றினார். பிறகு 2001இல் சென்னை வளர்ச்சி ஆராய்ச்சி நிறுவனத்தில் துணைப் பேராசிரியராகச் சேர்ந்து 2006 முதல் பேராசிரியராக விளங்குகிறார். தமிழிலும் ஆங்கிலத்திலு மாக 41 நூல்கள் இன்றைய கணக்கு. தவிர இடையில் சிங்கப்பூர் தேசியப் பல்கலைக்கழகத்தில் இரண்டாண்டுகள் பணியாற்றினார். சிகாகோ பல்கலைக்கழகத்திற்கு வருகைதரு பேராசிரியராகச் சென்று வந்திருக்கிறார். கல்வித் துறையில் இணையுமுன் முதுகலையை அஞ்சல் வழியில் பயின்றபோது கடமையாற்றிய மறைமலையடிகள் நூலகம்தான் அவர் பணிபுரிந்த முதல் நிறுவனம்.

சலபதியின் தன்விவரத்தில் எவர் பெயரையும் குறிப்பிடு வதற்கு முன் அதில் இருக்க வேண்டிய பெயர் மாமணி. திரியைத் தூண்டிவிட்ட முதலாசிரியர்களுள் முதல்வர். விமர்சன எண்ணெய் வார்த்தவர் த. கோவேந்தன். தொடர்ந்து. ம.இலெ. தங்கப்பா, அம்பிராஜன், சி.எஸ். சுப்பிரமணியம், ச.சீ. கண்ணன், எம்.எஸ்.எஸ். பாண்டியன், கே.என். பணிக்கர் போன்ற பலரது தொடர்பில் திளைத்தார் ஆ.இரா. வேங்கடாசலபதி.

இந்த முன்வரலாறுதான் பலரும் அறியாதவை. இதைத் தொடர்ந்து நடைபெற்ற பணிகள் பலரும் பரவலாக அறிந்தவை.

அரைக்கால் சராயுடன் சென்னை ஆவணக் காப்பகத்திலும், தூத்துக்குடிக் களத்திலும் தொடங்கியது சலபதியின் ஆய்வுப்பணி. வ.உ.சி.யில் தொடங்கி, புதுமைப்பித்தனில் வளர்ந்து, பாரதியில் தோய்ந்து, உ.வே.சா.வில் போதாதாகி, பெரியாருடன் மணம் வீசிக்கொண்டிருக்கின்றன அவரது ஆய்வுகள். தமிழ்ச் சமூகவியல், வரலாற்றியல், தமிழியல், இலக்கியவியல், மொழிபெயர்ப்பு என அறிவுலகின் பல துறைகளிலும் வல்லாராகவும் இருமொழிகளில் எழுதுகிறவராகவும் மொழிபெயர்ப்பவராகவும் தமிழ்நாட்டில் இந்தத் தலைமுறையில் ஒருவர் உண்டென்றால் அவர் சலபதிதான்.

பல துறைகளிலும் இருமொழிகளிலும் 200க்கும் மேற்பட்ட கட்டுரைகளை இந்தியாவில் வெளியாகும் முன்னணி இதழ்களில் சலபதி எழுதியுள்ளார். EPW, The Hindu, Economic Times, The Book Review, The Telegraph, சமீபமாய் Scroll ஆகியவை அவற்றுள் சில. காலச்சுவடு ஆலோசனைக் குழு உறுப்பினர் என்பது ஊரறிந்த செய்தி. சலபதி சமூக வரலாற்றுத் துறையில் வி.கே.ஆர்.வி. ராவ் பரிசைப் பெற்றுள்ளார் (2010). தமுஎகசவின் சிறந்த நூலுக்கான

விருதைப் பெற்றுள்ளார் (2017). திருச்சி எஸ்.ஆர்.வி. பள்ளியில் அறிஞர் போற்றுதும் வரிசையில் போற்றப்பட்டுள்ளார் (2015). அவர்கள் சலபதியைத் தம் மாணவர்க்கு அறிமுகப்படுத்திய குறிப்பிலிருந்து இரண்டு வரிகள் பின்வருவன: 'உலகெங்கும் வாழும் அறிவுலகினர்க்கு இந்தியா என்றதும் சமகாலத்தில் நினைவுக்கு வரும் முகங்களுள் ஒன்று சலபதியுடையது. ஒரு வரியில் சலபதியை அறிமுகப்படுத்துவதானால் 'தமிழில் உறையும் சமகால இந்தியவியல் அறிஞர்'. இந்தக் குறிப்பை எழுதி அச்சேற்று வதற்குள் மேலும் இரண்டு விருது அறிவிப்புகள் வெளிவந்துள்ளன. அவை வா.செ. குழந்தைசாமி விருது, விளக்கு விருது ஆகியன.

இந்திய அளவில் தேசிய ஆவணக் காப்பக வல்லுநர், தேசியப் பாடத்திட்டக் குழு போன்ற அறிவுத் துறை சார்ந்த பல குழுக்களில் உறுப்பினர். திருவாரூர் மத்தியப் பல்கலைக்கழகத்தின் பேரவை உறுப்பினர். தமிழ்நாட்டு நூலக ஆணைக் குழு, மாநிலப் பாடத்திட்டக் குழு, பண்பாட்டுத் துறையின் குழு போன்ற வற்றிலும் பணிபுரிந்துள்ளார்.

வெற்றி பெற்ற ஆசிரியராகத் தன்னைச் சலபதி கருதிக் கொள்வதில்லை. எனினும் உண்மை அதுவல்ல. சலபதியால் ஊக்கம் பெற்று முனைவர்களாகவும் நூலாசிரியர்களாகவும் மொழிபெயர்ப்பாளர்களாகவும் மலர்ந்தோர் பலர். அவரைவிட இளையோர்தான் இப்பட்டியலில் இருப்பார்கள் என்று நினைத்தால் ஏமாந்துபோவீர்கள். தனிமனிதர்களைத் தூண்டி மலர்ச்சி பெறவைப்பது அவரது முதல் நோக்கமில்லை. களத்தை வலுப்படுத்துவதே அவரது முதன்மை நோக்கம். அதற்குத் தனி நபர்களை ஊக்குவது இன்றியமையாத பணியாகிவிடுகிறது. திறமையை முளையிலேயே கண்டறிவதில் பழைய வ.ரா.விற்கு மேலானவர் சலபதி என்பது சொல்ல வேண்டிய இன்னொரு செய்தி. சலபதியின் தொடர்ந்து இயங்கும் செயல்பாட்டால் ஒருவித ஊக்க அலை அறிவுலகச் சூழலில் இயல்பாகப் பரவி வருகிறது. அதனால் அரிய பயன்கள் உருவாகிவருகின்றன. அதன் முழு விளைவைக் காலம் காட்டும்.

ஆ. இரா. வேங்கடாசலபதியின் பன்முக ஆற்றலை இளந்தலைமுறைக்குக் கண்டு காட்டி, அவர்களைத் தூண்டி விடும் நோக்கத்தை முதன்மையாகக் கொண்டதுதான் இந்த இரண்டு நாள் கருத்தரங்கம். இதை மாணவர்களுடன் நிகழ்த்தக் கண்ணன் தேர்ந்தது இதுபற்றித்தான். தவிர சலபதியைத் தூண்டிப் பாராட்டுவது அல்ல. அது துணை விளைவாக அமையலாம். அவரை இன்னொருவர் தூண்ட இயலுமா?

பழ. அதியமான்

விளக்கு விருது குறிப்பு

வரலாற்று ஆய்வாளரும் பேராசிரியருமான ஆ. இரா. வேங்கடாசலபதி காலனியக் காலகட்டத்தில் தமிழ்ச் சமூகப் பண்பாடு மற்றும் இலக்கிய வரலாறுகள் பற்றிய ஆய்வுகளைச் செழுமையாக முன்னெடுத்தவர்களில் முதன்மையானவர். இலக்கிய, வரலாற்றுப் புலங்கள் சார்ந்து சீரிய பதிப்புப் பணியிலும் இடையறாது ஈடுபட்டுவருபவர். தமிழிலும் ஆங்கிலத்திலும் எழுதும் புலமைபெற்ற வேங்கடாசலபதி, "இலக்கிய வாசிப்பினூடாக வரலாற்று ஆராய்ச்சிக்குள் நுழைந்தவன் நான்" என்று கூறுகிறார்.

வேங்கடாசலபதி குடியாத்தத்தில் 1967ஆம் ஆண்டு பிறந்தவர். தமிழ்ப் பதிப்புலகத்தின் சமூக வரலாறு பற்றிய ஆய்வுக்காக, புது தில்லி ஜவஹர்லால் நேரு பல்கலைக்கழகத்தில் முனைவர் பட்டம் பெற்றவர். திருநெல்வேலி மனோன்மணியம் சுந்தரனார் பல்கலைக்கழகம் தொடங்கி, சென்னை, சிகாகோ, சிங்கப்பூர் எனச் சிறப்பு வாய்ந்த பல்கலைக்கழகங்களில் பணியாற்றியவர். தற்போது சென்னை வளர்ச்சி ஆராய்ச்சி நிறுவனத்தில் பேராசிரியராக இருக்கிறார்.

வேங்கடாசலபதியின் எழுத்துப் பரப்பு, காலனியக் காலகட்டத்தில் புதிய இலக்கிய வடிவங்கள், கருவூலங்கள் உருவாகி, நிலைபெற்றதிலிருந்து தொடங்கி, அக்கால இலக்கிய, வரலாற்று ஆளுமைகளின் வாழ்க்கை, படைப்புகள் ஆகியவற்றைப் புதிய வெளிச்சத்தில் ஆய்வு அணுகுமுறையோடு திறம்பட எடுத்துக்காட்டுவதாக இருக்கிறது. இதற்கு முன் அறிவுச் சூழலில் கவனத்துக்கு வராத நவீன வாசிப்பு முறைகள், வாசிப்புப் பழக்கங்கள் தமிழ்ச் சமூகத்தில் உருவான வரலாற்றை எழுதியிருக்கிறார். 'மேலோர்' இலக்கியம், நாட்டார் இலக்கியம், இந்த இரண்டு வகைகளுக்கும் இடைபட்ட, இதுவரை பேசப்படாத, வெகுசன இலக்கியமான குஜிலி அல்லது முச்சந்தி இலக்கியம் குறித்த வேங்கடாசலபதியின் நூல் மிக முக்கியமானது.

பாரதியின் கருத்துப்படங்களைத் தொகுத்ததோடு அல்லாமல், 'விஜயா', 'தி இந்து' (ஆங்கிலம்) நாளிதழ்களிலிருந்து பாரதியின் எழுத்தையும் திரட்டித் தொகுத்திருக்கிறார். பாரதியின் சர்வதேசப் பார்வை, பாரதியின் சுயசரிதைகளின் வாழ்க்கைப் பின்னணி போன்றவற்றைப் புதிய தகவல்களோடு விவரிக்கும் கட்டுரைகளின், நூலின் வாயிலாக பாரதியியலுக்குப் பெரும்பங்காற்றியிருக்கிறார். பாரதி நூல்கள் நாட்டுடைமையாக்கம் பெற்றதன் வரலாற்றையும் எழுதியிருக்கிறார்.

அச்சிடப்படாத, தொகுக்கப்படாத புதுமைப்பித்தன் ஆக்கங்களைப் பதிப்பித்திருக்கும் பெருமை அவருக்கு உண்டு. புதுமைப்பித்தன் கதைகளைத் திருத்தமான பாடத்தோடும் பாட வேறுபாடுகளோடும், காலவரிசையில் வைத்துப் பதிப்பித்திருக்கிறார். காலவரிசையில் அமைந்த புதுமைப்பித்தன் கட்டுரைகளும் மதிப்புரைகளும் கொண்ட ஒரு நூல், பதிப்பியல் நோக்கிலான செறிவான முன்னுரையோடு அவரால் பதிப்பிக்கப்பட்டிருக்கிறது. புதுமைப்பித்தனின் புனைகதை மொழிபெயர்ப்புகளையும் அவற்றின் பதிப்பு விவரங்களோடும் பின்னிணைப்புகளோடும் பதிப்பித்திருக்கிறார்.

வேங்கடாசலபதி மொழிபெயர்ப்புத் துறையிலும் கால்பதித்தவர். பாரதிதாசனின் ‘அமைதி’ நாடகம், சுந்தர ராமசாமியின் ‘ஜே.ஜே: சில குறிப்புகள்’ ஆகிய நூல்கள் தமிழிலிருந்து ஆங்கிலத்தில் அவரால் மொழிபெயர்க்கப்பட்டிருக்கின்றன. பாப்லோ நெரூதாவின் கவிதைகளை ஆங்கிலத்திலிருந்து தமிழில் மொழிபெயர்த்திருக்கிறார்.

திராவிடர் இயக்கத்தில் வேளாளரின் பங்கு பற்றிய அவரது நூல், நவீனத் தமிழ்ச் சமூகம் உருவாக அடித்தளம் போட்ட சமூக, பண்பாட்டு மாற்றங்களை விமர்சன நோக்கோடு ஆய்வுசெய்து எழுதிய கட்டுரைகள், ஜி.யு. போப், உ.வே. சாமிநாதய்யர், ஆஷ் போன்ற பல்வேறு ஆளுமைகளைச் சமூக வரலாற்றுப் பின்புலத்தில் வைத்து எழுதிய கட்டுரைகள் உட்பட பற்பல ஆக்கங்களோடு அவருடைய வரலாற்று எழுத்துப் பரப்பு விரிந்து பரந்திருக்கிறது.

தமிழ்ச் சமூக, பண்பாட்டு வரலாற்றுக்கும், இலக்கிய, பதிப்புலக வரலாற்றுக்கும், பதிப்புப் பணிக்கும் மிகப் பொருண்மை யான, செறிவான பங்களிப்பைச் செய்திருக்கும் பேராசிரியர் ஆ.இரா. வேங்கடாசலபதியைக் கௌரவித்துப் போற்றும் வகையில் 2017ஆம் ஆண்டிற்கான ‘விளக்கு’ விருதினை அவருக்கு அளிப்பதில் ‘விளக்கு’ விருதுக் குழுவும் ‘விளக்கு’ அமைப்பும் மனநிறைவும் மகிழ்வும் கொள்கின்றன.

3. காலச்சுவடு பதிவு

மு. இராமநாதன்

வியப்பாகத்தான் இருக்கிறது. இரண்டு நாள் கருத்தரங்கம். பேசுபொருள்: 'ஆ. இரா. வேங்கடாசலபதியின் பங்களிப்புகள்.' அவர் ஒரு பேராசிரியர்; வரலாற்று ஆய்வாளர். அவரது ஆய்வுப் புலம் அரசர்களின் வரலாறு அன்று; சமூகப் பண்பாட்டு வரலாறு.

காலச்சுவடு அறக்கட்டளை, கடவு, தி இந்து லிட் ஃபார் லைப் அமைப்புகள் இணைந்து பிப்ரவரி 8, 9ஆம் தேதிகளில் நடத்திய நிகழ்வில், சலபதியின் பங்களிப்பைக் குறித்து எழுத்தாளர்களும் ஆய்வாளர்களும் பிரமுகர்களும் பேசினார்கள். இரண்டு நாளும் அரங்கு நிறைந்திருந்தது. எல்லாம் தருமமிகு சென்னையில்தான்.

அறியப்படாத காலம் இருந்தது

ஒரு சம்பவத்தைச் சொல்லாமல் என்னால் தொடர முடியாது. ஹாங்காங்கில் இலக்கிய வட்டம் என்ற அமைப்பை நடத்திவந்தோம். தமிழ் இலக்கியக் கூட்டங்களுக்கு, அயல் நாட்டில் கிடைக்கக்கூடிய ஆதரவைப் பற்றிச் சொல்ல வேண்டிய தில்லை. என்றாலும் பதினைந்து முதல் இருபது பேராவது கூட்டங்களுக்கு வந்துகொண்டிருந்தார்கள். அக்டோபர் 2008இல் 'பேசப்படாத தமிழறிஞர்கள்' என்ற பொருளில் கூட்டம் நடத்தினோம். திரு.வி.க., வ.உ.சி., மறைமலையடிகள், தேவநேயப்பாவாணர், சி.சு. செல்லப்பா ஆகியோரைக் குறித்து நண்பர்கள் பேசினார்கள். அவர்கள் மறைந்த தமிழறிஞர்களைத்

தேர்ந்தெடுத்திருந்தார்கள். நான், வாழும் தமிழறிஞரைக் குறித்துப் பேசுவது என்று முடிவெடுத்தேன். கல்விப் புலம் சார்ந்த ஆய்வுநெறிமுறைகளில் சமரசம் செய்துகொள்ளாமலும் அதே நேரத்தில் பண்டிதத்தனம் இல்லாமலும் சுவாரசியம் குறையாமலும் எழுதுபவர் ஆ. இரா. வேங்கடாசலபதி என்று கண்டுகொண்டிருந்தேன். ஆகவே அவரைப் பற்றிப் பேசினேன். அந்த உரையை ஒரு கட்டுரையாக எழுதினேன். அப்போது வெளியாகிக்கொண்டிருந்த ஓர் இலக்கிய இதழுக்கு அதை அனுப்பியும் வைத்தேன். அதன் ஆசிரியர் கண்ணியமானவர். கட்டுரையை வெளியிடுவதற்கில்லை என்று எனக்கு எழுதித் தெரிவித்தார். நான் அசராமல் ஓர் இணைய இதழுக்கு அனுப்பி வைத்தேன். அவர்கள் வெளியிட்டார்கள். எனில், இப்போது நிலைமை மாறிவருகிறது. அவர் அறியப்படுகிற அறிஞராகி வருகிறார். இரண்டு நாள் கருத்தரங்கு சுட்டுவதும் இதைத்தான்.

வ.உ.சி.யில் தொடக்கம்

சலபதியின் பதிப்புப் பணி வ.உ.சி.யில் தொடங்கியது. தமிழ்நாடெங்கும் தேடி யலைந்து கண்டெடுத்த 'வ.உ.சி. கடிதங்க'ளை 1984இல் பதிப்பித்தார். அப்போது அவருக்கு வயது 17. 'வ.உ.சி.யும் திருநெல்வேலி எழுச்சியும்' நூலை அடுத்த மூன்றாண்டுகளுக்குள் எழுதினார்.

புதுமைப்பித்தன் பதிப்பு

புதுமைப்பித்தனுக்குச் செம்பதிப்புக் கண்டவர் ஆ. இரா. வேங்கடாசலபதி. 1948இல் புதுமைப்பித்தன் காலமானபோது, அவரது கதைகளில் சரிபாதியே நூல்வடிவம் பெற்றிருந்தன. அவரது கதைகளையும் கட்டுரைகளையும் மொழிபெயர்ப்புகளையும் கண்டெடுத்துப் பதிப்பித்தார் அவர்.

'நவீனத் தமிழிலக்கியத்தில் மூலபாட ஆய்வையும் பாட பேதத்தையும் அறிமுகப்படுத்தியவர்' என்று பேசினார் எழுத்தாளர் பெருமாள்முருகன். 'நவீனத் தமிழ்ப் பதிப்பிற்கு ஒரு முறையியலை வழங்கியவர்' என்று பாராட்டினார் கவிஞர் சுகுமாரன். 'புதுமைப்பித்தனின் தவப்புதல்வன் சலபதி' என்று உச்சி முகர்ந்தவர் வேறு யாருமில்லை, பு.பி.யின் மகள் தினகரி சொக்கலிங்கம்.

பாரதி தேடல்

பாரதி தேடலிலும் தன்னை ஈடுபடுத்திக்கொண்டவர். பாரதி தன் வாழ்நாளின் பெரும்பகுதியைப் (1904–1921) பத்திரிகையாளராகக் கழித்தவர். 'இந்தியா', 'சுதேசமித்திரன்',

'சூரியோதயம்' ஆகிய இதழ்களில் எழுதியதில் கணிசமான வற்றைப் பாரதி ஆய்வாளர்கள் பதிப்பித்திருக்கிறார்கள். எனினும் பாரதியே ஆசிரியராக விளங்கிய விஜயா நாளேட்டின் இதழ்கள் அவர்களுக்குக் கிடைக்கவில்லை. விஜயா 1909-10இல் புதுச்சேரியிலிருந்து வெளியானது. பாரதி ஆய்வாளர்கள் விஜயா இதழ்களைத் தமிழகத்திலேயே தேடிக்கொண்டிருந்தனர். சலபதி புதுச்சேரியை ஆண்ட பிரான்ஸில் தேடினார். பாரீசில் 20 இதழ்கள் கிடைத்தன. மேலும் காலனிய அரசின் புலனாய்வுத் துறை மொழிபெயர்த்த பாரதியின் கட்டுரைகளையும் கண்டெடுத்தார். இவையே 'பாரதி விஜயா கட்டுரைகள்' (2004) நூலாக உருப்பெற்றன.

பாரதியியலுக்குச் சலபதி அளித்திருக்கும் இன்னொரு கொடை 'பாரதி கருவூலம்' (2008). பாரதி தி இந்து நாளிதழின் 'ஆசிரியருக்குக் கடிதங்கள்' பகுதிக்கு எழுதிய ஆங்கிலக் கடிதங்களை கேம்பிரிட்ஜ் பல்கலைக்கழகத்தின் தென்னாசிய மையத்தில் இருந்த நுண்படச் சுருள்களில் கண்டுபிடித்தார் சலபதி. அவற்றைத் தமிழிலும் மொழிபெயர்த்தார். முதல் நாள் கருத்தரங்கில் சிறப்புரையாற்றிய மேற்கு வங்க முன்னாள் ஆளுநர் கோபாலகிருஷ்ண காந்தி, 'பாரதி கருவூலம்' நூலில் இடம்பெறும் தமிழ் மொழிபெயர்ப்புகளைக் குறிப்பிட்டார். அவை சமகாலத் தமிழில் மொழிபெயர்க்கப்படவில்லை. மாறாக பாரதி காலத்திய தமிழில், பாரதியின் நடையிலேயே எழுதி யிருக்கிறார் சலபதி என்று பாராட்டினார்.

ஆங்கிலப் புலமை

அச்சுப் பண்பாடு தமிழில் வேரூன்றிய வரலாற்றைச் சொல் கிறது 'The Province of the Book' என்கிற ஆ. இரா. வேங்கடாசலபதி யின் ஆங்கில நூல். சலபதியின் மாணவரும் டொரொண்டோ பல்கலைக்கழக மானுடவியல் பேராசிரியருமான பிரான்சிஸ் கோடி, இந்த நூல் தமிழில் மௌன வாசிப்பு எவ்விதம் தோன்றியது என்பதையும், அதற்கு முன்பு ஏட்டுச் சுவடிகளை வாய்விட்டுப் படிப்பதும், மனனம் செய்வதும் அவசியமாக இருந்ததை எவ்விதம் பேசுகிறது என்பதையும் விளக்கினார்.

சலபதி EPW, The Hindu, Economic Times, Book Review, The Telegraph முதலான ஆங்கில இதழ்களில் எழுதிவருகிறார். வரலாற்று ஆய்வாளர் ராமச்சந்திர குஹா அவரது 'Makers of Modern India' நூலுக்காகப் பெரியாரின் தேர்ந்தெடுக்கப்பட்ட எழுத்துகளை சலபதி ஆங்கிலத்தில் சிறப்பாக மொழிபெயர்த்துக் கொடுத்ததை நினைவுகூர்ந்தார். அந்தக் கட்டுரை இந்திய வாசகர்களிடையே வரவேற்பைப் பெற்றதையும் அதைப் படித்த அவரது 82 வயதான தாயார் பெண்ணியவாதியாக மாறியதையும் பகிர்ந்துகொண்டார்.

சலபதியின் சமீபத்திய நூலான *'Tamil Characters: Personalities, Politics, Culuture (2018)'* தமிழகத்தின் அரசியலையும் ஆளுமைகளையும் தமிழகத்திற்கு வெளியே அறிமுகம் செய்கிறது என்று பாராட்டினார் மொழிபெயர்ப்பாளர் ஜி. குப்புசாமி.

மொழிபெயர்ப்பு

சலபதி மொழிபெயர்ப்பிலும் தடம்பதித்துவருபவர். பாரதிதாசனின் 'அமைதி' நாடகத்தையும் சுந்தர ராமசாமியின் 'ஜே.ஜே: சிலகுறிப்புகள்' நாவலையும் ஆங்கிலத்தில் மொழிபெயர்த்திருக்கிறார். சலபதியின் மொழிபெயர்ப்புகள் மூலப்பிரதியின் குரலை வெளிக்கொணர்கின்றன என்று பேசினார் பத்திரிகையாளர் கவிதா முரளிதரன். பாப்லோ நெரூடாவின் 'துயர்மிகு வரிகளை இன்றிரவு நான் எழுதலாம்' (2005), ரொமிலா தாப்பரின் 'வரலாறும் கருத்தியலும்' (2008) ஆகிய நூல்களின் தலைப்புகள், முறையே மூலத்தின் *Tonight I Can Write The Saddest Lines, The Past and Prejudice* ஆகியவற்றின் வார்த்தைக்கு வார்த்தைக்கான மொழிபெயர்ப்பில்லை; ஆனால் மூலத்தின் ஆன்மாவைச் சலபதியின் மொழிபெயர்ப்புகள் தக்கவைத்துக் கொண்டிருக்கின்றன என்பதைச் சுட்டிக்காட்டினார் அவர்.

எங்கள் ஆசிரியர்

சலபதியின் மாணவர்கள் அவர் கடைப்பிடித்த ஆய்வுநெறிகளைப் பற்றிப் பேசினார்கள். அவர்கள் பேச்சில் வாசகர்கள் அறிந்திராத சலபதி என்கிற மனிதரின் முகமும் துலங்கியது. நாளதுவரை வெளியான சலபதியின் நூல்கள் 41. இதைப் போலவே சலபதியின் நண்பர்களின் பட்டியலும் பெரிது; இது கூட்டத்தில் தெரியவந்தது. அவரது நண்பர்கள் பலரும் அவரைக் கால் மூத்தவர்கள்; பரஸ்பரம் அன்பும் மதிப்பும் பேணுபவர்கள்.

நிறைவாழ்வு நல்கட்டும்

சலபதியின் பதிப்புப் பணி வ.உ.சி.யில் தொடங்கியது. புதுமைப்பித்தனுக்குச் செம்பதிப்புக் கண்டது. பாரதியின் தொலைந்துபோன எழுத்துகளைத் தேடிக் கண்டடைந்தது. தற்சமயம் அது உ.வே.சா.வில் நிலைகொண்டிருக்கிறது. பழந்தமிழ் இலக்கியங்களைத் தேடித்தேடிப் பதிப்பித்தவர் உ.வே. சா. சலபதியின் 'உ.வே. சாமிநாதையர் கடிதக் கருவூலம்' (2018), உ.வே.சா.விற்கு வந்த சுமார் எழுநூறு கடிதங்களின் தொகுப்பாகும். இது முதல் தொகுதி. இனியும் ஐந்தாறு தொகுப்புகள் வரவுள்ளன. ஒரு நூற்றாண்டுக் காலத் தமிழ்ப் புலமை உலகை அறிந்து கொள்ளும் கருவியாக விளங்குகின்றன இக்கடிதங்கள்.

சலபதி பதிப்பித்தவர்களில் பாரதிக்கும் புதுமைப் பித்தனுக்கும் சில ஒற்றுமைகள் உள்ளன. நாற்பது வயதுக்குள் அவர்களைக் காலன் அள்ளிக்கொண்டு போனான். வாழ்ந்த காலத்தில் அவர்களது மேதைமையைத் தமிழ்ச் சமூகம் அறிந்திருக்கவில்லை. செல்லம்மாவும் கமலாம்மாவும் அனுபவித்த துயரங்களைத் தமிழுலகம் அறியும். ஆனால் உ.வே.சா.விற்குத் தமிழன்னை கருணை காட்டினாள். சலபதியின் வார்த்தைகளில், 'நிறைவாழ்வு வாழ்ந்து, தமிழுக்கு அளப்பரிய தொண்டாற்றிய உ.வே. சாமிநாதையருக்கு ஒரு தமிழறிஞர் நினைத்தும் பார்க்க முடியாத அனைத்துப் பெருமைகளும் அவர் வாழ்நாளிலேயே அடையும் அரிய பேறு வாய்த்தது.'

சலபதிக்கு ஐம்பது வயதுதான் ஆகிறது. அவர் செய்வதற்குப் பணிகள் காத்துக் கிடக்கின்றன. அவருக்கும் தமிழன்னை நிறைவாழ்வை நல்கட்டும். அவர் அருகிக்கிற பெருமைகள் அவரை வந்துசேரட்டும்.

காலச்சுவடு, மார்ச் 2019

காலச்சுவடு பப்ளிகேஷன்ஸ் (பி) லிட்.
Published by Kalachuvadu Publications Pvt. Ltd.,
669, K.P. Road, Nagercoil 629001, India
Phone: 91-4652-278525
e-mail: publications@kalachuvadu.com

07/2022/S.No. 1092, kcp 3677, 18.6 (1) ass